D1763615

தலித் திரைப்படங்கள்

தலித் திரைப்படங்கள்

சுரேஷ் கண்ணன்

கிழக்கு

தலித் திரைப்படங்கள்

Dalith Thiraipadangal

Suresh Kannan ©

Kizhakku Edition: December 2023
248 Pages
Printed in India.

ISBN : 978-81-967919-2-6
Kizhakku - 1344

Kizhakku Pathippagam
177/103, First Floor, Ambal's Building, Lloyds Road,
Royapettah, Chennai - 600 014. Ph: +91-44-4200-9603
Email : support@nhm.in Website : www.nhm.in

◼ kizhakkupathippagam ◼ kizhakku_nhm

Author's email id: sureshkannan2005@gmail.com

Cover Imag - 'Witness' movie poster - It is for informational purposes only and is copyrighted by their respective owners.

Kizhakku Pathippagam is an imprint of New Horizon Media Private Limited

The views and opinions expressed in this book are the author's own and the facts are as reported by the author, and the publishers are not in any way liable for the same.

All rights reserved. No part of this publication may be reproduced, stored in a retrieval system, or transmitted, in any form or by any means, electronic, mechanical, photocopying, recording or otherwise, without the prior permission of the publishers.

*தனது விசாலமான எழுத்துகளின்மூலம் என் அகத்திற்குப்
பல புதிய வெளிச்சங்களைத் தந்த, நாட்டுப்புறவியல்,
நாட்டார் வழக்கியல், அயோத்திதாசரியம்
உள்ளிட்ட துறைகளில் ஆய்வாளராக இயங்கும்
பேராசிரியர் மற்றும் எழுத்தாளர்,* **டி. தருமராஜ்** *அவர்களுக்கு
இந்த நூல் மதிப்பும் பிரியமும் கலந்த சமர்ப்பணம்.*

பொருளடக்கம்

-	படையிருந்தும் பயந்த சனம்	...	*8*

விவாதங்கள்

-	அறிமுகம்	...	*13*
-	தமிழ் சினிமாவில் தலித் சித்திரிப்பு	...	*18*
-	சாதியைப் பற்றி பேசாதிருந்தால்		
-	அது ஒழிந்து விடுமா?	...	*24*
-	ஓரங்கட்டப்படும் ஒடுக்கப்பட்ட		
-	சாதியச் சித்தரிப்புகள்	...	*29*
-	சாதியப் பாரபட்சம்	...	*35*
-	இடஒதுக்கீடு தொடர்பான திரைப்படங்கள்	...	*41*
-	கல்வி நிலையங்களில் சாதியம்	...	*47*

திரைப்படங்கள்

1.	அசூத் கன்யா	...	*55*
2.	கீலீ பச்சீ - அஜீப் தாஸ்தான்ஸ்	...	*60*
3.	பலாஸ *1978*	...	*65*
4.	ஸத்கதி	...	*71*
5.	ஆக்ரோஷ்	...	*76*
6.	Super 30	...	*81*
7.	சுஜாதா	...	*87*
8.	விட்னஸ்	...	*93*
9.	ஃபன்ட்ரி	...	*99*
10.	பாண்டிட் குயின்	...	*106*

11. படா	...	112
12. சௌரங்கா	...	118
13. பெயர் அறியாதவர்	...	123
14. C/o Kancharapalem	...	129
15. அங்கூர்	...	135
16. மாடத்தி	...	141
17. Writing with Fire	...	147
18. மான்ஜி	...	152
19. மஸான்	...	158
20. கம்மாட்டிப்பாடம்	...	163
21. கோர்ட்	...	168
22. செந்நாய்	...	177
23. India Untouched	...	182
24. Jhund	...	188
25. Article 15	...	194
26. புழு	...	200
27. மனுசங்கடா	...	205
28. கொட்ரேஷியின் கனவு	...	210
29. Bheed - பெருந்திரள்	...	216
30. Madam Chief Minister	...	222
31. சேத்துமான்	...	227
32. 200 Halla Ho	...	236
33. Paar - The Crossing	...	241

படையிருந்தும் பயந்த சனம்

கடந்த கால வரலாறு, கலை, இலக்கியம் போன்றவற்றில் ஒடுக்கப்பட்ட சமூகத்தினரைப் பற்றிய பதிவுகள் எப்படியாக இருந்தன என்று யோசித்துப் பார்த்தால் ஒன்று, அவர்கள் முற்றிலுமாக ஒதுக்கப்பட்டிருப்பார்கள் அல்லது சாதிய ரீதியில் கடுமையாக இழிவு செய்யப்பட்டிருப்பார்கள். மன்னராட்சிகள் ஒழிந்து, அடிமைத்தனத்திலிருந்து விடுபட்டு மக்களாட்சி மலர்ந்த பிறகும் நிலைமையில் பெரிதாக மாற்றமில்லை.

நவீன இலக்கியத்திலும் இதுதான் நிலைமை. உத்தேசமாக 1900-களில் எழுத்திலக்கியம் தோன்றினாலும் தொண்ணூறு ஆண்டுகளுக்குப் பிறகே அதாவது 1990-களில்தான் 'தலித் இலக்கியம்' என்னும் வகைமை உருவானது. தங்களின் சொந்த வலிகளை ஒடுக்கப்பட்ட மக்களே எழுத ஆரம்பித்தார்கள். அதுவரை முன்னேறிய சமூகங்களில் இருந்து கிளம்பிய எழுத்தாளர்கள் தூரமாக நின்று அவரவர்களின் கற்பனைகளுக்கு ஏற்ப எழுதிக் கொண்டிருந்தார்கள்.

சினிமா என்கிற கலை வடிவத்திலும் இதுதான் நிலைமை. 1918-ல் தென்னிந்தியாவின் முதல் மௌனத் திரைப்படம் வெளியானது. 1931-ல் முதல் பேசும் திரைப்படம் வெளியானது. இதிலும் கூட ஒடுக்கப்பட்ட சமூகத்தினரின் சித்திரிப்புகள் முறையாக பதிவாக வில்லை. அவர்கள் ரவுடிகளாக, திருடர்களாக, முரடர்களாக, பாலியல் தொழிலாளிகளாக மட்டுமே பெரும்பாலும் காட்டப் பட்டார்கள். சமூகவியல் கண்ணோட்டத்துடன் கரிசனத்துடன் அணுகும் திரைப்படங்கள் வெளியாகவில்லை.

'நந்தனார் கதை' போன்ற சமூக மறுமலர்ச்சியை அடிப்படையாகக் கொண்ட சாதியெதிர்ப்புத் திரைப்படங்கள் வந்தாலும் அவை முற்பட்ட சமூகங்களின் புனிதங்களுடன் ஐக்கியமாவதுதான் ஒரே வழி என்கிற கருத்தியலில் இயங்கின. ஒடுக்கப்பட்ட சமூகத்தைச் சேர்ந்தவராக இருப்பதால் தன்னை தீயில் எரித்து புனிதப் படுத்திக்கொள்வதன் மூலம்தான் இறைவனை அடைந்து உயர முடியும் என்கிற பிரசாரத்தை மேற்கொண்டன. பிறகு வந்த தமிழ் சினிமாவின் நாயகர்களின் கதாபாத்திரங்கள் கூட முற்பட்ட சமூகத்தைச் சேர்ந்தவர்களாகவே இருந்தது தற்செயலானதல்ல. எண்பதுகளில் இடைநிலைச் சமுதாயங்களின் சாதியப் பெரு மிதங்களைப் பேசும் திரைப்படங்கள் வெளியாகின.

எழுத்திலக்கியத்தில் தொண்ணூறு ஆண்டுகள் கழித்து 'தலித் இலக்கியம்' என்னும் வகைமை உருவானதைப் போலவே தமிழ் சினிமாவிலும் எண்பது ஆண்டுகளைக் கடந்த பிறகுதான் 'தலித் சினிமா' என்னும் வகைமை உருவாக முடிந்தது. பா.இரஞ்சித், வெற்றிமாறன், மாரி செல்வராஜ் போன்ற இயக்குநர்கள் இந்த வகைமையிலான திரைப்படங்களை ஜனரஞ்சக சட்டகத்தில் பொருத்தி அரசியல் உரையாடலை ஆரம்பித்துவைத்தார்கள். அடித்தட்டு மக்களின் அன்றான உணவான 'மாட்டுக்கறி' என்பதே 'அட்டகத்தி' திரைப்படத்தில்தான் முதன் முதலில் சினிமாவில் ஒலித்தது. இந்த அடிப்படையான விஷயத்துக்கே எண்பது ஆண்டுகளைக் கடக்க வேண்டியிருந்தது. அந்த அளவுக்கு மத அரசியலும் சாதியமும் பின்னிப் பிணைந்திருந்தது.

★

இந்தக் கட்டுரைத் தொகுதியில் நாற்பது கட்டுரைகள் உள்ளன. இந்திய மொழிகளில் வெளியான 'தலித் சினிமாக்கள்' பற்றிய அறிமுகமும் அதன் ஆதார மையமும் சுருக்கமாகப் பதிவு செய்யப்பட்டுள்ளது. இவை கோட்பாடு ரீதியிலான ஆய்வுக் கட்டுரைகள் அல்ல. ரசனை விமர்சன அடிப்படையில் எழுதப்பட்ட எளிய அறிமுகங்கள் மட்டுமே.

ஒடுக்கப்பட்ட சமூகங்களின் சித்திரிப்புகள் சினிமா என்னும் கலை வடிவத்தில் எவ்வாறாக இருந்தன என்கிற நோக்கிலிருந்து தொடரும் பயணம், பிறகு பல்வேறு இந்திய மொழிகளில் வெளியான சினிமாக்களின் அறிமுகமாக விரிந்துள்ளது. இட ஒதுக்கீடு, சாதியத் திரைப்படங்களின் நோக்கம், சாதியமும் வர்க்கமும் ஒன்றாக அழுத்தும் சுமை போன்ற கோணங்களில்

எழுதப்பட்டுள்ளன. இந்தி, மராத்தி, மலையாளம், கன்னடம் போன்ற மொழிகளில் பல்வேறு காலக்கட்டங்களில் வெளியான, சமூக ஒடுக்குமுறையைப் பற்றி உரையாடுகிற படங்களைப் பற்றிய பதிவுகள் இதில் உள்ளன.

தமிழில் வெளியான திரைப்படங்களில், ஏற்கெனவே இங்கு அதிகமாக பேசப்பட்ட காரணத்தினால் ‘மெட்ராஸ்’, ‘பரியேறும் பெருமாள்’, ‘அசுரன்’ போன்ற ஜனரஞ்சகப் படங்கள் தவிர்க்கப் பட்டுள்ளன. மாறாக, சுயாதீன முறையில் வெளியான சிறு முதலீட்டுத் திரைப்படங்களுக்கு முன்னுரிமை அளிக்கப் பட்டுள்ளது. ‘மாடத்தி’, ‘செந்நாய்’, ‘விட்னஸ்’, ‘சேத்துமான்’, ‘மனுசங்கடா’ போன்ற படங்களைப் பற்றிய கட்டுரைகள் உள்ளன. சாதியத்தைப் பற்றிப் பதிவாகியிருக்கும் சில ஆவணப்படங்களும் உரையாடுவதற்கு எடுத்துக் கொள்ளப்பட்டிருக்கின்றன.

இந்த நூலின் மூலம் இந்திய மொழிகளில் வெளியான முக்கியமான ‘தலித் சினிமாக்கள்’ பற்றிய அடிப்படையான அறிமுகத்தை அடைய முடியும். மேலும் பல திரைப்படங்களைப் பற்றிய கட்டுரைகளை இதில் இணைக்க முடியும் என்றாலும் இடவசதி கருதி நாற்பது கட்டுரைகளுடன் இந்தத் தொகுதி நிறைவு பெற்றிருக்கிறது.

இந்தக் கட்டுரைத் தொடரை எழுதுவதற்கு அடிப்படையான தூண்டுதலைத் தந்தவர் ‘கிழக்கு டுடே’ இணையத்தளத்தின் பொறுப்பாசிரியர் திரு.மருதன். அவருக்கு என் மனமார்ந்த நன்றி. இந்தக் கட்டுரைத் தொடர் ஒவ்வொரு வாரமும் தளத்தில் பதிவேறுவதற்கும், நூலாக்கம் பெறுவதற்கும் உடன் நின்ற அத்துணை நண்பர்களுக்கும் மனமார்ந்த நன்றி!

சென்னை **சுரேஷ் கண்ணன்**
டிசம்பர் 2023

விவாதங்கள்

அறிமுகம்

இந்தியா பல்வேறு பிரதேசங்களை, கலாசாரங்களை, சமூகங்களை ஒன்றாக இணைத்துக் கட்டியதொரு பொட்டலம். 'பன்மைத்துவம்' தான் இந்தியாவின் பிரத்யேக பெருமை எனப்படுகிறது, இல்லையா? எனில் வரலாறு, கலை, இலக்கியம், அதிகாரம், அரசியல் என்று ஒவ்வொரு துறையிலும் இதன் பிரதிநிதித்துவமும் பிரதிபலிப்பும் இருப்பதுதானே நியாயம்? யதார்த்தத்தில் அவ்வாறு இருக்கிறதா?

இருபதாம் நூற்றாண்டின் மிகப் பெரிய வலிமையான ஊடகம் சினிமா. வெகுசனப் பரப்பை இந்த அளவுக்கு வசீகரிக்கக்கூடிய கலையும் தொழில்நுட்பமும் வேறில்லை. பொழுதுபோக்கு என்பதைத் தாண்டி அரசியல் அதிகாரத்தைக்கூட நடிகர்களிடம் ஒப்படைக்கும் அளவுக்கு இதன் மீதான வசீகரம் கணிசமாக உள்ளது.

இத்தனை வலிமையைக் கொண்ட ஊடகமான சினிமாவில் அனைத்துச் சமூகங்களின் கலாசார அடையாளங்களும் பதிவாகியுள்ளனவா? சிறுபான்மை சமூகங்களின் வாழ்வியல் நேர்மையாகச் சித்திரிக்கப்பட்டுள்ளதா? சினிமாவின் வரலாற்றை எளிமையாக அறிந்தவர்கள்கூட பதில் சொல்லக்கூடிய கேள்வி இது.

'இல்லை' என்பதே இதன் பதில்.

சமூகத்தில் இருந்த ஏற்றத்தாழ்வுகளும் பாரபட்சங்களும் மட்டுப்படு வதற்கு தொழிற்புரட்சியும் விஞ்ஞானக் கண்டுபிடிப்புகளும் காரணமாக இருந்தன. இந்த வரிசையில் சினிமா என்கிற சாதனமும் ஒரு முக்கியமான கண்டுபிடிப்பு எனலாம். சினிமாவைக்

காண்பதற்கு திரையரங்குகள் உருவாகின. இங்கு கட்டண அடிப்படையில் வர்க்க வேறுபாடு இருந்தாலும், மக்கள் தங்களிடம் உறைந்திருந்த சாதி, மத வேற்றுமைகளைத் தற்காலிகமாக மறந்து ஒரு மூடப்பட்ட கூடத்தில் ஒன்றாகக் கூடுவதற்கு இந்த அரங்குகள் வழிவகுத்தன. அது ஒரு சமூக மாற்றமாகவும் இருந்தது. சமூகநீதி தெளிவாக வெளிப்பட்ட இடமாகத் திரையரங்குகளைச் சொல்லலாம். நகரமயமாக்கலும் இந்தச் சூழலுக்கு உகந்ததாக இருந்தது; மாற்றத்துக்குக் காரணமாக இருந்தது.

சாதியால் மறுக்கப்பட்ட அங்கீகாரம்

ஆனால் இந்த மாற்றத்தின் ஆரம்பக்காலப் பயணம் அத்தனை எளிதாக இல்லை. ஒரு முக்கியமான உதாரணத்தைப் பார்ப்போம். திருவிதாங்கூரைச் சேர்ந்த ஜே.சி.டானியலுக்கு திரைப்படக்கலை யின் மீது ஆர்வம் பிறக்கிறது. அப்போது சென்னைதான் தென்னிந்திய சினிமாக்களின் மையம். இங்கு வந்து சினிமாவைக் கற்க முனைகிறார். ஆனால் அந்தச் சந்தர்ப்பங்கள் வெற்றிகரமாக அமையவில்லை. எனவே, மும்பைக்குச் சென்று சினிமா உருவாக்கத்தைப் பற்றி அறிந்து கொள்கிறார். பிறகு கேரளத்துக்குத் திரும்பிய அவர், 'தி திருவிதாங்கூர் நேஷனல் பிக்சர்ஸ்' என்கிற பெயரில் சொந்த சினிமா ஸ்டூடியோவை உருவாக்குகிறார். தன்னிடமிருந்த நிலத்தை விற்று சினிமா எடுக்க ஆரம்பிக்கிறார்.

இதில் பெண் வேடத்தில் நடிப்பதற்கு ஆட்கள் கிடைப்பது அரிதானதாக இருந்தது. நாடகத்தில் ஆண்களே 'ஸ்திரிபார்ட்' வேடமிட்டு நடித்துக் கொண்டிருந்த காலம் அது. பெண்கள் நடிப்பது விபச்சாரத்துக்கு இணையாகக் கருதப்பட்டது. மிகவும் சிரமப்பட்டு பி.கே.ரோசி என்பவரை அழைத்து வருகிறார். பல நடைமுறைச் சிரமங்களுக்குப் பிறகு படம் வெளியாகிறது. ஆனால் இதைத் திரையிடும்போது கலவரமும் திரையைச் சேதப்படுத்தலும் நடந்தது. காரணம், பி.கே.ரோசி தாழ்த்தப்பட்ட சமூகத்தைச் சேர்ந்த பெண். 'இவர் எப்படி 'நாயர்' பெண்ணாக திரைப்படத்தில் நடிக்க முடியும்?' என்கிற நோக்கில் இந்த எதிர்ப்புகள் எழுந்தன. திரையரங்கத்துக்கு வர முயன்ற ரோசி, சாதி இந்துக்களால் தாக்கப்பட்டு துரத்தியடிக்கப்பட்டார். தான் நாயகியாக நடித்த திரைப்படத்தை அவரே பார்க்க முடியாத நிலைமை. இவர்தான் மலையாள சினிமாவின் முதல் நடிகை.

'விகேதகுமாரன்' என்கிற அந்த ஊமைப்படம் 1930-ல் வெளியானது. கதை, இயக்கம், நடிப்பு, தயாரிப்பு என பல பொறுப்புகளை ஏற்றுக்கொண்ட ஜே.சி.டானியல் பொருளாதார ரீதியான

நஷ்டங்களைச் சந்தித்து பிறகு பல்மருத்துவராக பாளையங்கோட்டை, மதுரை போன்ற ஊர்களில் காலத்தைக் கழித்தார். 'விகேதகுமாரன்'தான் மலையாளத்தின் முதல் திரைப்படம். ஆனால் இந்த அங்கீகாரத்தைத் தருவதற்கு கேரள அரசு முதலில் மறுத்துவிட்டது. ஜே.சி.டானியல், தமிழ் கிறிஸ்துவராகவும் நாடாராகவும் இருந்ததே இதற்குக் காரணம். அப்போது ஐஏஎஸ் அதிகாரியாகவும் எழுத்தாளருமாக இருந்த மலையத்தூர் ராமகிருஷ்ணன் மற்றும் கே. கருணாகரன் உள்ளிட்டவர்கள் இந்த அங்கீகார மறுப்புக்குக் காரணமாக இருந்தார்கள்.

தாமதமாகக் கிடைக்கும் நீதி, அநீதிக்கு இணையானது

எழுத்தாளர் என்.எஸ்.மாதவன் உள்ளிட்டவர்கள், டேனியலின் பங்களிப்பைத் தொடர்ந்து வலியுறுத்தினார்கள். இந்த முயற்சிகளின் தொடர்ச்சியாக, டேனியல் இறந்து நீண்ட காலத்துக்குப் பிறகு 1992-ல் ஜே.சி.டானியல் பெயரில் விருது ஒன்றை கேரள அரசு ஏற்படுத்தியது. மலையாள சினிமாவின் தந்தையாகவும் அவர் ஏற்றுக் கொள்ளப்பட்டார். டேனியலின் வாழ்க்கை வரலாற்றை பதிவு செய்யும் வகையில் 2013-ல் கமல் எழுதி இயக்கிய 'செல்லுலாயிட்' என்கிற மலையாளத் திரைப்படத்தில் இந்த உண்மைச் சம்பவங்கள் சித்தரிக்கப்பட்டுள்ளன.

புலையர் இனத்தில் பிறந்த ரோசிக்கு இயற்கையிலேயே நடிப்பார்வம் இருந்தது. டேனியல் இவரைக் கண்டுபிடிப்பதற்கு முன்பே நாடகங்களில் நடித்து அனுபவமிக்க நடிகையாக இருந்தார். வறுமையில் உழன்ற இவர்களின் குடும்பம் கிறிஸ்துவத்துக்கு மாறியது. 'ராஜம்மா', ரோசம்மாவாக மாறினார். மலையாளத் திரைப்படத்தின் முதல் நடிகையான ரோசியால், தான் நடித்த படத்தைப் பார்க்கும் வாய்ப்பு கிடைக்காமல் துரத்தியடிக்கப்பட்டதால், தமிழ்நாட்டுக்கு வந்து ஒரு லாரி டிரைவரை மணந்து வாழ்க்கையைக் கழித்தார்.

வினு ஆபிரகாமின் 'நஷ்ட நாயிகா', ரோசியின் வாழ்க்கையை அடிப்படையாகக் கொண்டு எடுக்கப்பட்டது. 'தி லாஸ்ட் சைல்ட்', 'இது ரோசியுடெ கதா' ஆகிய இரண்டு திரைப்படங்களையும் இதில் சேர்க்கலாம். மலையாள சினிமாவின் முதல் பெண் நடிகை என்ற பெருமையைப் பெற்ற பி.கே.ரோசியின் 120-வது பிறந்தநாளை கௌரவிக்கும் வகையில் கூகுள் நிறுவனம் டூடுலை சமீபத்தில் உருவாக்கியது.

ஆக... ஒரு பிரதேசத்தில், புதிய தொழில்நுட்பத்தை உருவாக்கி முன்னோடிகளாக இருந்தவர்களையும் பங்கேற்றவர்களையும்

அங்கீகரிக்கவிடாமல் தடுத்ததற்கு காரணம் எது? ஜே.சி.டானியலும் பி.கே.ரோசியும் தகுந்த நேரத்தில் பாராட்டப்படாமல் இருந்ததற்கு காரணம் சாதியமும் மதமும். அவர்கள் தாழ்த்தப்பட்ட, ஒடுக்கப்பட்ட சாதியில் பிறந்த காரணத்தினாலும் மதம் மாறியதாலும் அவர்களின் முயற்சிகளும் திறமைகளும் இருட்டடிப்பு செய்யப்பட்டன.

மாட்டிறைச்சியும் சர்ச்சைகளின் அரசியலும்

வெகுசனப் பரப்பை கணிசமாகச் சென்று சேரக்கூடிய சினிமா என்னும் ஊடகத்தில் சமூகத்தின் அனைத்துக் கலாசாரங்களும் பதிவாகின்றனவா என்ற கேள்வி இன்னமும் அப்படியேதான் இருக்கிறது. இன்னொரு உதாரணத்தைப் பார்ப்போம். ‘மாட்டிறைச்சி’ - உலகத்தில் கணிசமான மக்களால் உண்ணப்படும் இந்த உணவும் பழக்கமும் இந்தியாவில் மட்டும் அரசியலாக மாற்றப்பட்டுள்ளது. இதன் பின்னே நீண்ட வரலாறு உள்ளது. இந்தியாவில் பழங்காலம் தொட்டே மாட்டிறைச்சி உண்ணும் பழக்கம் இருப்பதற்கு பிராமணிய, புத்த, சமண நூல்களில் சான்றுகள் உள்ளன. D.N.ஒடச் எழுதிய 'Myth of the Holy Cow' என்னும் நூலில் இது தொடர்பான விரிவான தகவல்கள் உள்ளன.

வேதகாலத்தில் யாகங்களில் பசுக்கள் பலியிடப்பட்டிருக்கின்றன. ‘அசுவமேத யாகத்’தில் அறுநூறு விலங்குகளும் பறவைகளும் கொல்லப்படும்; அப்படிக் கொல்லப்பட்ட பின் பலியிடுதலின் நிறைவைக் குறிப்பிடும் வகையில் 21 பசுக்கள் கொல்லப்படும். பசு உணவாக எடுத்துக் கொள்ளப்பட்டதற்கும் விருந்தினர்களுக்கு அளிக்கப்பட்டதற்கும் சான்றுகள் இருக்கின்றன.

சமணர்களையும் பார்ப்பன?ர்களையும் மதிக்கும் பொருட்டு பசுக்களைக் கொல்வதற்கு முகலாயப் பேரரசர்கள் தடை விதித்தனர். மராட்டிய மன்னரான சிவாஜியும் ‘பசு கொல்லப்படக் கூடாது’ என்று அறிவித்தார். இப்படியாகத் தொடர்ந்த சர்ச்சைகளும் எதிர்ப்புகளும் இன்று ‘பசு வதைச் சட்டம்’, ‘பசு பாதுகாப்பு இயக்கம்’ என்று அரசியல் கருவிகளாக மாறியிருக்கின்றன. காதலர் தினத்தை ‘பசு அணைப்பு நாளாக’ கொண்டாட வேண்டும் என்று அரசின் ஒரு துறையே சமீபத்தில் அறிவிக்கும் அளவிற்கு இது நகைச்சுவையாகவும் ஆபத்தானதாகவும் பரிணமித்திருக்கிறது.

ஆதிமனிதன் வேட்டைச் சமூகமாக மாறிய பின்பு, தாவர உணவுகளுக்குப் பிறகு விலங்குகளின் இறைச்சிகளை உண்ணும் பழக்கம் ஏற்பட்டது. இந்த அடிப்படையான பழக்கம் இடையில் எவ்வாறு மாற முடியும்? ஆடு, கோழி உள்ளிட்ட இறைச்சி உண்ணும்

பழக்கம் இன்று இயல்பாக ஏற்றுக் கொள்ளப்படும்போது மாட்டிறைச்சி ஏன் அரசியல் விவாதப்பொருளாகவும் சர்ச்சையாகவும் மாற்றப்பட்டது? அதை உண்பவர்கள் கீழ்த்தர மக்களாகவும் அருவருப்பானவர்களாகவும் பார்க்கப்படும்படியான சூழல் உருவானது ஏன்?

இந்திய மக்களிடையே, மாட்டிறைச்சி உண்ணும் பழக்கம் உயர்ந்து கொண்டே வருவதை National Sample Survey Office (NSSO) என்னும் அமைப்பின் புள்ளிவிவரங்கள் கூறுகின்றன. ஆடு, கோழி போன்றவற்றின் விலை அதிகமாக இருப்பதால், புரதம் மற்றும் ஊட்டச்சத்துக்காக விலை குறைவாக உள்ள மாட்டிறைச்சியை அடித்தட்டு மக்கள் தேடி விரும்பிச் சாப்பிடுவது நடைமுறைக் காரணமாக உள்ளது.

'மாட்டுக்கறி' - தமிழ் சினிமாவில் ஒலிக்காத வார்த்தை

இப்படி கணிசமான சதவீத மக்களால் உண்ணப்படும் 'மாட்டுக்கறி' என்னும் சொல்லைப் பற்றியோ, அந்த உணவுப்பழக்கத்தைப் பற்றியோ எந்தவொரு தமிழ் சினிமாவிலாவது காட்சி மற்றும் வசனங்கள் வழியாக இதுவரை பார்த்திருக்கிறீர்களா? ஏன் இந்த உணவுப்பழக்கம் மிக கவனமாகத் தவிர்க்கப்பட்டு வந்துள்ளது?

1918-ல் தனது பயணத்தைத் துவங்கிய தமிழ் சினிமா ஏறத்தாழ தொன்னூற்று ஐந்து ஆண்டுகளைக் கடந்த பிறகுதான் 2012-ல் 'அட்டகத்தி' என்னும் திரைப்படத்தில் 'மாட்டுக்கறி' என்னும் வார்த்தை வசனத்தில் வருகிறது.

சமூகத்தின் ஒரு பகுதி மக்களிடையே உள்ள அன்றாட உணவுப் பழக்கம் தொடர்பான வார்த்தை ஏன் 'வெடிகுண்டு' போல் பயத்துடன் பார்க்கப்படுகிறது?

இதன் பின்னால் உள்ள நீண்ட அரசியல் சர்ச்சைகள் கவனமாகத் திட்டமிட்டு வளர்த்தெடுக்கப்படுகின்றன. இன்னொருபுறம் மாட்டிறைச்சியை ஏற்றுமதி செய்யும் நாடுகளில் இந்தியா முதன்மையான இடத்தில் இருக்கிறது. இதெல்லாம் சில உதாரணங்கள் மட்டுமே.

ஒடுக்கப்பட்ட சமூகத்தின் பிரதிபலிப்பு தமிழ் சினிமாவில் என்றல்ல - இந்தியாவின் இதர மாநில சினிமாக்களில், ஏன் உலக சினிமாக்களிலும், எவ்வாறாக இருந்தது என்பதைப் பற்றி இந்தத் தொடரில் தொடர்ந்து பேசுவோம்.

தமிழ் சினிமாவில் தலித் சித்திரிப்பு

திரைப்படங்களில் தலித் சமூகத்தின் சித்தரிப்பு என்பதைப் பார்ப்பதற்கு முன் 'தலித்' என்கிற சொல்லின் வரலாறு பற்றி சுருக்கமாகப் பார்க்கலாம். Dalita என்கிற சமஸ்கிருத சொல்லுக்கு 'உடைந்தது / சிதறியது' என்று பொருள். மகாராட்டிரத்தைச் சேர்ந்த சமூக சீர்திருத்தவாதியான ஜோதிராவ் புலே 'தலித்' என்கிற வார்த்தையை 'ஒடுக்கப்பட்டவர்கள்' (oppressed) என்னும் பொருளில் அறிமுகப்படுத்தினார். தலித் என்பது ஒடுக்கப்பட்ட சமூகங்கள், பழங்குடியினர் மட்டுமல்லாது அதையும் தாண்டி மையச் சமூகத்தால் ஒடுக்கி, ஒதுக்கிவைக்கப்பட்டுள்ள அனைத்துவிதமான மக்களையும் குறிப்பதாகக் கொள்ளலாம். ஆணாதிக்க சமூகக் கட்டமைப்பால் ஒடுக்கிவைக்கப்பட்டிருக்கும் பெண்களும் இதில் அடங்குவர்.

'மனுதர்மம் எல்லாப் பெண்களையும், சாதி வித்தியாசம் பாராமல் அடிமைகளாக அல்லது சூத்திரர்களாக நடத்துகிறது. எனவே சூத்திராதி சூத்திரர்கள்' என்ற தனது கணிப்பில் பெண்களையும் ஜோதிராவ் புலே இணைத்தார். 1972-ல் மராட்டியத்தில் உருவான 'தலித் பேந்தர் இயக்கம்' தலித் என்கிற வார்த்தைக்கு வீழ்த்தப் பட்டவர்கள் என்ற பொருளினை வழங்கியது. இந்தச் சொல் அடையாள அரசியலாக தன்னெழுச்சியுடன் வளர்ந்து பிறகு ஏற்கவும் எதிர்க்கவும் படுகிறது.

'தலித்' என்கிற சொல்லைப் பயன்படுத்தாமல் 'அட்டவணை சாதிகள்' என்று அரசியல் அமைப்புச் சட்டத்தில் குறிப்பிடப் பட்டிருக்கும் சொல்லையே பயன்படுத்த வேண்டும் என்றும் இன்னொரு பக்கம் எதிர்ப்புகள் கிளம்புகின்றன.

தலித் என்னும் சொல், பொதுப்புத்தியின் பார்வையில் இருப்பது போல அரசியல் அடையாளமாக, ஒரு குறிப்பிட்ட சாதியினரை மட்டும் குறிப்பதாகச் சுருக்கப்படலாகாது. அது ஒடுக்கப்படும் மக்கள் அனைவரையும் குறிக்கும் பொதுச் சொல்லாகவும் அர்த்தப்பட வேண்டும்.

'தலித் என்பவர் யார்' என்கிற கேள்விக்கு, 'தாழ்த்தப்பட்டவர்கள், மலைவாழ் மக்கள், நிலமற்றவர்கள், ஏழை விவசாயிகள், பெண்கள், அரசியல் ரீதியாகவும், மதத்தின் பெயராலும், பொருளாதார ரீதியாகவும் சுரண்டப்படும் அனைவருமே தலித்துகள்தான் என்கிறார் கெய்ல் ஓம்வெத்.

தமிழ் சினிமாவின் சுருக்கமான வரலாறும் தலித் சித்திரிப்பும்

சினிமா என்னும் நுட்பம் தமிழ்ச்சமூகத்தில் அறிமுகமான காலகட்டத்தில் புராண, இதிகாசக் கதையாடல்கள் திரை வடிவத்துக்கு நகர்ந்தன. கூத்து மரபு ஏறத்தாழ அப்படியே சினிமாவுக்கு இடம் பெயர்ந்தது. சினிமாவுக்குரிய நுட்பங்களைப் பயன்படுத்தாமல் காமிரா ஆடாமல் அசையாமல் சலனக்காட்சி களை ஆரம்பகட்டங்களில் பதிவு செய்தது. அடிப்படையில் காட்சி ஊடகமான சினிமாவில் அதன் சாத்தியங்களைப் பயன்படுத்தாத அந்த ஆரம்பப் போக்கின் பாதிப்பு இன்னமும் தொடர்கிறது. இன்றும் கூட வசனத்தின் ஆதிக்கம் குறையவில்லை.

திரைப்படங்கள் அறிமுகமானது சுதந்திரப் போராட்டக் கால கட்டத்தில் என்பதால் சுதந்திர உணர்வைப் பற்றிய பாடல்களும் தேசியப் பெருமிதங்களும் அப்போதைய திரைப்படங்களில் கலந்திருந்தன.

புராணத் திரைப்படங்கள் ஓய்ந்து பிறகு சமூகத் திரைப்படங்கள் உருவாகத் துவங்கின. குடும்ப உறவுகளின் சிக்கல்கள், வெவ்வேறு பரிமாணங்களில் சித்திரிக்கப்பட்டன. காதல் கதைகளுக்கென தேய்வழக்கான வடிவங்கள் ஏற்பட்டன. நீதிக்கட்சி, சுயமரியாதை இயக்கம் போன்ற அமைப்புகள் உருவான காரணத்தால், பிராமணர், பிராமணர் அல்லாதோர் என்று இரு பெரும் பிரிவுகளாக தமிழக அரசியலில் எழுந்த தாக்கம் சினிமாவிலும் பிரதிபலித்தது. சினிமா என்னும் வலிமையான ஊடகத்தை திராவிடக்கட்சிகள் மிகச் சரியாகப் பயன்படுத்திக் கொண்டன. அண்ணா, கருணாநிதி போன்றவர்கள் எழுதிய வசனங்களுக்கு பெரும் வரவேற்பு கிடைத்தது.

பாரதிராஜாவின் வருகைக்குப் பிறகு 'கிராமத்து திரைப்படங்கள்' என்னும் தனியான வகைமை உருவானது. எண்பதுகளில் பாலுமகேந்திரா, மகேந்திரன் போன்ற இயக்குநர்கள் யதார்த்தமான சினிமாக்களை உருவாக்கி ஒரு புதிய அலையை ஏற்படுத்தினார்கள். தொண்ணூறுகளில் சாதிய அமைப்புகள் வலுப்பெற்று அரசியல் கட்சிகளாக மாறின. இதன் தாக்கம் சினிமாவிலும் எதிரொலித்தது.

அதுவரை இலைமறை காய்மறையாக சாதிய அடையாளங்கள் பேசப்பட்டுக் கொண்டிருந்த சினிமாவில், தலைப்பிலேயே சாதியைக் கொண்டிருக்கும் படங்கள் உருவாகின. தேவர் மகன், சின்னக் கவுண்டர் போன்ற திரைப்படங்கள் வரிசையாக வெளிவந்தன. இவற்றில் பல திரைப்படங்கள் இடைநிலைச் சாதிகளின் பெருமிதங்களை, மிகைப்படுத்தப்பட்ட பெருமையுடன் முன்வைக்கும் ஆபத்தான போக்கை ஏற்படுத்தின. ஒடுக்கப்பட்ட சமூகத்தினர் இவர்களின் கருணையில், அண்டி வாழ்வது போன்ற சித்திரிப்புகள் இருந்தன.

ஒருபக்கம் உள்ளடக்கத்தில் பழமைவாதம் பேசப்பட்டுக் கொண்டிருந்த அதே வேளையில் இன்னொரு பக்கம் தொழில் நுட்ப ரீதியாகவும் கதை சொல்லும் முறையிலும் மாற்றங்கள் நிகழ்ந்தன. திரைமொழியில் பெரும் பாதிப்பை ஏற்படுத்திய மணிரத்னத்தின் தொடர்ச்சியாக பாலா, செல்வராகவன் என்று வெவ்வேறு பரிமாணங்களில் புதிய இயக்குநர்கள் தோன்றினார்கள். தமிழ் சினிமாவின் வணிகமும் பிரம்மாண்டமும் தமிழக எல்லையைத் தாண்டி பெருகி வளர்ந்தது. இதுவே தமிழ் சினிமாவின் உத்தேசமான, சுருக்கமான வரலாறு.

உதிரிப் பாத்திரங்களாகவே வந்துபோன தலித் சித்தரிப்புகள்

இதுவரையான காலக்கட்டத்தில் உருவான தமிழ் சினிமாவில், ஒடுக்கப்பட்ட சமூகங்களின் அரசியலோ, வாழ்வியலோ, பிரச்னையோ பிரதானமாகவும் கூர்மையாகவும் சித்திரிக்கப்படவே யில்லை. சில விதிவிலக்குகளைத் தவிர்த்து அவை மேலிருந்து கருணையுடன் 'அருளப்பட்டதாகவே' இருந்ததே ஒழிய, கீழிருந்து உக்கிரமான அரசியலைப் பேசியதாகப் பதிவாகவில்லை. இவற்றின் நீர்த்துப் போன வடிவங்களே ஆங்காங்கு உறைந் திருந்தன.

1900களில் நவீன தமிழ் இலக்கியத்தின் காலகட்டம் ஆரம்பித்தாலும் 'தலித் இலக்கியம்' வகைமை தோன்றுவதற்கு ஏறத்தாழ

தொண்ணூறு ஆண்டுகளைக் கடக்க வேண்டியிருந்தது. ஆம், 1990களில் தலித் சமூகத்தின் வாழ்வியலைப் பிரதானமாக உரையாடும் படைப்புகள், நாவல்கள், சிறுகதைகள் தோன்ற ஆரம்பித்தன.

எழுத்திலக்கியத்தைப் போலவே, ஏறத்தாழ தமிழ் சினிமாவுக்கும் இதை பொருத்திப் பார்க்கலாம். இருபத்தோறாம் நூற்றாண்டின் துவக்கத்தில் தலித் சித்திரிப்பு என்பது துலக்கமாகவும் துல்லியமாகவும் தோன்ற ஆரம்பித்தது. இதன் முன்னோடி என்று இயக்குநர் பா.ரஞ்சித்தைச் சொல்லலாம். ‘மாட்டுக்கறி’ என்னும் சொல் தமிழ் சினிமாவில் நெடுங்காலம் கடந்தே ஒலிக்க ஆரம்பித்தது என்பதை முந்தைய அத்தியாயத்தில் பார்த்தோம். ‘அட்டகத்தி’ என்னும் அந்தத் திரைப்படத்தை இயக்கியவர் பா.ரஞ்சித். சினிமா மட்டுமன்றி இசை, இதழியல், அரசியல் உரையாடல்கள் என்று ஓர் இயக்கமாகவே தன்னை வளர்த்தெடுத்துக் கொண்டு வருகிறார் ரஞ்சித். இதைத் தொடர்ந்து வெற்றிமாறன், மாரி செல்வராஜ் போன்ற இயக்குநர்களின் திரைப்படங்களும் ஒடுக்கப்பட்டவர்களின் வரலாற்றைச் சரியான திசையில் பேச ஆரம்பித்துள்ளன.

தமிழ் சினிமாவில் இதுவரை முன்னணி நடிகர்களாக இயங்கிய, இயங்கிக் கொண்டிருக்கும் அத்தனை கதாநாயகர்களின் பாத்திரச் சித்திரிப்புகளையும் பாருங்கள். அவர்களில் எத்தனை பேர், தாழ்த்தப்பட்ட சமூகத்தைச் சேர்ந்தவர்களாக இருந்தவர்கள் என்கிற கேள்வியும் முக்கியமானது. ஏழைப்பங்காளனாகவும், அடித்தட்டு மக்களின் காவலனாகவும், அவதிப்படுபவர்களைக் காக்க வந்த அவதாரமாகவும் தங்களைச் சித்திரித்துக் கொள்ளும் ஹீரோக்கள், பாத்திர வடிவமைப்பில் சாதியடையாளம் என்று வரும் போது மட்டும் மிகக் கவனமாக தலித் அடையாளத்தைத் தவிர்த்து விடுவார்கள்.

சாதியக் கட்டுமானத்தில் மேல்நிலையில் இருப்பதாகக் கருதப்படும் பிராமணப் பாத்திரமாகவோ இடைநிலைச் சாதியினராகவோ தங்களைச் சித்திரித்துக் கொள்வதில் எவ்வித தயக்கமும் அவர்களுக்கு இல்லை. அவற்றைப் பெருமிதத்துடன் அணிந்து கொள்கிற நாயகர்கள், தாழ்த்தப்பட்ட சமூகத்தைச் சேர்ந்தவராக நடிப்பதை மட்டும் கவனமாகத் தவிர்ப்பதில் சமூகத்தின் பிரதிபலிப்பு அப்படியே உள்ளது. இது மட்டுமல்லாமல் பாத்திரச் சித்திரிப்புகளில் திரிபுகளும் நிகழ்ந்துள்ளன.

மாற்றப்படும் வரலாறு

உதாரணத்துக்கு எம்.ஜி.ஆர், பத்மினி நடித்து 1956-ல் 'மதுரை வீரன்' என்கிற திரைப்படம் வெளிவந்தது. இதன் திரைக்கதையை எழுதியவர் கண்ணதாசன். மதுரை வீரன் என்பவர், தமிழ்நாட்டின் காவல் தெய்வங்களில் ஒன்றாக வழிபடப்படுபவர். 1608-ல் அருந்ததிய சமூகத்தில் பிறந்தவர் வீரன். வயதுக்கு வரும் பொம்மி என்கிற பெண்ணை, ராஜகம்பள சமூகத்தின் வழக்கத்தின் படி காவல் காக்க வேண்டிய பணி இவருடைய தந்தைக்குத் தரப்படுகிறது. அவருக்கு உடல்நலக்குறைவு ஏற்படுவதால் காவல் பணிக்குச் செல்கிறார் வீரன். அந்த நேரத்தில் பொம்மியுடன் காதல் ஏற்படுவதால் இருவரும் ஊரை விட்டுச் செல்கின்றனர். பெண்ணின் தந்தையான பொம்மையா நாயக்கர் மிகுந்த கோபம் கொண்டு ஆட்களைத் திரட்டி அவர்களைத் தேடுகிறார். ஆனால் வீரனின் தலைமையில் அருந்ததிய மக்கள் துணிச்சலுடன் எதிர்த்துப் போராடி வெற்றி காண்கிறார்கள்.

மதுரையின் சுற்றுப்புறங்களில் கள்வர்களின் தொந்தரவு அதிகமாக இருந்த காலக்கட்டம். வீரனின் துணிச்சலைப் பற்றி கேள்விப்படும் திருமலை நாயக்கர், அவரை வரவழைக்க, தனது படையைக் கொண்டு கள்வர்களின் கொட்டத்தை அழிக்கிறார் வீரன். இதனால் 'மதுரை வீரன்' என்கிற பட்டம் கிடைக்கிறது. இவரது வீரத்தைக் கண்டு வெள்ளையம்மாள் என்பவர் காதல் கொண்டு மணம் செய்து கொள்கிறார். இதனால் கோபம் கொண்ட மன்னர், வீரனை தந்திரமாகப் பிடித்து மாறுகால், மாறுகை வாங்குகிறார். மதுரை வீரன் இறந்ததும் பொம்மியும் வெள்ளையம்மாளும் கூடவே உடன்கட்டை ஏறுகிறார்கள். இதுதான் மதுரை வீரனின் கதையாகச் சொல்லப்படுகிறது.

சற்று மாறுபடும் வடிவங்களும் உள்ளன. தென்மாவட்டங்களில் மதுரை வீரனை தெய்வமாக வழிபடுவது இன்றும் இருக்கிறது.

ஆனால், திரைப்படத்தில் மதுரை வீரனின் பிறப்பில் மாற்றம் செய்யப்படுகிறது. 'வீரனை அருந்ததியப் பெற்றோரின் குழந்தையாகச் சித்திரிக்கவில்லை, அதற்கு மாறாக அவன் 'அரச குடும்பத்தில் பிறந்து காட்டில் விடப்பட்டு தலித் தம்பதியால் வளர்க்கப்பட்ட குழந்தை' என்று முக்கியமாக, மேல் ஜாதி ரசிகர்களை திருப்திப்படுத்துவதற்காகச் சித் திரிக்கப்பட்டது என்கிறார் திரைப்பட வரலாற்று ஆசிரியர் தியோடர் பாஸ்கரன்.

ஆக... ஒரு புனைவில்கூட தலித்தை நாயகனாக ஒப்புக் கொள்ளவில்லை. இத்தனைக்கும் சினிமாவின் நுகர்வோர் சதவீதத்தில் ஒடுக்கப்பட்ட மக்களின் பங்கு கணிசமாக இருந்தும் இந்த நிலைமை. தொழில்நுட்பங்களும் விஞ்ஞானங்களும் வளர்ந்தாலும் சமூகத்தின் நவீனத் தீண்டாமைகள் வெவ்வேறு வடிவங்களில் நுட்பமாகச் செயல்பட்டுக் கொண்டுதான் இருக்கின்றன என்பதற்கு இதுவொரு உதாரணம்.

சாதியைப் பற்றி பேசாதிருந்தால், அது ஒழிந்து விடுமா?

'குழந்தைகளை பள்ளியில் சேர்க்கும் போது எதற்கு சாதி அடையாளம் கேட்கப்படுகிறது? இந்தியன் என்கிற அடையாளம் போதும். மதம் என்கிற பிரிவில் அந்தந்த மதங்களின் பெயர்களைக் குறிப்பிட்டால் போதும். சாதி ரீதியான அடையாளத்தை ஏன் குறிப்பிட வேண்டும்? இப்படி சாதியைப் பற்றி யாரும் உரையாடாமல் இருந்தாலே காலப்போக்கில் அது காணாமல் போய் விடும்.'

இப்படியொரு அருமையான கருத்தை சமீபத்தில் உதிர்த்திருப்பவர் இயக்குநர் ஆர்.வி. உதயகுமார். 'பகாசூரன்' என்கிற திரைப்படத்தைப் பார்த்து விட்டு, திரைப்பட இயக்குநர்கள் சங்கத்தின் நிர்வாகிகளுள் ஒருவர் என்கிற முறையில் படத்தைப் பாராட்டிப் பேசும்போது பத்திரிகையாளர்களிடம் அவர் சொன்னது இது. 'எனில் 'சின்னக்கவுண்டர்' என்கிற தலைப்பில் படம் எடுத்தது நீங்கள்தானே?' என்று பத்திரிகையாளர்களின் தரப்பிலிருந்து சரியான கேள்வி கேட்கப்பட்டது.

'அந்தப் படத்தில் கவுண்டர் சமூகத்தைச் சேர்ந்த ஹீரோவை 'நல்லவர்' என்றுதான் படம் முழுவதும் சித்திரித்திருக்கிறேன். யாரையும் கெட்டவராக காட்டவில்லை. மேலும் துணி துவைக்கும் தொழிலைச் செய்கிறவரை பிரதானப்படுத்தி காட்டியிருக்கிறேன்' என்று சமாளிப்பாக பதில் சொல்கிறார் உதயகுமார்.

சாதியைப் பற்றி உரையாடாமல் இருந்தாலே, சாதி காணாமல் போய் விடும் என்கிற அசட்டுத்தனமான நம்பிக்கை, 'சீப்பை ஒளித்து

விட்டால் கல்யாணம் நின்று விடும்' என்கிற நகைச்சுவைக்கு இணையானது. சமீபத்தில் மட்டுமல்ல, ஒரு வருடத்திற்கு முன்பு நடந்த இசை வெளியீட்டு விழாவிலும் இதே புரிதலின்மையுடன்தான் ஆர்.வி. உதயகுமார் பேசியிருக்கிறார். இதெல்லாம் ஒரு உதாரணம்தான்.

சாதியைப் பற்றி பேசாதிருந்தால், அது ஒழிந்து விடுமா?

தமிழ் சினிமாவில் ஒரு புதிய அலையாகத் தோன்றியிருக்கும் தலித் சினிமாக்கள் பற்றியும் சம்பந்தப்பட்ட இயக்குநர்கள் பற்றியும், சில சக இயக்குநர்கள் எரிச்சலுடன் முனகத் துவங்கியிருக்கிறார்கள். 'ஏன் சாதிய அரசியலைப் பற்றி திரைப்படத்தில் பேச வேண்டும்? இதனால் சர்ச்சைகள் மிகுந்து விரோதங்கள் இன்னமும் அதிகமாகும்' என்பது அவர்களின் பார்வை. உடலின் ஒரு பாகம் சீர்கெட்டிருந்தால் அறுவை சிகிச்சையைப் பற்றித்தான் ஒரு நல்ல மருத்துவர் யோசிப்பாரே தவிர, அதை மூடி மறைத்துவிட்டால் அந்தப் புண் தன்னாலேயே சரியாகிவிடும் என்று நிச்சயம் பரிந்துரைக்க மாட்டார். ஒரு படைப்பின் அடிப்படையான நோக்கம் மற்றும் அதன் மையம் என்னவென்பதைப் பார்ப்பதுதான் அறிவுடைமை.

சினிமாவுலகைச் சேர்ந்தவர்கள் மட்டுல்ல, முற்பட்ட சமூகங்களைச் சேர்ந்த கணிசமான பார்வையாளர்களிடமிருந்தும் இது குறித்த ஆத்திரமான முணுமுணுப்புகளும் ஆட்சேபங்களும் எதிர்ப்புகளும் வருகின்றன. இவையெல்லாம் ஏன் நிகழ்கின்றன?

தொண்ணூறுகளில், தமிழ் படைப்புலகில் 'தலித் இலக்கியம்' என்கிற வகைமையும் போக்கும் உருவானதைப் போலவே, இதற்கும் சில வருடங்கள் கழித்து தமிழ் சினிமாவிலும் தலித் விடுதலையை, வரலாற்றை, வாழ்வியலை, அரசியலைப் பேசும் சினிமாக்கள் உருவாக ஆரம்பித்திருக்கின்றன. இது இடைநிலைச் சாதிகளின் சமூகத்தைச் சேர்ந்தவர்களுக்கு உறுத்தலாக தோன்ற ஆரம்பித்திருக்கிறது. பிராமணிய மரபின் ஆதிக்கத்தை எதிர்த்து, அந்த ஒடுக்குமுறையிலிருந்து விடுபடவும், அதிகாரப் பங்கீட்டிற்காகவும் பல்வகையான போராட்டங்களை நிகழ்த்திய 'பிராமணரல்லாதவர்' இயக்கம், சற்று முன்னேறிய பிறகு, தமக்குக் கீழேயுள்ள சமூகங்களை ஒடுக்குவதில் இன்னமும் அதே மூர்க்கத்தைக் காட்டுவது ஒரு விநோதமான சமூக முரண் மட்டுமல்ல, சமூக அநீதியும் ஆகும். தான் இன்னொருவருக்கு அடிமையாக இருந்தாலும், தான் அடக்கியாள ஒரு அடிமை

இருந்தாக வேண்டும் என்கிற மனித மனம் சிந்திக்கிற சமத்துவமற்ற போக்கின் விளைவு இது.

நந்தன் கதைகள் - சமரசம் மற்றும் அரசியல் தந்திரம்

சினிமா என்கிற நுட்பம் தமிழில் அறிமுகமானபோது அது பெரும்பாலும் பிராமணர்கள் மற்றும் இடைநிலைச் சாதியினரின் கையில் இருந்தது. தமிழின் முதல் மௌனத் திரைப்படமான 'கீசக வதத்தை' இயக்கியவர், ஆர்.நடராஜ முதலியார். பிராமண சமூகத்தைச் சேர்ந்த கே.சுப்பிரமணியம், 'தமிழ் சினிமாவின் தந்தை' என்று போற்றப்படுகிறார். இந்தக் காலக்கட்டத்தில் புராண, இதிகாச, மாயாஜாலப் படங்கள் உருவாக்கப்பட்டன. சுதந்திரப் போராட்டக்காலம் என்பதால் தேசப் பக்தியை வளர்க்கும் படங்களும் அதன் ஊடே சமூக சீர்த்திருத்த அம்சங்களும் கலந்திருந்தன. தீண்டாமை, விதவை மறுமணம், குடியின் தீமை உள்ளிட்ட முற்போக்கு விஷயங்களை இவை உள்ளடக்கமாகக் கொண்டிருந்தன.

இந்தத் திரைப்படங்கள், தாழ்த்தப்பட்ட சமூகத்தைப் பற்றி கரிசனத்துடன் உரையாடினாலும், அந்த மக்கள் திருத்தப்பட்டு அல்லது சுத்திகரிக்கப்பட்டு 'மேல் நிலையாக்கம்' செய்யப்பட வேண்டியவர்களாக சித்திரிக்கப்பட்டனர் என்பதுதான் கசப்பான முரண். இதற்கு சிறந்த உதாரணம் 'நந்தனார்' திரைப்படம்.

சிறந்த சிவபக்தரான நந்தன், புலையர் சமூகத்தைச் சேர்ந்தவர். சிவனின் மீது இவர் மனமுருக பாடியதைக் கேட்டு சிவனை தரிசிக்க நந்தியே விலகி நின்று வழிவிட்டதாக சொல்லப்படுகிறது. தில்லை தரிசனம் செய்ய வேண்டும் என்பது இவரது வாழ்நாள் கனவு. ஆனால் வேதியரிடம் பண்ணை அடிமையாக இருக்கும் நந்தனுக்கு அது எளிதில் சாத்தியப்படுவதில்லை. சிவபக்தி காரணமாக நந்தனின் புகழ் பெருகுவதைக் கண்டு வேதியருக்கு எரிச்சல் ஏற்படுகிறது. சிதம்பரம் செல்ல விடாதவாறு முட்டுக்கட்டைகளை இடுகிறார். '40 ஏக்கர் நிலத்தை ஒரே இரவில் பயிரிட்ட பின்னர் சிதம்பரம் செல்லலாம்' என்று செயல்படுத்தவே முடியாத பணியை வேதியர் கட்டளையிட, நடராஜனின் புகழ் பாடிக்கொண்டே வேலை செய்து மயக்கமடைகிறார் நந்தன். சிவபெருமான் வந்து அந்தப் பணியைச் செய்து முடிக்க, ஒரே இரவில் 40 ஏக்கர் நிலமும் பயிரிடப்பட்டிருப்பதைக் கண்டு வேதியரும் கிராம மக்களும் திகைத்துப் போகிறார்கள். நந்தனின் காலில் விழுந்து கதறும் வேதியர் சிதம்பரம் செல்ல அனுமதி தருகிறார்.

ஆனால் நந்தன் தீண்டத்தகாதவர் என்பதால் கோயிலுக்கு வெளியே நிறுத்தப்படுகிறார். பூசாரியின் கனவில் தோன்றும் சிவன், நந்தனை கோயிலுக்குள் அழைத்து வருமாறு கூற, அவர் நுழையாதவாறு சில பிராமணர்கள் தடுக்கிறார்கள். பின்னர் நந்தன் தனது பரிபூரண நிலையை அழிப்பதற்காக நெருப்பு வழியாக செல்லும் தீ சடங்கை செய்ய முடிவு செய்கிறார். புனித நெருப்பு தயாரிக்கப்பட்டு, நந்தன் அதனை சுற்றிச் செல்கிறார். ஒரு புதிய உடலுடன் நெருப்பிலிருந்து வெளியேறுகிறார். புனித சாம்பல் பூசப்பட்டு, அவரை கோயிலுக்குள் பூசாரி அழைத்துச் செல்கிறார். பின்னர் மறைந்து இறைவனுடன் ஐக்கியமாகிறார். நந்தன் கொண்டிருந்த உண்மையான சிவபக்தி காரணமாக 'திருநாளைப் போவார் நாயனார்' என்கிற பெயரில் அறுபத்து மூன்று நாயன்மார்களில் ஒருவராகிறார். இதுதான் நந்தனின் சரித்திரம். 'உடம்புக்கு உயர்வு, தாழ்வு உண்டு, ஆன்மாவிற்கு இல்லை' என்பது சைவக் கருத்து.

சிறந்த சிவபக்தராக இருந்தாலும் பிறவி இழிநிலையை நெருப்பில் கரைத்து புனித உடம்புடன் சுத்திகரிக்கப்பட்ட பின்னரே நந்தனாரால் ஆலயத்திற்குள் செல்ல முடிகிறது. இது போன்ற கதைகளும், திரைப்படங்களும் தாழ்த்தப்பட்டோரைப் பற்றி பேசினாலும் அவர்களின் உண்மையான அரசியல் விடுதலையைப் பற்றிய அக்கறையுடன் பேசவில்லை. மாறாக முற்பட்ட சாதியரின் கருணையாலும் சீர்திருத்தத்தாலும் மேல் நோக்கி உயர்ந்து அதனுடன் ஐக்கியமானால்தான் உயர்வு சாத்தியம் என்கிற 'சுத்திகரிக்கப்பட்ட' அரசியலைத்தான் முன்வைக்கிறது. தீண்டத்தகாதவர்களை 'கடவுளின் குழந்தைகள்' என்கிற பொருள்வரும்படியாக 'ஹரிஜன்' என்கிற அரசியல் சொல்லை காந்தி உருவாக்கினார். தாழ்த்தப்பட்டவர்களை இந்து மதத்திலிருந்து வெளியேற விடாமல் செய்யும் தந்திரமாக இதைப் பார்த்த அம்பேத்கர், 'ஹரிஜன்' என்கிற சொல்லை ஏற்க மறுத்தார். 'தலித்' என்கிற சொற்பிரயோகத்தை அவர் பயன்படுத்தியிருக்கிறார்.

தேவர் மகன்களை விடவும் 'சின்னக் கவுண்டர்கள்' ஆபத்தானவர்கள்

பொ.ஆ. பதினாறாம் நூற்றாண்டில் ஐரோப்பியர்களின் இந்திய வருகை துவங்கியது. மதமாற்றம்தான் அவர்களின் பிரதான இலக்கு. முற்பட்ட சாதிகளால் பல்வேறு ஒடுக்குமுறைக்கு ஆளாகியிருந்த மக்களை, கல்வி, மருத்துவம், உணவு போன்ற அடிப்படை வசதிகளைத் தந்து கிறிஸ்துவ மதத்திற்கு ஈர்ப்பது

ஐரோப்பியர்களுக்கு ஓர் எளிதான வழியாக இருந்தது. ஒடுக்கப்பட்ட சமூகங்கள் பிரிந்து போனால், அது இந்து மதத்தினரின் பெரும்பான்மை பலத்தைக் குறைத்து விடும் என்று அச்சப்பட்ட முற்பட்ட சாதிய சமூகம், தாழ்த்தப்பட்டவர்களையும் பிரதானப்படுத்தி கதையாடல்களை உருவாக்கின. 'பள்ளு இலக்கியம்' என்கிற தமிழ் சிற்றிலக்கியத்தை இந்த வகையில் சொல்லலாம். வேளாண்மை குடிகளான பள்ளர்களின் வாழ்க்கை பற்றியவை இவை. இவை உருவாக்கப்பட்டது, தாழ்த்தப்பட்டவர்களின் மீதான அக்கறையினால் அல்ல. அவர்களை இந்து மதத்திலிருந்து வெளியேறாதவாறு தடுக்கும் சமரசப் போக்கு மற்றும் அரசியல் தந்திரம் ஆகும்.

நந்தன் கதைகளும், காந்தி உருவாக்கிய 'ஹரிஜன்' என்கிற சொல்லை அம்பேத்கர் ஏற்க மறுத்ததையும் இந்தப் போக்கின் தொடர்ச்சி எனலாம். மறுபடியும் ஆர்.வி. உதயகுமாரின் கருத்திற்கே திரும்பி வருவோம். தமிழில் உருவான சாதிய சினிமாக்கள் பற்றி பேசும் போதெல்லாம் 'தேவர் மகன்' போன்ற திரைப்படங்கள் ஆழமான, உக்கிரமான விமர்சனத்திற்கு ஆளாகும். ஆனால் உதயகுமார் உருவாக்கிய திரைப்படங்கள், தலைப்புகளை மட்டும் சுட்டிக் காட்டுவதோடு கடந்து விடும். ஆனால் 'தேவர் மகன்' போன்ற படங்களை விடவும் 'சின்னக் கவுண்டர்' போன்ற படங்கள் அதிக ஆபத்தைக் கொண்டவை. அது எப்படி?

ஓரங்கட்டப்படும் ஒடுக்கப்பட்ட சாதியச் சித்தரிப்புகள்

சாதிய சினிமாக்கள் என்னும் சர்ச்சையில் தொடர்ந்து உரையாடப்படும் 'தேவர் மகன்' போன்ற படங்களை விடவும் தலைப்பை மட்டும் சுட்டிக்காட்டிவிட்டுக் கடந்து செல்லப்படும் 'சின்னக்கவுண்டர்' போன்ற படங்கள் அதிக ஆபத்தானவை. எப்படி என்று பார்ப்போம்.

இந்தப் படம் தமிழ்ச் சினிமாவில் சாதியப் பெருமிதத்தை உயர்த்திப் பேசியது; அதன் மூலம் சம்பந்தப்பட்ட சமூகத்தின் மக்களுக்கு தன்னிச்சையான ஊக்கத்தை அளித்தது; அவர்கள் தற்பெருமையை இன்னமும் உற்சாகமாகப் பேசக் காரணமாக இருந்தது; சாதியக் கலவரங்களுக்குத் தூண்டுதலாக இருந்தது என்று விமர்சிக்கப்படும் திரைப்படங்களின் வரிசையில் 'தேவர் மகன்' தொடர்ந்து சுட்டிக் காட்டப்படுகிறது. இது ஒருவகையில் தவறான புரிதல். ஒரு படத்தின் நுண்மையான சித்தரிப்புகளைவிடவும் அந்தத் திரைப்படத்தின் மையம் என்ன என்பதைத்தான் கவனிக்க வேண்டும்.

'தேவர் மகன்' திரைப்படம் சாதியத்துக்கு ஆதரவாக உரையாடுகிறதா?

'தேவர் மகன்' திரைப்படத்தில் 'பெரிய தேவர்' பாத்திரத்தை ஏற்றிருந்தவர் சிவாஜி கணேசன். தனது சாதி குறித்த பெருமை இவரிடம் இருந்தாலும் ஊர் மக்களிடம் பாரபட்சம் பார்க்காதவர். அடித்தட்டு மக்களின் வாழ்க்கையில் இடையூறு நேரக்கூடாது

என்று எண்ணுபவர். ஆனால் சின்னத் தேவரான காகா ராதாகிருஷ்ணன் இதற்கு நேர்மாறான எண்ணம் கொண்டவர். பெரிய தேவரின் மகன் சக்திவேல், முற்போக்கான எண்ணம் கொண்டவன்; நவீன வாழ்க்கையைப் பின்பற்ற முனைபவன். சின்னத் தேவரின் மகன் மாயத் தேவன். தந்தையின் அப்பட்டமான நகலாக விளங்குபவன். சொத்து, உறவுச்சிக்கல் தகராறு காரணமாக பங்காளிச் சண்டை வெடிக்கிறது. இவர்களுக்கு இடையே நிகழும் சண்டை காரணமாகத் தாழ்த்தப்பட்ட சமூகத்தினர் பாதிக்கப்படு கிறார்கள். சக்திவேல் இதனால் மனம் உடைந்து போகிறான்.

பெரிய தேவரின் மறைவுக்குப் பிறகு சக்திவேல் அந்த இடத்தை நிரப்ப வேண்டிய கட்டாயம் ஏற்படுகிறது. தனது வெளிநாட்டுக் கனவைத் துறந்துவிட்டு அந்த இடத்தில் அமர்கிறான். மாயத்தேவனுக்கும் இவனுக்கும் இடையில் தொடர்ச்சியாக நிகழும் சண்டையின் உச்சத்தில் அவனுடைய தலையைக் கொய்துவிடுகிறான் 'இந்தச் சண்டையெல்லாம் வேணாம்டா. இத்தோட போதும்டா... புள்ள குட்டிங்களைப் படிக்க வைங்கடா' என்று மக்களிடம் அரற்றிக் கொண்டே சிறைக்குச் செல்கிறான்.

'தேவர் மகன்' திரைப்படத்தின் ஒட்டுமொத்த மையமும் செய்தியும் சாதியத்துக்கு எதிராகத்தான் உரையாடுகிறது. அசட்டுத்தனமான சாதியப் பெருமிதங்களும் அதனால் நிகழும் வன்முறைகளும் கல்வியறிவு இல்லாமையும் ஒரு பிரதேசத்தின் முன்னேற்றத்துக்கு முட்டுக்கட்டைகளாக இருக்கின்றன என்கிற செய்திதான் சக்திவேலின் மூலமாகத் தொடர்ந்து, அழுத்தமாகச் சொல்லப் படுகிறது. என்றாலும் இந்தத் திரைப்படம் எதனால் விமர்சிக்கப்படுகிறது?

ஒரு படைப்பின் ஆதாரமான மையம்தான் முக்கியமானது

ஒரு காலக்கட்டத்திய தமிழ் சினிமாக்களில் நாயகனின் பின்னணியோ சாதியோ துலக்கமாகச் சித்தரிக்கப்பட்டிருக்காது. பொத்தாம் பொதுவான சில அடையாளங்களாகவும் யூகிக்கும் படியான மங்கலாகவும்தான் இருக்கும். ஆனால் இயக்குநர்கள் கதை சொல்லும் முறையில் முன்னேற்றமும் வளர்ச்சியும் ஏற்பட ஆரம்பித்த போது நம்பகத்தன்மைக்காக நிறைய சிரத்தை காட்ட ஆரம்பித்தார்கள். ஒரு கதையின் சித்தரிப்புகளில் நம்பகத்தன்மையும் நுண்மைகளும் கூடினால்தான் பார்வையாளனால் அதில் மனம் ஒன்ற முடியும். அந்தப் படைப்பின் சிறப்பும் கூடும்.

எனவே பாத்திரங்களின் வடிவமைப்பு, பின்னணி போன்ற விஷயங்களில் கூர்மைகள் உருவாக்கப்பட்டன. நாயகன் சார்ந்திருக்கும் சமூகம், அதன் சடங்குகள், வரலாற்று அடையாளங்கள், வழக்காறுகள் போன்றவை நுட்பமாகச் சித்தரிக்கப்பட ஆரம்பித்தன. ஊரின் பெரிய மனிதரைக் கூத்துப் பாடகர்கள் பெருமைப்படுத்திப் பாடுவது ஒரு வழக்கம். அந்த வகையில் பெரிய தேவரின் சமூகத்தைப் பெருமைப்படுத்துவது போல 'போற்றிப் பாடடி பெண்ணே, தேவர் காலடி மண்ணே' என்கிற பாடல் உருவாக்கப்பட்டிருக்கும். பெரிய தேவர் அடிப்படையில் நல்லவராக இருந்தாலும் அவர் சார்ந்திருக்கும் சாதி குறித்த பெருமையை உடையவர். அவர் இந்தப் பாடலைக் கேட்டு பெருமிதப்படுவதுபோலக் காட்சிகள் அமைக்கப்பட்டிருக்கும்.

ஆனால், இது போன்ற சித்தரிப்புகள் ஒரு படைப்பின் கட்டுமான பாகங்கள் போலத்தான். அந்தப் படத்தின் ஆதாரமான செய்தி என்னவென்று பார்த்தால் அது சாதியத்துக்கு எதிரான உரையாடலாகத்தான் அமைந்திருக்கிறது. அதனால்தான் படமும் மக்களால் பரவலாக ஏற்றுக் கொள்ளப்பட்டது. ஆனால், குறிப்பிட்ட பாடலின் வரிகளை, படத்தின் சில வசனங்களை தனியாகப் பிடுங்கியெடுத்து தங்களுக்குச் சௌகரியமான வகையில் சம்பந்தப்பட்ட சமூகத்தினர் நடைமுறையில் பயன்படுத்திக் கொண்டபோதுதான் பிரச்னை துவங்கியது. தாழ்த்தப்பட்ட சமூகத்தினரைச் சீண்டுவதற்காக இந்தப் பாடலைப் பயன்படுத்திக் கொண்டனர். ஆனால் படம் சொல்லும் ஆதாரச் செய்தியைக் காற்றில் பறக்கவிட்டனர். இந்தப் பாடலின் வரிகள், சில சாதிய சர்ச்சைகளுக்கும் சண்டைகளுக்கும் காரணமாக அமைந்ததென்பது துரதிர்ஷ்டமான விஷயம்தான். நமக்கு ஒரு திரைப்படத்தை எவ்வாறு அணுகுவது என்கிற பயிற்சி இல்லை என்பதுதான் காரணம்.

ஓரங்கட்டப்படும் ஒடுக்கப்பட்ட சாதியச் சித்தரிப்புகள்

என்றாலும் 'தேவர் மகன்' திரைப்படம் ஏன் விமர்சிக்கப்பட்டது என்றால் அதற்குரிய நியாயமான காரணங்கள் சிலவும் உண்டு. தமிழ் சினிமாவில் தலித் சமூகம் குறித்தான சித்தரிப்பு எப்படி அமைந்தது என்பதில்தான் இந்தத் தொடரே துவங்கியது. அந்த வகையில் 'தேவர் மகனில்' தாழ்த்தப்பட்ட சமூகத்தினர் எவ்வாறு சித்தரிக்கப்பட்டனர் என்பதைக் கவனிப்பது முக்கியமானது. தமிழ் சினிமா அதுவரை காட்டிய போக்கிலிருந்து 'தேவர் மகனும்'

விலகவில்லை. இதில் முற்பட்ட சாதியினர் மட்டுமே பிரதான பாத்திரங்களில் இடம் பெற்றார்கள். ஒடுக்கப்பட்ட சமூகத்தினர் வழக்கம் போல உதிரியான பாத்திரங்களில் ஓரமாக இருந்தார்கள். ஒரே சமூகத்தைச் சார்ந்த இரு நபர்களுக்குள் நிகழும் பங்காளிச் சண்டைதான் பிரதானப்பட்டிருந்தது. அடித்தட்டு மக்கள் தங்களின் வாழ்வாதாரத்துக்காக இவர்களை அண்டியிருப்பதாகவும், தகராறு ஏற்பட்டால் 'அய்யா எங்களை காப்பாத்துங்கய்யா' என்று கூட்டமாக வந்து காலில் விழுந்து சரண் அடைவதாகவும் காட்சிகள் இருந்தன. இந்த நோக்கில் பார்த்தால் அதுவரையான தேய்வழக்கு சித்தரிப்புகளில் இருந்து 'தேவர் மகனும்' பெரிதும் விலகவில்லை.

இதில் 'இசக்கி' என்னும் பாத்திரம் ஒன்றுள்ளது. வடிவேலு தன் ஆரம்ப காலக்கட்டத்தில் நடித்த படம். அவருடைய பங்களிப்பும் சிறப்பாகப் பேசப்பட்டது. சர்ச்சைக்குள்ளாகி இருக்கும் கோயில் கதவை உடைத்தால் பிரச்னை வந்து சேரும் என்று எச்சரித்தும், சக்திவேல் வற்புறுத்துவதால் அதைச் செய்யத் துணிகிறான் இசக்கி. தொடரும் சர்ச்சை காரணமாக அவனுடைய கை வெட்டப்படுகிறது. ஒரு அடிமையின் மனநிலையில் அதைக்கூட அவன் பெருமிதமாகவே சக்திவேலிடம் சொல்கிறான். ஆண்டைக்குத் தரப்பட வேண்டிய பலியாக, தியாகமாக இதை முன்வைக்கிறான்.

'தேவர் மகன்' திரைப்படத்தின் மையம் சாதியத்துக்கு எதிராக உரையாடினாலும் முற்பட்ட சாதியைச் சேர்ந்த இரு பெரிய தலைக்கட்டுகளுக்கு இடையே நிகழும் போராகத்தான் காட்சிகள் பயணிக்கின்றன. ஒடுக்கப்பட்ட சாதியைச் சேர்ந்த மக்களுக்காக, ஆதிக்கச் சாதியைச் சேர்ந்த ஹீரோதான் போராடுகிறான். இதற்கு மாறாக, அவர்களே ஒன்று திரண்டு ஏன் போராடுவதில்லை? ஏன் அவர்களில் இருந்து ஒரு நாயகன் உருவாவதாகச் சித்தரிக்கப்படவில்லை? 'தேவர் மகன்' திரைப்படம் ஏன் மாயத்தேவனுக்கும் இசக்கிக்குமான போராட்டத்தின் மையமாக இருந்திருக்கக்கூடாது? இது போன்ற கேள்விகள் தேவர் மகன் தொடர்பாக எழுவது அவசியமானது.

தேவர் காலடி மண்ணை விடவும்
எஜமான் காலடி மண் விஷமமானது

இப்போது ஆர்.வி.உதயகுமார் இயக்கிய 'சின்னக்கவுண்டர்' வகையறா திரைப்படங்களுக்கு வருவோம். இதிலும் 'பெரிய

தேவர்கள்'தான் ஹீரோ. ஆனால் சக்திவேல்கள் இருக்க மாட்டார்கள். ஒரு குறிப்பிட்ட சாதியின் துல்லியமான அடையாளத் தோடு ஊரின் தலைவராக இருக்கும் ஹீரோ மிக மிக நல்லவராக இருப்பார். அனைத்து சமூகங்களையும் அரவணைத்துச் செல்கிறவராக இருப்பார். 'தேவர் மகனைப்' போலவே 'சின்னக்கவுண்டரில்' நிகழ்வதும் பங்காளிச் சண்டைதான். சின்னக்கவுண்டருக்கு எதிராக இருப்பவர், அதே சமூகத்தைச் சேர்ந்த சர்க்கரை கவுண்டர். இதிலும் ஒடுக்கப்பட்ட சமூகத்தின் மக்கள் 'அய்யா.. எங்களைக் காப்பாத்துங்கய்யா' என்கிற அளவில்தான் காட்டப்படுவார்கள். அவர்களுக்கு அபயமும் வரமும் தரும் கடவுளின் பாத்திரத்துக்கு நிகராகவே ஹீரோ காட்டப்படுவார்.

தேவர் மகன் இசக்கியைப் போன்று சின்னக்கவுண்டரில் 'வெள்ளை' என்கிற பாத்திரத்தில் கவுண்டமணி நடித்திருப்பார். துணி துவைக்கும் தொழிலாளி. சின்னக் கவுண்டருக்கு விசுவாசமான நபராக இருப்பார். சின்னக்கவுண்டர் ஒட்டுமொத்த ஊராரின் அவப்பழி?க்கு ஆளாகும் சூழல் நேரும் போது இவர் மட்டும் விசுவாசத்தைக் கைவிடமாட்டார். 'இனிமே உங்க துணிகளைத் துவைக்கமாட்டேன்' என்று ஊரையே ஒதுக்கி விலகும் வகையில் இவரது பாத்திரப்படைப்பு இருக்கும்.

ஆனால் தேவர் மகனுக்கும் சின்னக் கவுண்டருக்கும் இடையே உள்ள ஆதாரமான வித்தியாசம் என்னவெனில், முந்தைய படைப்பில் சாதியப் பெருமைக்கு எதிரான உரையாடல்கள் தொடர்ந்து இருக்கும். மிக முக்கியமான அதன் மையம் சாதியத்துக்கு எதிரானது. ஆனால் சின்னக்கவுண்டர் போன்ற படங்களில் சாதியப் பெருமையை ஹீரோவின் வழியாக நிலைநாட்டுவதோடு படம் நின்றுவிடும்.

ஆர்.வி. உதயகுமார் இயக்கிய 'எஜமான்' என்கிற திரைப்படமும் இதே வகையறாதான். அதிலும் வில்லன் இதே சமூகத்தைச் சார்ந்தவராகத்தான் இருப்பார். தப்பித்தவறி கூட ஒடுக்கப்பட்ட சமூகத்தினருக்கு முக்கியத்துவம் அளிக்கப்பட்டிருக்காது. 'எஜமான் காலடி மண்ணெடுத்து நெத்தியில பொட்டு வெச்சோம்' என்று ஹீரோவை அடித்தட்டு மக்கள் பெருமைப்படுத்திப் பாடுவதாகப் பாடல் வரிகள் அமைக்கப்பட்டிருக்கும். ஆண்டை - அடிமை கலாசாரத்தை உறுதிப்படுத்தும் ஆபத்தை இவை கொண்டிருக்கும். சாதியப்பெருமிதங்களை மிக நேரடியாக நிலைநிறுத்துவதாக அமைந்திருக்கும்.

ஆனால் தேவர் மகன் போன்ற திரைப்படங்கள் சந்தித்த எதிர்ப்புகளை, விமர்சனங்களை இவ்வகையான திரைப்படங்கள் எதிர்கொள்ளவில்லை. இத்தனைக்கும் அதிக ஆபத்தான உள்ளடக்கத்தைக் கொண்டிருப்பது இவ்வகையான திரைப்படங்கள் தான். ஏனெனில் சாதியப் பெருமிதங்களை ஹீரோவின் வழியாக இவை இயல்பாக்கும் விஷமத்தைச் செய்கின்றன.

சாதியப் பாரபட்சம்

சமூகத்தில் ஒடுக்கப்பட்ட பிரிவினரைப் பற்றிய அரசியல் அறிவோ, கரிசனமோ, தெளிவான பார்வையோ, அசலான சித்திரிப்பைத் திரைப்படங்களில் ஏற்படுத்தும் நியாய உணர்வோ பெரும்பாலான தமிழ் சினிமா இயக்குநர்களுக்கு இருக்கிறதா என்கிற சந்தேகத்தையே ஆர்.வி.உதயகுமாரின் சமீபத்திய பேச்சு ஏற்படுத்தியிருக்கிறது. 'குழந்தைகளைப் பள்ளியில் சேர்க்கும் போது மதம் மற்றும் தேசிய அடையாளத்தை மட்டும் விண்ணப்பப் படிவத்தில் எழுதினால் போதும். சாதியைப் பற்றி ஏன் பேச வேண்டும்? அதைப் பற்றி பேசாமல் இருந்தாலே மறைந்துவிடும்' என்று பத்திரிகையாளர் சந்திப்பில் அவர் வைத்த கருத்தை மீண்டும் நினைவுகூர்வோம்.

இந்தியா போன்ற வளரும் நாடுகளில் பொருளாதாரச் சமநிலையின்மையும் அதன் இடைவெளியும் அதிக அளவில் உள்ளது. வர்க்கமும் சாதியும் பின்னிப் பிணைந்துள்ளன. கல்வி மற்றும் பணியிடங்களில், ஒடுக்கப்பட்ட மக்களுக்கு இடஒதுக்கீடு உருவாக்கித் தருவதன் மூலம் சமத்துவத்தை நோக்கி நகர முடியும் என்ற அரசியல் தீர்மானத்தின் விளைவுதான் இடஒதுக்கீடு. இதற்குப் பின் ஏராளமான போராட்டங்களும் நீண்ட வரலாறும் இருக்கின்றன. மதம், இனம், சாதி, பொருளாதாரம், பாலினம், வசிப்பிடம் போன்ற வகைமைகளில் மக்களைத் தொகுத்தால்தான் இடஒதுக்கீட்டை நடைமுறைப்படுத்த முடியும்.

இடஒதுக்கீடு என்னும் அடிப்படையான உரிமை

பள்ளி மற்றும் பணியிடங்களில் சாதிச் சான்றிதழ் கேட்பதன் நோக்கம் சாதியத்தை வளர்ப்பதல்ல. அதன் மூலம் ஒடுக்கப்பட்ட பிரிவினரை அடையாளம் கண்டு அவர்களுக்கான உரிமையைப்

பெற்றுத் தரமுடியும் என்பதுதான் அதன் இலக்கு. இத்தனை பெரிய அரசியல் ஏற்பாட்டை 'சாதியைப் பத்திப் பேசாமல் இருந்தாலே அது ஒழிந்துவிடும்' என்கிற ஒற்றை வாக்கியத்தின் மூலம் புரிதல் இன்மையினாலோ சாதிய மேட்டிமைத்தனத்துடனோ ஒரு சினிமா இயக்குநர் சொல்வாராயின், அவர் உருவாக்கும் திரைப்படங்களின் உள்ளடக்கம் எவ்வாறாக இருக்கும்/இருந்திருக்கும் என்று நாம் புரிந்து கொள்ளலாம்.

திரைப்படங்களின் உள்ளே மட்டுமல்ல; திரைப்படத்துறைக் குள்ளேயும் சாதியம் ஒரு சர்ச்சைக்குள்ளான விஷயமாக இருக்கிறது. ஆரம்ப காலக்கட்டத்தில் முற்பட்ட சாதியினரின் கையில் இருந்து சினிமா பிறகு இடைநிலைச் சாதியினரின் கைகளுக்கு மாறத் துவங்கியது. இதற்கு தமிழக அரசியலில் நடந்த மாற்றங்களும் ஒரு காரணம். பிராமணர், பிராமணரல்லாதவர் என்கிற இரு பெரும் பிரிவில், இடைநிலைச் சாதிகளுக்கு அரசியல் முக்கியத்துவம் கிடைத்ததே ஒழிய, ஒடுக்கப்பட்ட சமூகத்தினரின் நிலைமை அப்படியேதான் இருந்தது. சினிமாக்கதைகளின் உள்ளேயும் சரி, படப்பிடித்தளங்களிலும் சரி, தாழ்த்தப்பட்ட சமூகத்தைச் சேர்ந்த படைப்பாளிகள் ஒருவகையான நவீன தீண்டாமையுடனும் கள்ள மௌனத்தாலும் ஒதுக்கப்பட்டனர். இப்போது அந்தப் பிரிவினரின் அரசியல் முழக்கம் தமிழ் சினிமாவுக்குள் ஒலிக்கத் துவங்கியிருப்பது பலருக்கும் ஒவ்வாமையை ஏற்படுத்தியிருக்கிறது.

சின்னக்கவுண்டர், எஜமான், நாட்டாமை போன்ற திரைப்படங்கள் இடைநிலைச் சாதியினரின் சாதியப் பெருமிதங்களை மிகையான தொனியில் நிலைநிறுத்த முயன்றன. இப்போது தலித் அரசியலைப் பேசும் தமிழ் சினிமாக்கள் உருவாகத் துவங்கியிருப்பதல் அவர்கள் பதற்றமடையத் துவங்கியிருக்கிறார்கள். தமக்குக் கீழேயுள்ள பிரிவுகள் முன்னேறி வருவதை, ஒரு காலத்தில் ஒடுக்கப்பட்டவர் களாக இருந்தவர்கள் விரும்பவில்லை என்பது ஒரு கசப்பான சமூக முரண்.

சினிமாக்களில் மட்டுமல்ல; சினிமாத் துறைக்குள்ளும் இருக்கும் சாதியப் பாரபட்சம்

சாதியக் கட்சிகள் அரசியல் கட்சிகளாக உருமாறி அதிகாரத்தை நோக்கி நகரத் துவங்கிய பிறகு வெறுப்பரசியல் சார்ந்த சாதிய உரையாடல்களும் வன்முறைகளும் உக்கிரமாகப் பெருகத் துவங்கியிருக்கின்றன. எனவே இடைநிலைச் சாதியினரின் பெருமையை நிலைநிறுத்துவதோடு நின்றுவிடாமல், ஒடுக்கப்

பட்ட மக்களின் அரசியலை அவதூறு செய்யும் எதிர் சினிமாக்களும் உருவாகத் துவங்கிவிட்டன. மோகன்.ஜி இயக்கத்தில் வெளியான திரௌபதி (2020), ருத்ர தாண்டவம் (2021) போன்ற திரைப்படங்கள் இந்த வகையில் ஆபத்தான உள்ளடக்கத்தைக் கொண்டிருந்தன. அதே இயக்குநர் இயக்கத்தில் வெளியான 'பகாசூரன்' திரைப்படம் தொடர்பான பத்திரிகையாளர் சந்திப்பில்தான் ஆர்.வி.உதயகுமார் அவ்வாறாகப் பேசியிருக்கிறார் என்பதிலிருந்து இதன் தொடர்ச்சியை ஒருவாறாகப் புரிந்துகொள்ளமுடியும்.

ஆர்.வி.உதயகுமார்களும் கே.எஸ்.ரவிக்குமார்களும் மென்மையாக வும் தன்னிச்சையாகவும் முன்னெடுத்த சினிமாக்களின் போக்கை, மோகன்.ஜிக்கள் உக்கிரமாக நகர்த்திச் செல்ல ஆரம்பித்திருக் கிறார்கள். 'ஜீன்ஸும் கூலிங்கிளாஸும் போட்டு எங்க சமூகத்து பெண்களை ஏமாற்ற முயற்சிக்கிறார்கள்' என்று சாதியக் கட்சித் தலைவர்கள் பரப்புரை செய்யும் வெறுப்புப் பிரசாரத் தொனியை இவர்கள் அப்படியே சினிமாவில் பிரதிபலிக்கிறார்கள்.

'பார்ப்பனர், பார்ப்பனர் அல்லாதோர் என்று மக்களை இருமுனை அடிப்படையில் அடையாளப்படுத்துவது, இங்குள்ள அரசியல் பேச்சாடலின் இயல்பான கூறுகளாக இயல்பாக்கப்பட்டு விட்டதால் அது தாழ்த்தப்பட்ட அடையாளங்கள் வளர்வதற்கு ஒரு பெரிய தடையாகி வருகிறது. இந்தக் காரணத்தால்தான், பார்ப்பனர்கள் அல்லாதோர் அடையாளத்துக்கு எதிராக தலித்துகள் எழுப்பும் விமர்சனம் ஒரு பெரும் முக்கியத்துவத்தை பெறுகிறது. ஒருவகையில் பார்க்கப் போனால், ஒரு காலத்தில் பார்ப்பனிய ஆதிக்கம் எப்படி இருந்ததோ அதற்கு எதிராக வெற்றி பெற்ற பார்ப்பனர் அல்லாதவர்களின் ஆதிக்கம் அதைப்போல் மாறி விட்டது. ஆகையால் இந்த மேலாதிக்கங்களை ஒரு கறாரான விமர்சனத்துக்கு உட்படுத்துவது ஒரு முக்கியமான பிரச்னை' என்று ஒரு கட்டுரையில் எழுதியிருக்கிறார் எம்.எஸ்.எஸ் பாண்டியன். (Brahmin and Non-Brahmin: Genealogies of the Tamil Political Present : 2006).

'விடுதலை' திரைப்படத்தின் பாத்திர வடிவமைப்பில் வெற்றிமாறன் சறுக்கியிருக்கிறாரா?

ஒடுக்கப்பட்ட சமூகத்தின் அரசியலைத் தமிழ் சினிமாவில் உரையாடத் துவங்கிய இயக்குநர்களின் வரிசையில் முக்கியமான ஒருவராக வெற்றிமாறனைச் சொல்லலாம். விசாரணை, வடசென்னை, அசுரன் என்று பல முக்கியமான திரைப்படங்களை

உருவாக்கி வருபவர். அவர் சமீபத்தில் உருவாக்கி வரும் திரைப்படத்தின் பெயர் ‘விடுதலை’. ஒரு போராளிக்குழுவின் தலைவருக்கும் போலீஸ் கான்ஸ்டபிளுக்கும் இடையில் நிகழும் அரசியல் ஊடாடங்களை அடிப்படையாகக் கொண்டது.

‘விடுதலை’ திரைப்படத்தின் இசை வெளியீட்டு விழாவில் இயக்குநர் வெற்றிமாறன் பேசும் போது சொன்ன ஒரு விஷயம் என்னை தனித்துக் கவனிக்க வைத்தது. படத்தில் வரும் ‘தலைமைச் செயலாளர்’ பாத்திரத்துக்கு யாரை நடிக்க வைக்கலாம் என்கிற பேச்சு வந்த போது ஒளிப்பதிவாளரும் இயக்குநருமான ராஜீவ்மேனனை நடிக்க வைக்கலாம் என்று வெற்றிமாறனுக்கு யோசனை வந்திருக்கிறது. ஆனால் ‘மணிரத்னம் அழைத்தே நடிக்க மறுத்தவர், நம் படத்தில் நடிக்க ஒப்புக்கொள்வாரா?’ என்கிற தயக்கமும் கூடவே எழுந்திருக்கிறது. ஆனால் ராஜீவ் மேனனை இதற்காக அணுகிய உடனே நடிக்க அவர் ஒப்புக்கொண்டதில் வெற்றிமாறனுக்கு மகிழ்ச்சி.

இதில் கவனிக்க என்ன இருக்கிறது என்று தோன்றலாம். ஒரு காலத்தில் சமூகத்தின் அனைத்துத் துறைகளிலும் அதிகார மட்டங்களிலும் பிராமணர்களின் ஆதிக்கம் அதிகமிருந்தது. சதவிகித அடிப்படையில் குறைவாக இருந்தாலும் அதிகாரத்தைக் கைப்பற்றிய இடங்களில் அவர்களே முன்னணியில் இருந்தார்கள். இந்தக் காரணத்தில்தான் பிராமணரல்லாதவர் இயக்கம் தமிழ்நாட்டில் முக்கியத்துவம் பெற்றது. நீதிக்கட்சியும் திராவிடக்கட்சிகளும் இது சார்ந்த அரசியல் எதிர்ப்பை முன்வைத்தன.

சினிமா உருவாக்கம் குறித்த பார்வைகளில் கறாரான நோக்கும் அக்கறையும் கொண்டவர் வெற்றிமாறன் என்பது அவருடைய நேர்காணல் உள்ளிட்ட விஷயங்களில் இருந்து ஒருவர் அறிந்து கொள்ள முடியும். ஒரு திரைப்படைப்புக்கு பாத்திரத் தேர்வும் நடிப்பவரின் உருவமும் வடிவமைப்பும் எத்தனை முக்கியமானது என்பதை ஒருமுறை அவர் விளக்கியதை காண முடிந்தது. இளம் இயக்குநர்களுக்கான குறும்படப் போட்டியில், ஒரு குறும்படத்தில் காவலர் வேடத்தில் நடித்தவர் அதற்குரிய சிகையலங்காரத்தைப் பின்பற்றாமல் கல்லூரி மாணவர் போல முடியை நீளமாக வைத்திருந்தார். இதற்காக சம்பந்தப்பட்ட இயக்குநரைக் கடுமையாகக் கடிந்து கொண்டார் வெற்றிமாறன். ‘போலீஸ் வேஷத்துல நடிக்கற ஒருத்தர் அதற்குரிய ஹேர்கட் பண்ணக்கூட தயாரா இல்லைன்னா அவரை ஏன் நடிக்க வைக்கறீங்க?’ என்று

கறாரான கேள்வியை முன்வைத்து இயக்குநரை நெளியவைத்தார்.

நடுவராக இருந்து இன்னொரு படைப்பைக் கறாராக அணுகுபவர், தாம் உருவாக்கும் திரைப்படங்களின் ஒவ்வொரு விஷயத்திலும் முழு சிரத்தையை அளிக்க வேண்டும். வெற்றிமாறன் அந்த உழைப்பைச் செய்யத் தயங்குவதில்லை என்பதை அவருடைய பாத்திரங்களும் வடிவமைப்புகளும் ஏற்கெனவே நிரூபித்திருக்கின்றன.

ஆனால் 'தலைமைச் செயலாளர்' பாத்திரம் என்றவுடன் வெள்ளை நிறமுள்ள ஒரு மனிதரை நடிக்கவைக்கவேண்டும் என்று வெற்றிமாறனின் மனதில் தன்னிச்சையான சிந்தனையை உருவாக்கியது எதுவாக இருக்கும் என்கிற கேள்வி எழுவதை தவிர்க்க முடியவில்லை. இத்தனைக்கும் இதே படத்தில் 'மனுஷனை மேலே கீழேன்னு வெச்சு பிரிக்கறது நாங்களா நீங்களா?' என்று போராளித்தலைவர், காவல்துறை அதிகாரியிடம் கேட்பது போன்ற காட்சியும் வருகிறது.

சிறிய சிறிய முயற்சிகள்தான் பெரிய மாற்றத்தை உருவாக்கும்

'இது தொண்ணூறுகளின் காலகட்டத்தில் நடக்கும் கதை. எனவே அப்போதைய சூழலைப் பிரதிபலிக்கும் பாத்திரம்' என்று பதில் வரக்கூடும். சமகாலத்தில் கூட உயர் அதிகார மட்டத்தில் பிராமண சமூகத்தினர்தானே நிறைந்திருக்கிறார்கள் என்றும் சொல்லக்கூடும் அல்லது அந்த யதார்த்த அரசியலை பிரதிபலிக்கத்தான் அப்படிப்பட்ட தோற்றத்தில் உள்ளவரைத் தேர்வு செய்தோம் என்றும் கூட சொல்லலாம். ஆனால் தனது அரசியல் பார்வையில் தெளிவு கொண்டிருக்கும் ஒருவர் வழக்கமான போக்கில் இணைந்தது ஏன் என்கிற கேள்வி எழுகிறது. ஏன் அந்தப் பாத்திரம் ஒடுக்கப்பட்ட சமூகத்தின் தோற்றத்தைக் கொண்டவரைப் பிரதிபலிக்கவில்லை? பத்தொன்பதாம் நூற்றாண்டிலேயே தாழ்த்தப்பட்ட மக்களுக்காக போராடிய தலைவர்கள் அந்தச் சமூகத்திலிருந்தே உருவாகிவிட்டார்கள் என்பதைக் கவனிக்க வேண்டும்.

சமீபத்திய மலையாளத் திரைப்படங்களைக் கவனித்தால் அவற்றில் சுவாரசியமான, பாத்திர வடிவமைப்புகளை உருவாக்குகிறார்கள். அதில் இயல்பான தோற்றம் கொண்டவர்களை சினிமாத்தனம் பெரிதும் இல்லாமல் நடிக்க வைக்கிறார்கள். Nna Thaan Case Kodu (2022) என்கிற மலையாளத் திரைப்படத்தில் நீதிபதியாக நடித்தவரை

உதாரணம் சொல்லலாம். தமிழில் வெளிவந்த 'கார்கி' திரைப்படத்தில் கூட சுதா என்கிற ஒரு Trans woman-ஐ நீதிபதி பாத்திரத்தில் நடிக்க வைத்தார்கள். அவரும் தன் பங்களிப்பை அருமையாக நிறைவேற்றினார். இவ்வாறுதான் சமூகத்தில் பல மாற்றங்களைச் செய்ய முடியும். இயல்பாக்க முடியும்.

தமிழ் சினிமாவில் தலித் சமூகத்தினரின் சித்திரிப்பு முறையானதாக இல்லை என்பதைப் பற்றி இந்தத் தொடரில் உரையாடிக் கொண்டிருக்கிறோம். இது சிறிய உதாரணம்தான். என்றாலும் வெற்றிமாறன் போன்ற தெளிவான அரசியல் பார்வை கொண்டவர்கள் கூட தேய்வழக்குச் சித்திரிப்புகளில் தன்னிச்சையாக மாட்டிக் கொள்கிறார்களோ என்கிற சந்தேகத்தைச் சுட்டிக் காட்ட வேண்டியிருக்கிறது. அரசியல் சுரணையற்ற இயக்குநர்களும், எதிர் அரசியல் பேசும் இயக்குநர்களும் நிறைந்திருக்கும் சூழலில் வெற்றிமாறன் போன்ற அரிதான படைப்பாளர்கள்தான் இன்னமும் விழிப்பாகவும் கவனமாகவும் இருக்க வேண்டியிருக்கிறது.

இட ஒதுக்கீடு தொடர்பான திரைப்படங்கள்

தமிழைப் போலவே இந்தியாவின் இதர மொழித் திரைப்படங்களிலும் தலித் சமூகத்தின் சித்தரிப்பு பொதுவாக ஒரே மாதிரியான வடிவமைப்பில்தான் இருக்கிறது. நிலப்பிரபுத்துவ சமுதாயப் பின்னணியில் கொத்தடிமை, உழைப்புச் சுரண்டல், பாலியல் வன்கொடுமை போன்ற காரணங்களால் அவதிப்படும் அவர்களின் பரிதாப வாழ்க்கை உருக்கமாகச் சித்தரிக்கப் பட்டிருக்கும். தாங்கள் எதிர்கொள்ளும் கொடுமைகளை மௌனமாக சகித்துக் கொண்டும் தங்களுக்குள் முனகிக்கொண்டும் முற்பட்ட சாதியினரிடம் முறையிட்டுக் கொண்டிருக்கும்படியான உதிரிப் பாத்திரங்களாகவே அவை அமைக்கப்பட்டிருக்கும். ஆதிக்கச் சாதியில் உள்ள ஒரு பிரதான பாத்திரம் மட்டும் இவர்களை கரிசனத்துடன் அணுகுவதாக இருக்கும். சில அரிதான விதிவிலக்கு களைத் தவிர, இப்படிப்பட்ட 'ஸ்டீரியோடைப்' முற்போக்குடன் தான் பெரும்பாலான திரைப்படங்கள் உருவாக்கப்பட்டிருந்தன.

சேரன் இயக்கிய 'பாரதி கண்ணம்மா' திரைப்படத்தில், தான் சார்ந்திருக்கும் கள்ளர் சமூகத்தின் பெருமையைப் பேசும் விஜயகுமார், 'நம்ம சாதிக்காரங்க மட்டுமே இருந்த அந்தக் காலத்துல, நல்லது கெட்டதுக்கு நாலு சாதிக்காரங்க வேணுமின்னு இவங்களையெல்லாம் கூட்டியாந்து, இருக்கறதுக்கு இடமும் பாக்கறதுக்கு வேலையும் கொடுத்து அதைப் பார்த்து ரசிச்சானே.. உன் பாட்டனும் என் பாட்டனும்... அவங்க தேவன்டா..' என்று ஒடுக்கப்பட்ட சமூகத்தினர் குறித்த கருணையுடன் (?!) வசனம் பேசுவார். இது எத்தனை அபத்தமான, ஆபத்தான கருத்தியலைக் கொண்டது என்பதைக் கேட்கும் போதே உணர முடியும். தங்களின்

சொகுசான வாழ்க்கைகாக வீட்டு உபகரணங்களை வாங்கிப் பராமரிக்கும் ஒருவரின் நோக்கம், அவை தொடர்ந்து உழைக்க வேண்டும் என்பதற்காகத்தான் இருக்குமே ஒழிய, அதன் மீதுள்ள பாசமாகவா இருக்க முடியும்?

காந்திய சினிமா VS அம்பேத்கரிய சினிமா

'பாரதி கண்ணம்மா' படத்தின் ஹீரோவான பார்த்திபன், ஒடுக்கப்பட்ட சமூகத்தைச் சார்ந்தவராக இருந்தாலும் ஒரு அடிமையின் மனநிலையில் தன்னுடைய முதலாளியை உயர்வாகவே கருதுவார். 'நம்ம சனங்க கஷ்டப்படும்போது சோறு போடறது அவங்கதானே?' என்பார். தனக்கு ஏற்படும் கோபத்தை மௌனமாக விழுங்குவார். 'அவங்க ஒண்ணும் சும்மா தரலை. நம்மளோட உழைப்பை உறிஞ்சிக்கிட்டுதான் கொஞ்சமா தூக்கிப் போடறாங்க' என்று சற்று விழிப்புணர்வோடு பேசும் 'மாயன்' என்கிற பாத்திரம் வெறும் உதிரியாகவே வந்து போகும்.

ஒடுக்கப்பட்ட சமூகத்தினரை 'ஹரிஜன்' என்கிற பெயரில் அரவணைத்துக்கொள்ள முயன்றார் காந்தி. அவர்கள் தங்களின் உரிமைகளுக்காகப் போராடிய நேரங்களிலும் மதமாற்றங்கள் நிகழ்ந்தபோதிலும் இந்து மதத்தின் பெரும்பான்மை பலத்தில் பிரிவினை நிகழ்ந்துவிடக்கூடாது என்பதற்காக அவர் செய்த தந்திரம் என்று விமர்சிக்கப்பட்டது. 'ஹரிஜன்' என்கிற அடையாளம் எங்களை அவமதிப்பதாக இருக்கிறது' என்று தலித்கள் எதிர்ப்பு தெரிவித்தார்கள்.

'நான் ஓர் இந்துவாக சாகமாட்டேன்' என்று முழங்கிய அம்பேத்கர், ஆயிரக்கணக்கான பட்டியல் இன மக்களோடு புத்த மதத்தைத் தழுவினார். 'அதிகாரத்தில் இருப்பவர்களிடம் விண்ணப்பங்களை அளிப்பதின் மூலம் ஒருபோதும் இழந்த உரிமைகளைப் பெற முடியாது. சமரசமற்ற போராட்டங்கள் மூலம் அது முடியும்' என்பது அவரின் புகழ்பெற்ற மேற்கோள்களில் ஒன்று.

'தமிழ்... தமிழ்ன்றாங்க... ஆனா சாதின்னா மட்டும் கத்தியைத் தூக்கிட்டு வந்துடறாங்க' என்பது பா.இரஞ்சித் இயக்கிய மெட்ராஸ் திரைப்படத்தில் வரும் வசனம். ஒரு மதத்தை, மொழி அடையாளத்தை அதன் பெருமிதத்தோடு கட்டிக் காக்க முயற்சி செய்யும் அதே வேளையில் அதனுள் இருக்கும் உள்முரண்களும் கறாராக விமர்சிக்கப்பட்டாக வேண்டும். அந்தப் பிரச்னைகள் களையப்பட்டாக வேண்டும். ஒரு மனிதன் தனக்குள் இருக்கும்

நோய்களை மறைத்துக்கொண்டு புற ஒப்பனையின் மூலம் சரி செய்ய முயற்சி செய்வது நிரந்தரமான தீர்வாகாது. தலித் சமூகத்தைச் சித்தரிப்பதாக சொல்லப்பட்ட திரைப்படங்களும் இந்த வகையில் பெரும்பாலும் 'காந்திய' வழியிலான சினிமாக்களாகவே இருந்தன. 'நம்மள நம்பியிருக்கறவங்களை நாமதானே காப்பாத்தணும்' என்கிற கருணையைப் பெருந்தன்மையுடன் அளிப்பதாக இருந்தன. மாறாக ஒடுக்கப்பட்ட மக்களே ஒன்று திரண்டு போராடுவது, அவர்களுக்கு விழிப்புணர்வு ஊட்டும் சக்தி அதற்குள் இருந்தே உருவாவது போன்ற சித்தரிப்புகள் அரிதாகத்தான் இருந்தன.

இடஒதுக்கீடு தொடர்பான திரைப்படங்கள்

ஒடுக்கப்பட்ட சமூகத்தின் அரசியல் மற்றும் சமூகப் பிரச்னைகளை மேம்போக்காகவோ, தட்டையாகவே உருவாக்கும் போக்கிலிருந்து விலகி அவற்றைக் கூர்மையுடன் மையப்படுத்தி எடுக்கப்பட்ட திரைப்படங்களும் இருந்தன. குறிப்பாக தொண்ணூறுகளில் இந்தப் போக்கு பரவலாக நிகழ்ந்தது.

பிற்படுத்தப்பட்ட சமூகத்தின் உரிமைப் போராட்டத்தில் இடஒதுக்கீடு என்கிற அம்சம் முக்கியமானது. பழங்குடிகள் மற்றும் பட்டியல் இனத்தவரைத் தவிர இதர பிற்படுத்தப்பட்ட சமூகங்களில் கல்வி, பொருளாதாரம், சமூகம் போன்றவற்றில் பின்தங்கியிருந்தவர்களைக் கண்டறிவதற்காக அமைக்கப்பட்ட 'மண்டல் ஆணைக்குழு', 'இந்திய மக்கள் தொகையில் 52% உள்ள பிற்படுத்தப் பட்ட சமூகங்களைச் சேர்ந்த மக்களுக்கு மத்திய அரசு பணிகளில் 27% இடஒதுக்கீடு வழங்க வேண்டும்' என்று தந்த பரிந்துரையை 1990-ம் ஆண்டு வி.பி.சிங் அரசு ஏற்றுக்கொண்டது. இதனால் வட இந்தியா முழுவதும் போராட்டங்களும் கலவரங்களும் வெடித்தன. 1993-ம் ஆண்டு உச்சநீதிமன்றம் இந்தப் பரிந்துரையைத் தங்களின் தீர்ப்பில் உறுதி செய்த பிறகு அமலுக்கு வந்தது.

சமூக அரசியலில் நடந்த இத்தனை முக்கியமான 'இடஒதுக்கீட்டு' பிரச்னையை மையப்படுத்திய திரைப்படங்கள் மிகக் குறைவு. இந்த வரிசையில் 2011-ல் வெளியான "Aarakshan' என்கிற இந்தித் திரைப்படத்தைக் குறிப்பிடலாம். அமிதாப்பச்சன், சைஃப் அலி கான், தீபிகா படுகோன், மனோஜ் பாஜ்பயி உள்ளிட்டோர் நடித்த இந்தத் திரைப்படம், வெகுசன வடிவத்தையும் நாடகீயத் தன்மையையும் கொண்டிருந்தாலும் படம் முழுவதும் இடஒதுக்கீடு தொடர்பான உரையாடல்களும் காட்சிகளும் இருந்தன. படத்தின் ஒட்டுமொத்த மையம் அதனையொட்டியே இருந்தது.

சமூக அரசியலைப் பேசும் திரைப்படங்கள் எதிர்கொள்ளும் சர்ச்சைகள்

'ஆரக்ஷன்' திரைப்படத்தை இயக்கியவர் பிரகாஷ் ஜா. இவர் உருவாக்கிய பல திரைப்படங்களும் ஆவணப்படங்களும் சமூக அரசியல் பிரச்சினைகளை மையப்படுத்தியதாக இருந்தன. 1984-ல் வெளியான 'Damul' என்கிற திரைப்படம், பீகாரில் ஒடுக்கப்பட்ட சமூக மக்களின் மீது நிகழ்த்தப்பட்ட உழைப்புச் சுரண்டலை மையமாகக் கொண்டிருந்தது.

'ஆரக்ஷன்' திரைப்படம், பிற்படுத்தப்பட்ட மக்களுக்கு அளிக்கப்பட்ட இடஒதுக்கீடு சமூகத்தில் என்ன மாதிரியான எதிர்வினைகளை ஏற்படுத்தியது என்பதைக் காட்சிகளாகவும் வசனங்களாகவும் கொண்டிருந்தது. இதன் மையம் ஒடுக்கப்பட்ட பிரிவினருக்கு ஆதரவாக இருந்தாலும் எதிர் தரப்பின் குரல்களையும் சமநிலையுடன் கூடவே பதிவு செய்திருந்தது. இதனாலேயே இந்தத் திரைப்படம் சர்ச்சைகளையும் சந்தித்தது. சட்டம் ஒழுங்கு பிரச்னையைக் காரணம் காட்டி, உத்தரப்பிரதேசம், பஞ்சாப், ஆந்திரா போன்ற இடங்களில் படம் வெளியாவதற்கு தடை விதிக்கப்பட்டது. பின்தங்கிய சமூகத்தைச் சேர்ந்தவராக ராஜகுடும்பத்தைச் சேர்ந்த சைஃப் அலி கானை நடிக்க வைப்பது எங்களை அவமானப்படுத்துகிறது' என்று கான்பூரைச் சேர்ந்த ஒரு தலித் அமைப்பு எதிர்ப்பு தெரிவித்தது. சர்ச்சைக்குரிய சில பகுதிகளை அகற்ற இயக்குநர் ஒப்புக் கொண்ட பின்னர் தடை செய்யப்பட்டிருந்த இடங்களில் பிரச்னை நீங்கியது.

இடஒதுக்கீட்டைப் பேசிய படம் 'ஆரக்ஷன்'

தனது உயர்கல்வியை சிறப்பான தேர்ச்சியோடு முடிக்கும் தீபக் குமார் (சைஃப் அலி கான்), தனது குடும்பத்தின் பொருளாதாரச் சுமைக்காக ஒரு கல்லூரிப் பணிக்காக நேர்காணலுக்குச் செல்கிறான். ஆனால் அங்கு அவனுடைய வர்க்கநிலை, சாதி போன்றவை மறைமுகமாக விசாரிக்கப்பட்டு பணிவாய்ப்பு மறுக்கப்படுவதால் கோபமாக வெளியேறுகிறான். அவனுக்கு கல்வி கற்பித்த பிரபாகர் ஆனந்த் (அமிதாப்பச்சன்) ஒரு நல்லாசிரியர். சாதியப் பாரபட்சம் பார்க்காமல் அனைத்துப் பிரிவு மாணவர்களுக்கும் கல்வி கற்பிப்பது ஒன்றே தனது கடமை என்று கருதுபவர். தான் முதல்வராக இருக்கும் கல்லூரியில் தீபக் குமாருக்கு வேலை வாங்கித் தருகிறார்.

இதர பிற்படுத்தப்பட்ட சமூகங்களுக்கான இடஒதுக்கீட்டை உச்சநீதிமன்றம் உறுதி செய்கிறது. அந்தச் சமூகங்களைச் சேர்ந்த மாணவர்கள் இதை வெற்றியாகக் கொண்டாடுகிறார்கள். முற்பட்ட மாணவர்கள் இதை எதிர்ப்பதால் கல்லூரி வளாகம் கலவர பூமியாக மாறுகிறது. மாணவர்களின் ஒழுக்கத்தையே பிரதானமாகக் கருதும் முதல்வர், தீபக்கைக் கண்டிக்கிறார். 'இடஒதுக்கீடு தொடர்பாக உங்களின் நிலைப்பாடு என்ன?. அதைச் சொல்லுங்கள் முதலில்' என்றொரு கறாரான கேள்வியை முன்வைக்கிறான் தீபக். தன்னை சாதியவாதியாக அவன் முத்திரை குத்த முயல்வதைக் கண்டு மனம் கொதிப்படையும் பிரபாகர், தீபக்கை வெளியேறச் சொல்கிறார்.

ஒரு பத்திரிகையாளரின் நேர்காணலில், இடஒதுக்கீடு பற்றிய கேள்வி ஒன்றுக்குத் தன் மனதில் பட்டதை நேர்மையாகப் பதிவு செய்கிறார் பிரபாகர். அவர் பணிபுரியும் தனியார் கல்லூரி நிர்வாகம், இடஒதுக்கீட்டுக்கு ஆதரவாக அவர் சொன்ன கருத்தைத் திரும்பப் பெறுமாறு நெருக்கடி தருகிறது. பிரபாகர் அதற்கு மறுத்து விடுகிறார். அவருக்கு எதிரான சக்திகள் செய்யும் சதிவேலைகள் காரணமாக, முதல்வர் பதவியில் இருந்து விலகுகிறார். நண்பரின் குடும்பம் செய்யும் துரோகம் காரணமாக தன்னுடைய வீட்டையும் அவர் இழக்க நேர்கிறது. அவருக்கு எதிராக இயங்கும் துணை முதல்வர், கல்வியை வணிகமாக்கும் நோக்கத்துடன், பிரபாகரின் வீட்டை லாபம் கொழிக்கும் கல்வி நிலையமாக மாற்றுகிறார்.

'அனைத்து வகை பிரிவினருக்கும் அரசாங்கமே இலவசமாக கல்வி அளிக்க வேண்டும்' என்கிற கொள்கையை உடைய பிரபாகர், தான் இழந்த வீட்டுக்கு எதிரேயுள்ள ஒரு மாட்டுப் பண்ணையில் மாணவர்களுக்கு இலவசமாக கல்வி கற்பிக்கத் துவங்குகிறார். மாணவர்களிடையே அவருடைய செல்வாக்கு கூடுகிறது. கோபித்துக்கொண்டு சென்ற தீபக் குமாரும் மன்னிப்பு கேட்டு அவருக்கு உதவி செய்கிறான். இதனால் தனியார் கல்வி நிலையம் தனது செல்வாக்கை இழக்கிறது. இறுதியில் இலவசக் கல்வியை அளிக்கும் ஒரு கல்லூரியின் முதல்வராக ஆனந்த் பிரபாகர் நியமிக்கப்படும் காட்சியுடன் படம் நிறைகிறது.

கருத்தியல் ரீதியாக படத்தில் சில குழப்பங்கள் இருந்தாலும் படத்தின் மையம் வசனங்களின் மூலமும் காட்சிகளின் மூலமும் வலுவாகக் கடத்தப்பட்டிருக்கிறது. 'ஏன் இப்படி கோபப்படறே?' என்று நாயகி கேட்கும் போது 'இது ஆயிரம் வருட வரலாறு. நான் யாருன்னு இவங்க தொடர்ந்து எனக்கு நினைவுப்படுத்திக்கிட்டே இருக்காங்க' என்கிறான் தீபக். தனது நண்பனுடன் உணவைப்

பாதியாகப் பங்கிட முயற்சி செய்யும் போது, 'முழுசையும் நீயே வெச்சுக்கோ' என்று முற்பட்ட வகுப்பைச் சேர்ந்த நண்பன் எரிந்து விழுகிறான். அது இடஒதுக்கீட்டு சதவீதம் தொடர்பான கோபம் என்பதைத் தனியே சொல்லத் தேவையில்லை.

முற்பட்ட சமூகத்தைச் சேர்ந்த உதவிப் பேராசிரியர் 'ஏற்கெனவே எஸ்.சி, எஸ்.டி ரிசர்வேஷன் எங்களுக்குப் பிரச்னையா இருக்கு. இதுல இப்ப உங்களை வேற ஏத்துக்கணுமா?' என்று ஓபிசி இடஒதுக்கீடு குறித்து எரிச்சலாகக் கேட்கிறார். 'நீங்களும் படிச்சு மெரிட்ல வாங்கடா' என்று ஆத்திரப்படும் நண்பனிடம் 'சரி.. ஆனா போட்டி சமமா இருக்கணும்.. உங்க அப்பாவை வந்து எங்க சேரில வாழச் சொல்லு.. உங்க சொகுசு வசதிகளையெல்லாம் தூக்கிப் போட்டுட்டு எங்களை மாதிரி வாழ ஆரம்பியுங்க.. அப்புறம் போட்டி போடலாம்' என்று ஹீரோ கொதிப்புடன் சொல்லும் பதில் யதார்த்தமாக இருக்கிறது. ஹீரோவின் சாகசத்தின் மூலம் அல்லாமல் மாணவர்களே ஒன்று திரண்டு போராடும் கிளைமாக்ஸ் காட்சி ஆறுதலை அளிக்கிறது.

இடஒதுக்கீட்டைப் பற்றி வெளிப்படையாகவும் நேர்மையாகவும் உரையாடிய தமிழ்த் திரைப்படங்கள் ஒன்றாவது இருக்குமா என்று யோசித்துப் பார்க்கிறேன். ஜீரோ சதவீதம்தான் அதற்குப் பதிலாக இருக்கும் போலிருக்கிறது.

கல்வி நிலையங்களில் சாதியம்

இடஒதுக்கீடு என்பது சலுகையல்ல; அது பிரதிநிதித்துவ உரிமை. இடஒதுக்கீட்டுக்குப் பின் நீண்ட போராட்ட வரலாறு உள்ளது. பல்லாண்டுகளாக சமூகத்தில் ஒடுக்கப்பட்டிருந்த வகுப்பினருக்கு, கல்வி நிலையம் மற்றும் பணியிடங்களில் குறிப்பிட்ட சதவிகித இடங்கள் ஒதுக்கப்படுகின்றன. இதன் மூலம்தான் சமூகத்தில் சமத்துவம் மலர்வதற்கான வழி கிடைக்கும் என்பதுதான் அதன் நோக்கம். ஆனால் இடஒதுக்கீட்டின் வரலாறு தொடங்கி நூறாண்டு களுக்குப் பின்னரும் கூட சாதிய உக்கிரத்தின் கொடுமைகள் தணியவில்லை. அது நேரடியாகவும் மறைமுகமாகவும் வெளிப்பட்டுக்கொண்டுதான் இருக்கிறது.

இத்தனை அரும்பாடுபட்டுப் பெற்ற இடஒதுக்கீட்டின் பலனை, ஒடுக்கப்பட்ட சமூகத்தினர் நடைமுறையில் நிம்மதியாகப் பெறமுடிகிறதா? இல்லை. கல்விநிலையம், பணியிடம், சமூகம் என்று சாதியம் என்னும் நாகம் அவர்களைத் தொடர்ந்து துரத்திக்கொண்டே வருகிறது. சமூகநீதி என்பதின் அடிப்படையைப் புரிந்து கொள்ளாமல், 'நீ கோட்டாவின் வழியே உள்ளே நுழைந்தவன்தானே?' என்கிற அவமதிப்புடன் கூடிய கேள்விகளின் மூலம் சாதியத்தை அவர்களுக்கு நினைவுப்படுத்திக்கொண்டே இருக்கிறது. தங்களின் வாய்ப்பு குறைந்து போகிறதே என எரிச்சல் கொள்கிறது.

உயர்கல்வி நிலையங்களில் மாணவர்கள் 'திடீர்' என தற்கொலை செய்துகொள்ளும் செய்திகளை நாளிதழ்களில் அடிக்கடி வாசித்திருப்போம். தேர்வுக்கான மனஅழுத்தம், தீராத வயிற்றுவலி

என்பது போன்ற காரணங்கள் 'புலன் விசாரணையின்' மூலமாக வெளியாகியிருக்கும். ஆனால் அவற்றில் பல மரணங்கள் 'திடீர்' என நிகழ்வதில்லை. அவை 'தற்கொலை'யும் அல்ல. மாறாக தினம் தினம் சாதிய அவமதிப்புகளை எதிர்கொள்ளும் உளைச்சல் தாங்காமல், ஒடுக்கப்பட்ட சமூகத்தைச் சேர்ந்த மாணவர்கள் மரணத்தை நோக்கித் தள்ளப்படும் அவலம் அது. முற்பட்ட சாதிகளைச் சேர்ந்த மாணவர்களால் செய்யப்படும் 'கொலை' என்று கூடச் சொல்லிவிடலாம்.

கல்வி நிலையங்களில் தாண்டவமாடும் சாதியம்

சஞ்சீவ் ஜைஸ்வால் இயக்கிய Quota - The Reservation (2022) என்கிற இந்தித் திரைப்படம், இத்தகைய அவலத்தை அழுத்தமாக உணத்தும்ம் வகையில் உருவாக்கப்பட்டுள்ளது. Saurabh Rawat மருத்துவராகும் லட்சியத்துடன் இருப்பவன். படிப்பில் ஆர்வமுள்ளவனும் கூட. ஒடுக்கப்பட்ட சமூகத்தைச் சேர்ந்தவன் என்பதால் இடஒதுக்கீட்டின் மூலம் ஒரு பிரபலமான மருத்துவக் கல்லூரியில் இடம் கிடைக்கிறது. ஆரம்ப நாளில் நிகழும் ஒரு சிறிய சம்பவம், செளரப்பின் மருத்துவக் கனவைச் சிதைக்கப்போகிறது என்பதை அப்போது அவன் அறிந்திருக்கமாட்டான்.

'ஏற்கெனவே நீட் தேர்வு நம்மள சாகடிக்குது. இதுல இந்த கோட்டால வந்த பசங்களால வேற நம்மளோட வாய்ப்பு இன்னமும் குறையுது' என்று முற்பட்ட வகுப்பைச் சேர்ந்த சீனியர் மாணவர்கள் எரிச்சல் கொள்கிறார்கள். அதில் பங்கஜ் சுக்லா என்கிற மாணவன் சிகரெட்டை செளரப்பின் வாயில் திணித்து 'புகைடா' என்று கட்டாயப்படுத்துகிறான். 'எனக்கு பழக்கமில்லை' என்று செளரப் மறுத்தும் உபயோகமில்லை. தன்னுடைய சாதிய வன்மத்தை 'ராகிங்' மூலம் சீனியர் மாணவன் வெளிப்படுத்து கிறான். 'என்னை விடுங்க.. ப்ளீஸ்' என்று அங்கிருந்து விலகிச் செல்லும் செளரப்பின் மீது அந்த மாணவர்கள் ஆத்திரம் கொள்கிறார்கள்.

உயிர்ப்பலி கேட்டுத் துரத்தும் சாதியம்

'ஒரு கீழ்ச்சாதிக்கார மாணவன் என்னை எதிர்ப்பதா?' என்று ஆத்திரமடையும் பங்கஜ், அன்றிரவு செளரப்பின் அறைக்குச் சென்று அவனுடைய தலையில் மது பாட்டிலால் தாக்கி எச்சரித்து விட்டுச் செல்கிறான். தன் மீது எந்தத் தவறும் இல்லாத நிலையில், தான் தாக்கப்பட்டதை எண்ணி அதிர்ச்சியடையும் செளரப், நண்பர்களின் ஆலோசனைப்படி இதைப் பற்றி கல்லூரி

நிர்வாகத்திடம் புகார் தெரிவிக்கிறான். 'இதெல்லாம் இங்க சகஜம்ப்பா... அவங்களை எதிர்க்க முடியாது. பேசாம விட்டுடு' என்கிற அறிவுரைதான் கிடைக்கிறது.

துறைத் தலைவரான அருண் திரிவேதியிடம் புகார் தெரிவிக்கச் செல்வதிலும் பயனில்லை. சாதிய வெறி பிடித்த அருண் திரிவேதி, புகாரை ஏற்க மறுத்ததோடு மட்டுமல்லாமல் சௌரப்பை அவமானப்படுத்தி 'உன்னை மாதிரி ஆளுங்க முகத்துலயே விழிக்க எனக்கு விருப்பமில்ல. வெளியே போ' என்று துரத்தியனுப்புகிறார்.

ஆனால் கல்லூரி டீன் ரொம்ப நல்லவர். இதே விஷயத்தை நைச்சியமான சொற்களில் சொல்கிறார். 'ஏற்கெனவே ரிசர்வேஷன் விஷயத்துல அவங்க ரொம்பவும் காண்டா இருக்காங்க.. ஏம்ப்பா இந்த சின்ன விஷயத்தைக் கிளர்றே?' என்று கை கழுவி விடுகிறார்.

தலித் அமைப்பைச் சேர்ந்த ராஜசேகர் என்பவர் சௌரப்புக்கு ஆதரவாக உடன் நிற்கிறார். கல்லூரி நிர்வாகத்திடம் அவர் வந்து பேசினாலும் கூட எவ்வித பயனுமில்லை. சௌரப் மட்டுமல்ல; ஏனைய ஒடுக்கப்பட்ட வகுப்பு மாணவர்களுக்கும் இதே மாதிரியான அவமதிப்பு தினம் தினம் நடக்கிறது. தனது மீடியா துறை நண்பரிடம் சொல்லி இதை விவாதப் பொருளாக மாற்ற முயற்சி செய்கிறார் ராஜசேகர். அது முடியாமல் போகிறது. ஆம், மீடியாவின் அதிகாரத்தில் உள்ளவர்களும் முற்பட்ட வகுப்பைச் சேர்ந்தவர்கள்.

'ரோஹித் வெமுலாக்கள் வெளிப்படுத்தும் அரசியல் செய்தி'

இப்படிப்பட்ட சூழலில் சௌரப்புக்கு மேலும் ஓர் அநீதி நிகழ்கிறது. படிப்பில் சிறந்து விளங்கும் சௌரப், முதல் வருட தேர்வில் தோற்றுப் போகிறான். சாதிய வெறி பிடித்த பேராசிரியரால் தோற்கடிக்கப்படுகிறான் என்பதுதான் அதன் பின்னுள்ள உண்மை. தனது மருத்துவர் கனவும் லட்சியமும் சிதைந்து போவதை சௌரப்பால் ஜீரணிக்கவே முடியவில்லை. மீண்டும் துறைத்தலைவரிடம் சென்று அழுது கெஞ்சுகிறான். 'உங்க மாதிரி ஆளுங்க.. ஏன் படிக்க வர்றீங்க. உங்களாலதான் கல்லூரியோட பேரு கெட்டுப் போகுது' என்று சௌரப்பை மீண்டும் அவமதிக்கிறார் அந்தப் பேராசிரியர்.

'சௌரப் தேர்வில் தோற்றுப் போக வாய்ப்பேயில்லை. விடைத்தாள் மீண்டும் திருத்தப்பட்டால் உண்மை தெரிந்துவிடும்' என்று சக மாணவர்கள் சொல்கிறார்கள். தலித் அமைப்பைச் சேர்ந்த

ராஜசேகரும் இது தொடர்பாக விடாமல் போராடுகிறார். ஒருபக்கம் மனது உடைந்தாலும் சௌரப்பும் தொடர்ந்து போராடுகிறான். ஆனால் அவனுக்கான நீதி மட்டும் கிடைப்பதில்லை. நெருக்கடியின் உச்சத்தில் தன்னையே போராட்டத்தின் விதையாக மாற்றிக்கொண்டு உயிர்தியாகம் செய்கிறான் சௌரப். 'இனியும் இன்னொரு மாணவனுக்கு இது போன்ற அநீதி நடக்கக்கூடாது' என்பதே தன்னுடைய மரணத்தின் மூலம் அவன் விடுக்கும் அரசியல் செய்தி.

முற்பட்ட சாதியைச் சேர்ந்த மாணவர்கள், ஆசிரியர்கள் மற்றும் நிர்வாகத்தின் கள்ள மௌனங்களால் நிகழும் சாதியக் கொடுமைகள் காரணமாக தற்கொலை செய்து கொண்ட மாணவர்களின் பெயர் பட்டியல் இறுதி டைட்டில் கார்டில் வரிசையாக வருகிறது அவர்களுக்கு அஞ்சலி தெரிவிக்கும்விதமாக இந்தப் பட்டியல் காட்டப்படுகிறது.. ரோஹித் வெமுலா, பாயல் தாத்வி முதற்கொண்டு தேசமெங்கும் பல உயிர்கள் பலியான விவரம் மாநில வாரியிலான வரிசையில் வருகிறது. தமிழ்நாட்டிலிருந்து அனிதா, அபிநாத் ஆகிய பெயர்களும் பட்டியலில் வருகின்றன.

இடஒதுக்கீட்டால் முன்னேறியவர்கள், நிறம் மாறும் அவலம்

இந்தத் திரைப்படம் தனது மையத்திலிருந்து எங்கும் விலகுவதில்லை. நிகழ்ந்த அநீதியின் பல்வேறு பரிமாணங்கள் காட்சிகளாகவும் வசனங்களாவும் படம் முழுவதும் நீண்டு கொண்டேயிருக்கின்றன.

'யாரை வேணா கேட்டுப்பாரு. தன்னோட கல்லூரிக் காலத்தைத்தான் மறக்க முடியாத இனிமையான அனுபவமாக எல்லோரும் சொல்வாங்க. ஆனா தலித் மாணவர்களுக்கு மட்டும் அது கிடையாது' என்று கசப்புணர்ச்சியுடன் தன் தோழியிடம் சொல்கிறான் சௌரப்.

தலித் அமைப்பின் தலைவரான ராஜசேகர், இடஒதுக்கீட்டின் மூலம் படித்து முன்னேறிய ஒரு ஐ.ஏ.எஸ். அதிகாரியிடம் இந்தப் பிரச்னையைக் கொண்டு செல்கிறார். அவரோ, 'இந்த மாதிரி புகார்கள் நிறைய வருது... பார்க்கலாம்,' என்று பிடிகொடுக்காமல் பேசி அனுப்புகிறார். வெளியே வரும் ராஜசேகர், அந்தச் சமயத்தில் சௌரப்பிடம் சொல்லும் வசனம் முக்கியமானது. 'ஒடுக்கப் பட்டவங்க முன்னேறி அதிகாரமும் செல்வாக்கும் வந்த பிறகு தன்னையும் ஒரு பிராமணரா நெனச்சுக்கறாங்க. இது பெரிய பிரச்னையா இருக்குது'.

இப்படியாகப் படம் தலித்களின் மீதான விமர்சனமாகவும் அமைகிறது.

தன்னுடைய மருத்துவக் கனவு, கண் எதிரேயே பறிபோவதைக் கண்டு மனம் துடிக்கும் சௌரப்பை, ஒரு தலித் எம்.பி.யிடம் அழைத்துச் செல்கிறார் ராஜசேகர். 'ஏதாச்சும் செய்யணுங்க' என்று அவர் வேண்டுகோள் வைக்க 'நாம மட்டும் இப்ப ஃபவர்ல இருந்தா நடக்கறதே வேற.. பார்ப்போம் தம்பி..' என்று அவரும் கை கழுவுவது போல் பேச 'நீங்க அதிகாரத்துக்கு வரதுக்குள்ள என்னை மாதிரி நிறைய மாணவர்கள் அவதிப்பட்டுக்கிட்டே இருக்கணுமா? அதுக்காகவா உங்களுக்கு வாக்களிச்சோம். ஏதாச்சும் பண்ணுங்க ப்ளீஸ்' என்று அழுகையும் கோபமுமாக வெடிக்கிறான் சௌரப்.

ஒருபக்கம் சாதியம் தருகிற நெருக்கடி, இன்னொரு பக்கம் தட்டின பக்கமெல்லாம் பாவனையுடன் மூடிக் கொள்கிற கதவுகள், இதற்கு இடையில் நசுங்கித் தவிக்கும் தன் மருத்துவர் கனவு என்று உளைச்சலின் உச்சத்தில் தன் உடலையே போராட்டத்துக்கான விதையாக இடுகிறான் சௌரப். அதன் அறுவடையை எதிர்காலம் பயிர் செய்து கொள்ளட்டும் என்பது அவனது நோக்கம்.

'தற்கொலைதான் இதற்கு தீர்வு' என்பது சௌரப்பின் செய்தியல்ல. அவனது மரணம் தேசிய மீடியாவில் எதிரொலிக்கிறது. செய்தி விவாத அறைகள் சூடாகின்றன. தவறிழைத்த பேராசிரியர் கைது செய்யப்படுகிறார். தேர்வுத்தாள் மீண்டும் திருத்தப்படும் போது சௌரப் தோற்கவில்லை; சாதிய வன்மம் காரணமாக வேண்டுமென்றே தோற்கடிக்கப்பட்டிருக்கிறான் என்கிற உண்மை வெளிச்சத்துக்கு வருகிறது.

சாதியம் என்பது அழுத்தப்பட்ட சமூக மனிதர்களின் குருதியை பல நூற்றாண்டுகளாக ருசித்தபடியே இருக்கிறது. நீண்ட காலமாக தொடர்கிற இந்தத் துயரம் என்று ஓயும் என்கிற கேள்வியை அழுத்தமாக கேட்டபடி நிறைவுறுகிறது இந்தத் திரைப்படம்.

திரைப்படங்கள்

திரைப்படம் 1

அசூத் கன்யா

கலையின் நோக்கம் என்பது வெறும் பொழுதுபோக்காக மட்டும் இருக்கக்கூடாது. அது மனித மனதைப் பண்படுத்துவதாகவும் அமைந்திருக்க வேண்டும். அவ்வாறு பல்வேறு வகையான பண்படுத்தல்களின் மூலம்தான் மானுட குலம் இன்றைய நாகரிக வெளிக்குப் படிப்படியாக வந்து சேர்ந்திருக்கிறது. இன்னமும் கூட, கடக்க வேண்டிய தூரம் நிறைய இருக்கிறது. நூற்றாண்டுகளைக் கடந்தும் இன்றும் சமூகம் எதிர்கொள்ளும் அவலங்களுள் ஒன்று சாதியம். கண்ணுக்குத் தெரியாத கற்பிதங்களையொட்டி ஒரு மனிதனை உயர்வாகவும் இன்னொரு மனிதனைத் தாழ்வாகவும் பார்க்கும் கொடுமை இன்னமும் நம் சமூகத்தில் நீடிக்கிறது.

இந்தி மொழியின் 'முதல் தலித் சினிமா'

தீண்டாமை என்னும் சமூக அவலத்தைப் பற்றி ஆரம்பகட்டத்தி லிருந்தே இந்தியத் திரைப்படங்கள் பேசியிருக்கின்றன. இந்த நோக்கில் சாதியத்தைப் பற்றி முதலில் பேசிய இந்தித் திரைப்படம் 'அசூத் கன்யா' (Achhut Kannya). 'தீண்டத்தகாத பெண்' என்று பொருள்படும் தலைப்பைக் கொண்ட இந்தப் படம் 1936-ல் வெளிவந்தது. அதாவது இந்திய சினிமா பேச ஆரம்பித்த ஐந்தே வருடங்களில் வெளிவந்த இந்தத் திரைப்படம், உருவாக்கத்திலும் உள்ளடக்கத்திலும் சிறப்பான நேர்த்தியைக் கொண்டிருப்பதைக் காண ஆச்சரியமாக இருக்கிறது.

முற்பட்ட சாதியைச் சேர்ந்த ஓர் இளைஞனுக்கும் ஒடுக்கப்பட்ட சாதியைச் சேர்ந்த ஓர் இளம்பெண்ணுக்கும் இடையில் இளம் வயதிலிருந்தே உருவாகும் நட்பு, பிறகு மலரும் காதல், சாதிய வேற்றுமை காரணமாக ஏற்படும் பிரிவு, பிறகு நிகழும் தியாகம் போன்ற விஷயங்களை மையமாகக் கொண்டு இந்தத் திரைப்படம் இயங்குகிறது. இந்திய சினிமாவின் துவக்க காலத்தைக் கட்டமைத்த இயக்குநர்களுள் ஒருவரான ஃபிரான்ஸ் ஆஸ்டன் இந்தப் படத்தை இயக்கியுள்ளார். இந்தி சினிமாவின் சூப்பர் ஸ்டார் நாயகிகளுள் ஒருவரான தேவிகா ராணி, 'கஸ்தூரி' என்கிற ஒடுக்கப்பட்ட வகுப்பைச் சேர்ந்த இளம் பெண்ணாக நடித்துள்ளார். அவருக்கு இணையாக, பல படங்களில் நடித்த அசோக்குமாருக்கு இது மூன்றாவது திரைப்படம். பாம்பே டாக்கீஸ் தயாரித்த வெற்றிப்படங்களுள் இதுவும் ஒன்று.

1900-களின் இந்தியக் கிராமம். பிராமண சாதியைச் சேர்ந்த மோகன், சாதியப் பாரபட்சம் பார்க்காமல் பிறருக்கு உதவும் நல்ல குணத்தைக் கொண்டவராக இருக்கிறார். பாம்பு கடித்து உயிர் போகும் தறுவாயில் உள்ள அவரை, துக்கியா என்கிற தாழ்த்தப்பட்ட சாதியைச் சேர்ந்தவர் காப்பாற்றுகிறார். இருவரும் நண்பர்களா கிறார்கள். சகோதரர்களாகப் பழகத் துவங்குகிறார்கள். இதனால் மோகனின் மகன் பிரதாப்புக்கும் துக்கியாவின் மகள் கஸ்தூரிக்கும் இடையே இளம் வயதிலிருந்தே நட்பு உருவாகிறது. ஒன்றாகவே சுற்றித் திரிகிறார்கள்.

திருமண வயதை நெருங்கிய பிறகும் கஸ்தூரியோடு பிரதாப் தொடர்ந்து பழகுவது அவனது தாய்க்குப் பிடிப்பதில்லை. பிரதாப்புக்குத் திருமணம் செய்வது தொடர்பாகப் பேச்சு நடக்கிறது. பிரியத்துடன் பழகி வரும் கஸ்தூரிக்கும் பிரதாப்புக்கும் திருமணம் செய்து வைக்கலாம் என்பது மோகன் மற்றும் துக்கியாவின் உள்ளார்ந்த விருப்பம். ஆனால் நடைமுறையில் அது சாத்தியமேயில்லை என்பதை இருவரும் அறிந்திருக்கிறார்கள். காரணம் இடையில் பெரும் தடையாக நிற்கும் சாதி.

அவர்களின் தந்தைகளுக்கு மட்டுமல்ல, பிரதாப்புக்கும் கஸ்தூரிக்குமே திருமணத்தின் மூலம் தாங்கள் ஒன்று சேர முடியாது என்பது நன்கு தெரிந்திருக்கிறது. அந்த நடைமுறைத் துயரத்தைத் தாண்டியும் தங்களின் நேசத்தைத் தொடர்கிறார்கள். இந்த நிலையில் பிரதாப்புக்கு அதே சாதியைச் சேர்ந்த மீரா என்கிற பெண்ணுடன்

திருமணம் நடக்கிறது. தங்களின் காதல் கருகிப் போகும் சோகத்தை இருவருமே மனதினுள் புதைத்துக்கொள்கிறார்கள்.

மோகன்லால் - கஸ்தூரி - காந்திய அடையாளத்துடன் பாத்திரப் பெயர்கள்

சாதியப் பாரபட்சம் பார்க்காமல் நடந்து கொள்ளும் மோகன்லாலின் மீது அதே ஊரைச் சேர்ந்த பாபுலால் என்கிற, வைத்தியத் தொழில் பார்க்கும் நபருக்கு வஞ்சம் ஏற்படுகிறது. '15 தலைமுறைகளாக வைத்தியம் பார்க்கும் பாரம்பரியக் குடும்பத்தைச் சேர்ந்தவன்' என்பதைத் தற்பெருமையுடன் சொல்லிக் கொண்டாலும் கல்வியறிவு இல்லாத கிராமத்து மக்களை ஏமாற்றி காசு சம்பாதிப்பதுதான் பாபுலாலின் நோக்கம். ஆனால் மோகன்லாலோ தனது மளிகைக் கடையின் மூலம் சரியான மருந்துகளை தந்து மக்களை நோயிலிருந்து குணப்படுத்துகிறார். 'மோகனை எப்படியாவது பழிவாங்கவேண்டும்' என்கிற சந்தர்ப்பத்துக்காகக் காத்திருக்கும் பாபுலாலுக்கு ஒரு வாய்ப்பு வருகிறது.

நோய்வாய்ப்பட்டு கவலைக்கிடமாக இருக்கும் துக்கியாவை தன் வீட்டுக்குள் அழைத்து வந்து பராமரிக்கிறார் மோகன். 'இவன் பிராமண சாதிக்கு களங்கம் விளைவிக்கிறான்' என்று ஊர் மக்களைத் தூண்டி விட்டு மோகனின் வீட்டையும் கடையையும் எரிக்க வைக்கிறார் பாபுலால். போலீஸ் விசாரணையில் கலவரத்துக்குக் காரணம் பாபுலால் என்பது தெரிய வந்தாலும் 'நடவடிக்கை எடுக்க வேண்டாம்' என்று பெருந்தன்மையுடன் மன்னித்துவிடுகிறார் மோகன்.

கலவரத்தில் மோகனின் மண்டை உடைபடுகிறது. நண்பனைக் காப்பாற்றுவதற்காக மருத்துவரைத் தேடி விரையும் துக்கியா, ஓடும் ரயிலை நிறுத்துவதால், ரயில்வே கிராஸிங் கார்டாக இருந்த அவரது பணி பறிபோகிறது. கஸ்தூரியின் குடும்பம் நிர்கதியாக நிற்கிறது. புதிதாகப் பணியேற்க வரும் மன்னு, கஸ்தூரியைத் திருமணம் செய்து கொள்ள விரும்புகிறான். கஸ்தூரியும் வேறு வழியில்லாமல் சம்மதிக்கிறாள். மன்னுவின் முதல் மனைவி இதற்கு எதிர்ப்புத் தெரிவிக்கிறாள். அவள் செய்யும் சதி வேலை காரணமாக பிரதாப்பை மன்னு தாக்குகிறான். ரயில்வே கிராஸிங்கில் அவர்களது வண்டி சாய்கிறது. பலரின் உயிரைக் காப்பாற்று வதற்காக தன்னுயிரை கஸ்தூரி தியாகம் செய்வதோடு படம் நிறைகிறது.

தேவிகா ராணி – இந்தி சினிமாவின் சூப்பர் ஸ்டார் நாயகி

ஜமீன்தார் குடும்பத்தைச் சேர்ந்த தேவிகா ராணி, ‘கஸ்தூரி’ என்கிற தாழ்த்தப்பட்ட சமூகத்தைச் சேர்ந்த இளம் பெண்ணாக அருமையாக நடித்திருக்கிறார். டைட்டில் கார்டில் இவரது பெயர்தான் முதலில் வருகிறது. பிரதாப் மீதுள்ள நட்பு மற்றும் காதல், அது சாத்தியம் ஆகாத கனவு என்பதைக் கசப்புடன் ஏற்றுக்கொள்ளும் சோகம், புதிய வாழ்க்கையைச் சகிப்புத்தன்மையுடன் ஏற்றுக் கொள்ளும் தியாகம் போன்ற உணர்வுகளைத் தனது அற்புதமான முகபாவங்களால் வெளிப்படுத்தியிருக்கிறார்.

அசோக்குமார் தனது ஆரம்பகால கட்டத்தில் நடித்த வெற்றிப் படங்களுள் ஒன்று ‘அசூத் கன்யா’. பால் வடியும் முகத்துடன் ‘பிரதாப்’ என்கிற பிராமண இளைஞனாக நடித்திருந்தார் அசோக்குமார். திருமணம் ஆனதற்குப் பிறகுதான் கஸ்தூரியின் மீதுள்ள காதலின் கனத்தை உணர்கிறான் பிரதாப். ‘நானும் தாழ்த்தப்பட்ட சாதியில் பிறந்திருக்கக்கூடாதா?’ என்று, கஸ்தூரியுடன் இணைய முடியாத உணர்வை நிராசையுடன் பிரதாப் வெளிப்படுத்துவது நெகிழ்வான காட்சிகளுள் ஒன்று. ‘அகமண முறைதான்’ சாதி நீடிப்பதற்கு ஒரு வலுவான காரணியாக இருக்கிறது’ என்று அம்பேத்கர் சொன்னதை இங்கு நினைவு கூரலாம். அவரவர்களின் சாதியை உதறி விட்டு செய்யும் திருமணங்களின் மூலம்தான், சமூகத்தின் அடுக்குகளாகப் படிந்துள்ள சாதிய உணர்வுகள் மெள்ள மெள்ள மறையும்.

நட்பு மற்றும் காதலுக்குக் குறுக்கே நிற்கும் சாதியம்

காந்தி நடத்திக் கொண்டிருந்த தீண்டாமை ஒழிப்புச் செயற்பாடுகள், ஆரம்பக் கால இந்திய சினிமாக்களிலும் பிரதிபலித்தன. சாதியப் பாரபட்சம் பார்க்காமல் செயல்படும் நபரின் பாத்திரப் பெயர் மோகன்லால். தேவிகா ராணியின் பாத்திரப் பெயர் கஸ்தூரி. மோகன்லாலாக நடித்திருக்கும் பி.எப்.பித்தவாலாவின் பங்களிப்பு அருமையாக இருக்கிறது. பிரதாப் மற்றும் கஸ்தூரியின் காதலுக்கு இணையாக, மோகன் மற்றும் துக்கியாவின் நட்பு சித்திரிக்கப்பட்டுள்ளது. பாபுலாலின் தூண்டுதலின் பேரில் ஊர் மக்கள் ஒன்றுகூடி மிரட்டினாலும் ‘எனது நண்பனை வீட்டிலிருந்து வெளியே அனுப்பமாட்டேன்’ என்று துணிச்சலாகச் சொல்கிறார் மோகன். தீண்டாமை ஒழிப்புக்காகப் பாடுபட்டவர்களில் முற்பட்ட சாதியைச் சேர்ந்தவர்களுக்குக் கணிசமான பங்கிருக்கிறது. அதைப்

பிரதிநிதிப்படுத்துவது போல மோகன்லாலின் பாத்திரப்படைப்பு அமைந்திருக்கிறது.

சாதிய வெறி பிடித்த பாபுலாலாக நடித்திருக்கும் கிஷோரிலாலின் நடிப்பும் அருமை. டி.எஸ்.பாலையாவை நினைவுபடுத்துவது போல், தனது நயவஞ்சமான எண்ணத்தையும் தற்பெருமையையும் சிறப்பான முகபாவங்களால் வெளிப்படுத்துகிறார். தனது சாதியப் பெருமிதத்தைக் காட்டி, ஊர் மக்களை ஏமாற்றினாலும், விசாரணைக்கு வரும் காவல்துறை அதிகாரியைக் கண்டதும் கூழைக்கும்பிடு போட்டு அவர் பணிந்துவிடுவது ஒரு நுட்பமான அரசியல் காட்சி. அதிகாரத்துடன் பின்னிப்பிணைந்து விடுவதில் முற்பட்ட சாதியினர் எத்தனை தந்திரமாகச் செயல்படுவார்கள் என்பதற்கு உதாரணக்காட்சியாக இது அமைந்துள்ளது.

இந்தத் திரைப்படத்துக்கு இசையமைத்துள்ளவர் சரஸ்வதி தேவி. திரைத் துறையில் பெண்களின் பங்களிப்பு அரிதாக இருந்த காலக்கட்டத்தில், பிரபலமான இசையமைப்பாளராக இருந்துள்ளார் சரஸ்வதி தேவி. இந்துஸ்தானி இசையில் பாண்டித்தியம் பெற்ற இவர் 'அசூத் கன்யா' படத்துக்காக இசையமைத்த பாடல்கள் அனைத்தும் அருமையாக இருக்கின்றன. 'ஏ படகுக்காரனே.. எங்கே சென்றாய்.. படகு மூழ்கிக் கொண்டிருக்கிறது. காதலில் இத்தனை துயரம் இருக்கும் என்று முன்பே தெரிந்தால் இங்கு எவருமே காதலிக்க மாட்டார்கள்' என்கிற பொருள் வரும்படியான வரிகள் கொண்ட ஒரு பாடல், பிரதாப் மற்றும் கஸ்தூரியின் காதல் உடைந்து போவதை மனவலியுடன் விவரிக்கிறது.

பிராமண சாதியைச் சேர்ந்த மோகன் மற்றும் ஒடுக்கப்பட்ட சாதியைச் சேர்ந்த துக்கியா ஆகிய இருவருக்கும் இடையே ஏற்படும் நட்பு, அவர்களின் வாரிசுகளுக்கு இடையே ஏற்படும் காதல், அதனால் ஏற்படும் எதிர்ப்பு, துயரம், சோகம் போன்றவற்றை இயல்பான காட்சிகளுடன் விரியும் இந்தத் திரைப்படம், கண்ணுக்குத் தெரியாத சாதியினால் மனிதர்கள் அகவயமாகவும் புயவயமாகவும் எத்தனை துயரங்களை அனுபவிக்கிறார்கள் என்பதை உணர்வுபூர்வமாக பதிவு செய்திருக்கிறது. இந்தியச் சினிமாவின் ஆரம்பக் காலக்கட்டத்தில் வெளியான 'தலித் திரைப்படம்' என்னும் வகையில் 'அசூத் கன்யா' ஒரு முக்கியமான படைப்பு என்பதில் சந்தேகமில்லை.

திரைப்படம் 2

கீலீ பச்சீ - அஜீப் தாஸ்தான்ஸ்

ஒடுக்கப்பட்ட சமூக அடுக்குகளுக்கு உள்ளேயும் சாதியப் படிநிலை பேணப்படுகிறது என்பது கசப்பான நடைமுறை உண்மை. தான் அடிமை நிலையில் வைக்கப்பட்டிருந்தாலும், தனக்கும் கீழே ஒருவனை அடிமையாக வைத்திருப்பதில் மனித மனம் பெருமிதப்படுகிற மோசமான குணாதிசயம் இந்தியச் சமூகத்தில் இருக்கிறது. முற்பட்ட சாதிகளின் மூலம் சாதியக் கொடுமைகளைப் பல நூற்றாண்டுகளாக அனுபவித்துக் கொண்டிருந்தாலும், இன்னொரு பக்கம் தங்களின் அடுக்குக்கு உள்ளேயும் சாதியப் பாரபட்சங்களைக் கடுமையாகப் பின்பற்றுவது வேதனையான விஷயம்.

துயரத்தில் விழுந்திருக்கும் மனித மனதை ஆற்றுப்படுத்துவற்காக, 'உனக்கும் கீழே உள்ளவர் கோடி, நினைத்துப் பார்த்து நிம்மதி நாடு' என்று ஒரு திரையிசைப் பாடலில் எழுதினார் கண்ணதாசன். எனில் அந்த அடுக்கின் கடைசியில் இருப்பவர், 'எதைக் கொண்டு ஆறுதல் அடைவார்?' என்கிற கேள்வி எழுகிறது.

விளிம்புநிலை சமூகத்துக்குள்ளும் நீங்காத சாதியம்

ஒடுக்கப்பட்ட சமூகத்தினர், தங்களுக்குள்ளேயே சாதியப் பாரபட்சங்களை பின்பற்றுவது ஒரு பக்கம் இருக்கட்டும்; அதை விடவும் கடுமையான சமூக நெருக்கடியில் இருக்கும் விளிம்புநிலை சமூகத்தினர்கூட சாதிய வேற்றுமைகளைப் பின்பற்றுவது

இன்னமும் கொடுமை. போர் நடக்கும் பிரதேசத்திலிருந்து உயிர் தப்பும் நெருக்கடியில், இன்னொரு பிரதேசத்துக்கு புலம் பெயரும் மக்கள் சமூகம், அங்கும்கூட தனது சாதியப் படிநிலையைக் கறாராகப் பின்பற்றுதை எப்படிப் புரிந்து கொள்வது?

மைய நீரோட்டத்தில் கலக்க அனுமதிக்கப்படாமல், நெருக்கடியில் வாழும் விளிம்புநிலைச் சமூகத்தினருக்கு இடையிலேயும்கூட சாதியம் எவ்வாறு நுட்பமாக இயங்குகிறது என்பதை இந்தக் குறும்படம் மிக அழுத்தமாகப் பதிவு செய்திருக்கிறது. 'விசித்திரக் கதைகள்' என்று பொருள்வரும்படியான 'அஜீப் தாஸ்தான்ஸ்' (Ajeeb Daastaans) என்கிற குறும்படங்களின் தொகுப்புத் திரைப்படம் 2021-ல் வெளிவந்தது. நான்கு குறும்படங்கள் அடங்கிய இந்தத் தொகுப்பில் இருக்கும் 'கீலீ பச்சீ' (Geeli Pucchi) என்கிற குறும்படம், சமூக நெருக்கடிக்குள் இயங்குகிற மாற்றுப் பாலினத்தவர்களுக்கு இடையேயும் சாதிய வேற்றுமையுணர்வு வந்துவிடுவதை நுட்பமாகச் சுட்டிக் காட்டுகிறது.

'Geeli Pucchi' - நீரஜ் கய்வான் இயக்கிய குறும்படம்

பார்தி ஒரு தொழிற்சாலையில் பணிபுரியும் பெண். 'Data Entry Operator' பணிக்கான கல்வித் தகுதி இருந்தாலும், அந்தப் பணி அவளுக்கு மறைமுகமாக மறுக்கப்படுகிறது. காரணம், அவள் ஒடுக்கப்பட்ட சாதியைச் சேர்ந்தவள். அந்தத் தொழிற்சாலையில் இருக்கும் ஒரே பெண் அவள்தான். பார்தியின் நடை, உடை, பாவனை காரணமாக சக பணியாளர்களில் சிலர் அவளைப் பெண்ணாகவே கருதுவதில்லை. மாறாக அவளை ஆணாக சித்திரித்துக் கிண்டலடிக்கிறார்கள். இதனால் அவ்வப்போது தகராறும் நேர்கிறது.

இந்தச் சூழ்நிலையில் பிரியா ஷர்மா என்கிற பெண்ணுக்கு அந்தப் பணி அளிக்கப்படுகிறது. இதற்கும் சாதிதான் காரணம். பிரியா, பிராமண சாதியைச் சேர்ந்தவள். இதை மௌனமான கோபத்துடன் கவனிக்கிறாள் பார்தி. 'அந்தப் பணியைச் செய்ய எனக்கு தகுதியில்லையா?' என்று சீற்றத்துடன் கேட்கும்போது 'உன் பெயர் பார்தி மண்டல். நீ தலித் வகுப்பைச் சேர்ந்தவள். உன் பெயருக்குப் பின்னால் எந்தவொரு முற்பட்ட சாதியின் அடையாளமும் இல்லை. அதுதான் காரணம்' என்று ஒரு மூத்த பணியாளர் ஆற்றாமையுடன் சொல்கிறார்.

புதிதாக பணிக்குச் சேரும் பிரியா, இன்முகத்துடன் பார்திக்கு நட்புக்கரம் நீட்டுகிறாள். பார்திக்கு உள்ளே கோபம் இருந்தாலும்,

அந்த நட்பை அவளால் மறுக்க முடியவில்லை. மெள்ள மெள்ள இருவரும் நெருக்கமான தோழிகளாகிறார்கள். அந்தரங்கமான விஷயங்களைப் பகிர்ந்து கொள்ளத் துவங்குகிறார்கள். 'தான் முற்பட்ட சாதியைச் சேர்ந்தவள்' என்று பிரியாவிடம் தன்னிச்சையாகப் பொய் சொல்லிவிடுகிறாள் பார்தி.

பார்தி தனிமையில் வசிக்கும் பெண் என்பதும், தன்பாலீர்ப்பு கொண்டவள் என்பது பிறகு வரும் காட்சிகளின் வழியாக விரிகிறது. தனது முன்னாள் தோழியுடன் இருக்கும் ஓர் அந்தரங்கத் தருணம் அடங்கிய வீடியோவைக் கண்ணீருடன் பார்க்கிறாள் பார்தி. ஏறத்தாழ இதே நேரத்தில் பிரியாவும் திருமணமான பிறகு முற்றிலும் தொடர்பு அறுந்து போயிருக்கிற தனது பழைய தோழியைப் பற்றிய நினைவை பார்தியிடம் வருத்தத்துடன் பகிர்கிறாள். ஒரு தனிமையான தருணத்தில் பார்தியை முத்தமிட்டு விட்டு, பிறகு வெட்கமும் குற்றவுணர்வும் கலந்து பிரியா தவிக்க 'இதில் ஒரு குற்றவுணர்ச்சியும் கொள்ளத் தேவையில்லை' என்று ஆறுதல் சொல்கிறாள் பார்தி.

பார்தியைப் போலவே பிரியாவும் தன்பாலீர்ப்பு கொண்டவள் என்பது ஒரு பூடகமான காட்சியில் வெளிப்படுகிறது. தனது விருப்பமான பணி பறிபோனதற்கு காரணம் பிரியா என்கிற ஆட்சேபம் முதலில் இருந்தாலும், பிறகு அதை மறந்து உண்மையான நட்புடன் பழகத் துவங்கும் பார்தி, ஒரு கட்டத்தில், தான் சார்ந்திருக்கும் சமூகத்தைப் பற்றிய உண்மையைச் சொல்லிவிடுகிறாள். அவ்வளவுதான். இந்தக் கணத்துக்குப் பிறகு பிரியாவின் உடல்மொழியில் தலைகீழான மாற்றம் வந்து விடுகிறது. நீட்டிய கைகளை மெள்ளச் சுருக்கிக் கொள்கிறாள். முதலாளியின் அறைக்குச் செல்லும்போது 'நீ வெளியில் காத்திரு' என்று நுட்பமாக அவமதிப்பு செய்கிறாள்.

சாதி காரணமாக தோழியின் அணுகுமுறையில் மாற்றம் ஏற்பட்டுவிட்டதைக் கோபமும் அழுகையுமாக எதிர்கொள்ளும் பார்தி, தன்னைத் தேற்றிக்கொண்டு ஒரு நுட்பமான தந்திரத்தின் மூலம் பிரியாவின் பணியைத் தட்டிப் பறித்துக் கொள்வதுடன் இந்தக் குறும்படம் நிறைகிறது.

நடிப்பால் அசத்தியிருக்கும் கொன்கனா மற்றும் அதிதி

இந்தக் குறும்படத்தை நுட்பமான உணர்வுகள் கச்சிதமாக வெளிப்படும்படியாக, சிறப்பாக இயக்கியிருக்கிறார், நீரஜ்

கய்வான். இவருடைய இயக்கத்தில் ஏற்கெனவே வெளியான 'Masaan' என்கிற திரைப்படம், சர்வதேச அரங்குகளில் பரவலான அங்கீகாரத்தைப் பெற்றதோடு, தலித் திரைப்பட விழாக்களிலும் தவறாமல் தொடர்ந்து இடம் பெற்று வருகிறது.

'Geeli Pucchi' குறும்படத்தில் பார்தியாக கொன்கனா சென்னும், பிரியாவாக அதிதி ராவ் ஹைதரியும் மிகச் சிறப்பாக நடித்திருக்கிறார்கள். தலைமுடியைச் சுருட்டி வாரிக் கொண்டு, ஆண் உடையில் அமர்த்தலான நடையுடன் தனது உடல்மொழியைச் சிறப்பாக வெளிப்படுத்தியிருக்கிறார் கொன்கனா. பல காட்சிகளில் இவரது அபாரமான விழிகளே அருமையாக நடித்துவிடுகின்றன. தகுதியிருந்தும் சாதி காரணமாக, தான் கோரும் பணி மறுக்கப்படுவதை மௌனமாக விழுங்குவதும், அவசியமான இடங்களில் கோபப்படுவதும், பிரியாவின் நட்பைத் திறந்த மனதுடன் ஏற்றுக் கொள்வதும், அந்தரங்கத் தருணங்களைப் பகிர்ந்து கொள்வதும் என பார்தியின் பாத்திரம் சிறப்பாக வடிவமைக்கப்பட்டிருக்கிறது.

கொன்கனாவுக்கு நிகராக, ஏன் சில காட்சிகளில் அவரையும் மீறி தனது நடிப்பால் அசத்தியிருக்கிறார் அதிதி. ஒரு நடுத்தர வர்க்க பிராமணப் பெண்ணின் உடல்மொழியைச் சிறப்பாகத் தந்திருக்கிறார். தயக்கம், கூச்சம், மெல்லிய அச்சம், வெள்ளந்தியான சிரிப்பு போன்ற முகபாவங்களால் தனது பாத்திரத்துக்குச் சிறப்பு சேர்த்துள்ளார். தவிர்க்க முடியாத தடுமாற்றத்துடன் பார்தியை முத்தமிட்டுவிட்டு 'அய்யய்யோ..' என்று சங்கடத்துடன் வெட்கப்படுவது முதல் பல காட்சிகளில் இவரின் நடிப்பு அருமை.

மாற்றுப் பாலின சமூகத்திலும் இருக்கிற சாதியம்

பார்தியும் பிரியாவும் அவரவர்களின் பிரிந்து சென்ற முன்னாள் தோழிகளை ஏக்கத்துடன் நினைவுகூர்கிறார்கள். அந்த ஏக்கமே அவர்கள் அந்தரங்கமாக நெருங்குவதற்கு காரணமாக அமைகிறது. இருவரும் தன்பாலீர்ப்பு கொண்டவர்கள் என்பதை உணர்ந்து கொள்கிறார்கள். 'கணவன் மீது அன்பு செலுத்த முடியவில்லை. பிரிந்துபோன தோழியின் நினைவாக இருக்கிறது' என்று தனது குடும்ப உறவில் இணைய முடியாமல் தத்தளிக்கும் பிரியாவுக்கு 'நீ ஒரு குழந்தைக்குத் தாயாவதுதான் பிரச்னைக்குத் தீர்வு' என்று சொல்லும் பார்தி, அதற்குரிய ஆலோசனைகளை வழங்குகிறாள்.

ஒரு நெகிழ்ச்சியான தருணத்தில் பார்தி தனது சாதியை வெளிப்படுத்துவதும், அப்போது பிரியாவிடம் சட்டென்று தெரியும்

உடல்மாற்றத்தைக் கண்டு அதிர்ச்சியடைவதும் சிறப்பான காட்சி. தன்பாலீர்ப்பு உடையவர்களை இன்னமும் இந்தச் சமூகம் வெறுப்புடனே பார்க்கிறது. அதை இயற்கைக்கு மாறான பாலுறவு என்றுதான் அணுகுகிறது. தன்பாலீர்ப்பு உடையவர்களுக்கு இணைகள் கிடைப்பது சிரமம். அவர்கள் தங்களை மறைத்துக்கொண்டு குறுங்குழுக்களாக இயங்கவேண்டும் அல்லது இணை கிடைக்காமல் தன் பாலியல் இச்சையை சகித்துக் கொண்டு வாழவேண்டும். இப்படியொரு நெருக்கடியில் பிரியா தவிக்கும்போது ஆறுதலான துணையாக வந்து சேர்கிறாள் பார்தி. ஆனால் அவளுடைய சாதியைப் பற்றி அறிந்ததும், அந்த அரிதான நட்பையும் நேசத்தையும் ஒரே கணத்தில் உதறி விடுகிறாள் பிரியா. நம் சமூகத்தில் சாதியம் எத்தனை ஆழமாகவும் கடினமாகவும் படிந்திருக்கிறது என்பதற்கு இந்தக் குறும்படம் ஒரு நல்ல உதாரணம்.

தனது சாதிய அடையாளம் தெரிந்தவுடன் பிரியாவிடம் வெளிப்படும் மாற்றத்தைக் கண்டு முதலில் அழுது வெடிக்கும் பார்தி, பிறகு தந்திரமாகச் செயல்பட்டு பிரியாவை பணியிலிருந்து விலக வைத்து அந்த இடத்தில், தான் அமர்ந்து கொள்கிறாள். முள்ளை முள்ளால் எடுப்பது போல, சாதியத் தந்திரத்தை அதே மாதிரியான ஆயுதத்துடன் எதிர்கொள்கிறாள் பார்தி. பிரியாவின் வீட்டுக்குச் செல்லும் போது பார்திக்கு மட்டும் 'வேறு மாதிரியான' கோப்பையில் தேநீர் தரப்படுகிறது. தனது வியூகத்தின் மூலம் பிரியாவின் பணியை எடுத்துக்கொண்ட வெற்றியுடன் பார்தி நிமிர்ந்து பார்க்கும் உச்சக்காட்சி அருமையானது.

நெருக்கடியான சூழலில் வாழ நேர்ந்தாலும்கூட மனிதர்கள் தங்களிடமுள்ள சாதிய உணர்வைக் கைவிடாமலிருக்கும் கசப்பான உண்மையை இந்தக் குறும்படம் மிகச் சிறப்பாகப் பதிவு செய்திருக்கிறது.

திரைப்படம் 3

பலாஸ 1978

முற்பட்ட சமூகங்கள், ஒடுக்கப்பட்ட சமூகங்களின்மீது சாதியப் பாரபட்சம், உழைப்புச் சுரண்டல், வன்முறை போன்றவற்றை மட்டும் நிகழ்த்துவதில்லை. தங்களின் வளர்ச்சிக்கு ஏற்ற வகையிலான ஆயுதங்களாகவும் அவர்களைத் தந்திரமாக மாற்றிக் கொள்கின்றன. நாட்டுப்புறக் கலைஞர்களாக இருக்கும் இரு இளைஞர்கள், தங்கள் மீது நிகழும் சாதியரீதியிலான வன்முறை காரணமாக, கலையைத் துறந்துவி?ட்டு பதிலுக்கு வன்முறையை கையில் எடுப்பவர்களாக மாறும் சமூக அவலத்தை இந்தத் திரைப்படம் சிறப்பாகப் பதிவு செய்திருக்கிறது. தலித்தியம், அம்பேத்கரியம் ஆகிய அடையாளங்களை வெளிப்படையாக முன்வைத்து உரையாடிய முதல் தெலுங்கு தமிழ் சினிமா இது என்று கூறப்படுகிறது.

சாதிய ஒடுக்குமுறையைப்பற்றி உரையாடும் திரைப்படங்கள் அதுவரை கலைப்படங்களின் வழியாக மட்டுமே பெரும்பாலும் அழுத்தமாக நிகழ்ந்து கொண்டிருந்தன. சாதியம், உழைப்புச் சுரண்டல், பெண்கள் மீது நிகழ்த்தப்படும் வன்முறை, அதன் பின்னுள்ள ஆணாதிக்கம், அரசியல் விழிப்புணர்வு என்று பல்வேறு அழுத்தமான இழைகள், இந்தத் திரைப்படங்களில் நுட்பமாகப் பின்னப்பட்டிருக்கும். தொண்ணூறுகளில் ஒரு பெரும் மாற்றம் நிகழ்ந்தது. அதுவரை கலைப்படங்களில் மட்டுமே குறுகிய வட்டத்தில் பேசப்பட்டுக் கொண்டிருந்த இந்த சித்திரிப்புகள்,

வெகுசன சினிமாவுக்குள்ளும் வரத் துவங்கியது. அரசியலில் நிகழ்ந்த மாற்றங்களின் பிரதிபலிப்பும் ஒரு வலுவான காரணியாக இருந்தது. இவ்வகையான திரைப்படங்களுக்கு ஒரு வணிகச் சந்தையும் மதிப்பும்கூட ஏற்பட ஆரம்பித்தது. பார்வையாளர்களுக்கு ஏற்பட்டிருக்கும் அரசியல் விழிப்புணர்வும் ஒரு முக்கியமான காரணம்.

இந்த நோக்கில் தலித்திய அரசியலை, அரசியல் அடையாளங்களுடன் வெளிப்படையாகப் பேசிய முதல் தெலுங்குத் திரைப்படம் என்று 'பலாஸ 1978'ஐ (Palasa 1978) சொல்லலாம்.

'தேவர் மகன்' திரைப்படத்தில் ஒரே சமூகத்தைச் சேர்ந்தவர்களுக்குள் நிகழும் பங்காளிச் சண்டையின் காரணமாக உருவாகும் வன்முறைகள் சித்திரிக்கப்பட்டிருக்கும். தலித் சமூகத்தைச் சேர்ந்தவர்கள் உதிரிகளாக, இந்தச் சண்டைக்கு இடையே பாதிக்கப்படும் அபலைகளாக மட்டுமே இதில் சித்திரிக்கப் பட்டிருப்பார்கள். ஆனால் 'பலாஸ 1978' திரைப்படம் கூடுதல் பரிமாணங்களுடன் விரிந்துள்ளது. பாதிப்பைச் சந்திக்கும் ஒடுக்கப் பட்ட சமூகங்களின் பார்வையின் வழியாகவும் விரிந்துள்ளதை முக்கியமான மற்றும் அவசியமான வித்தியாசம் எனலாம்.

வன்முறைப் பாதைக்குத் தள்ளப்படும் கலைஞர்கள்

மோகன்ராவ், ரங்காராவ் ஆகிய இருவரும் நாட்டுப்புறப் பாடல்களைப் பாடும் கலைஞர்கள். கோயில்கள், திருவிழாக்கள் போன்ற இடங்களில் பாடல்களைப் பாடுவதுதான் இவர்களின் குடும்பத் தொழில்.

கடத்தல் தொழில் செய்யும் பெரிய முதலாளிக்கும் சின்ன முதலாளிக்கும் இடையே கடுமையான பகையும் போட்டியும் இருக்கிறது. பெரிய முதலாளியின் முக்கியமான பலம் பைராகி என்கிற ஆசாமி. எவராலும் வீழ்த்த முடியாத பலசாலியான பைராகி, ஒடுக்கப்பட்ட சமூகத்தைச் சேர்ந்தவர். இரண்டு முதலாளிகளும் தங்களின் பகைக் கணக்குகளைத் தீர்த்துக் கொள்வதன் காரணமாக நிறைய மரணங்கள் நிகழ்கின்றன. இவர்களுக்கு இடையே நடக்கும் சண்டையில் இறப்பவர்களும் எளிய மக்கள்தான். சாகடிப் பவர்களும் அதே சமூகத்தின் பலசாலிகள்தான்.

பைராகியைப் போல அதிபலசாலியாக ஆவதுதான் இளைஞன் மோகன் ராவின் கனவு. இளம் வயதிலிருந்தே சாதியப்

பாரபட்சங்களின் வலியை அனுபவித்து வளர்கிறான். கிணற்றில் நீர் எடுக்கும் ஒரு பிரச்னையில் ஆத்திரப்படும் மோகன்ராவ் அவமதித்தவனை நையப் புடைக்கிறான். இன்னொரு தருணத்தில் திரையரங்கில் ஒரு பெண்ணுக்கு நிகழும் சாதிய அவமதிப்பு காரணமாகப் பெரிய முதலாளியின் மகனை அடித்து, காலை உடைத்துவிடுகிறான் மோகன் ராவ்.

காவல்துறையால் கைது செய்யப்படும் மோகன்ராவை வலுக்கட்டாயமாக ஜாமீனில் எடுக்கிறார் பெரிய முதலாளி. அவனை வெளியே வரவழைத்து, பைராகியின் மூலம் கொல்வதுதான் அவரது திட்டம். ஆனால் எவராலும் வெல்ல முடியாத பைராகியை வீழ்த்திக் கொன்றுவிடுகிறான் மோகன் ராவ். இந்தச் சந்தர்ப்பத்தைப் பயன்படுத்திக்கொள்ளும் சின்ன முதலாளி, கொலைக் குற்றத்திலிருந்து மோகன் ராவை விடுவித்து, தன் அரசியல் பணிகளுக்குப் பயன்படுத்திக் கொள்கிறார்.

தேர்தலில் பங்கெடுக்க வாய்ப்பு கேட்கும் மோகன் ராவின் அண்ணனை, 'உனக்கெல்லாம் அவ்வளவு துணிச்சல் வந்துடுச்சா?' என்று கேட்டு அடித்து மிதிக்கிறார் சின்ன முதலாளி. இதனால் சகோதரர்களுக்குள் முரண் ஏற்பட, இப்போது சந்தர்ப்பத்தைப் பயன்படுத்திக் கொள்வது பெரிய முதலாளியின் முறை. ரங்கா ராவைத் தன் பக்கம் சேர்த்துக் கொள்ளும் அவர் 'உன் தம்பியை போட்டுத் தள்ளு. நான் உன்னை தேர்தலில் ஜெயிக்க வைக்கிறேன்' என்கிறார்.

சுதாரித்துக் கொள்ளும் சகோதரர்கள் இருவரும் இணைந்து பெரிய முதலாளியைப் போட்டுத் தள்ளுகிறார்கள். எதிர்க்க முடியாத சக்தியாக வளர்கிறார்கள். இந்த வன்முறையின் தொடர்ச்சி அடுத்தடுத்த வாரிசுகளுக்கு இடையேயும் தொடர்கிறது.

தந்தையைக் கொன்றது மட்டுமல்லாமல், தன் காலையும் உடைத்து முடக்கிப் போட்ட மோகன் ராவைக் கொல்ல ஆவேசப்படுகிறான், பெரிய முதலாளியின் மகன். தாயின் ஆலோசனையின்படி சின்ன முதலாளியின் குடும்பத்திடம் சமரசம் பேசுகிறான். குடும்பப் பகை தீர்ந்து அவர்களின் ஒற்றை இலக்கு, மறைந்திருக்கும் மோகன் ராவைக் கொல்வது என்பதாக அமைகிறது.

அதிகாரமும் வலிமையும் மேல் கீழாக மாறி மாறிப் பயணிக்கும் இந்தத் தொடர்ச்சியான போரில் வென்ற தரப்பு எது என்கிற கேள்வியுடன் படம் நிறைகிறது.

தலித் அரசியலைப் பேசத் துவங்கியிருக்கும் வெகுசன திரைப்படங்கள்

இயக்குநர் கருணாகுமாரின் அறிமுகத் திரைப்படமான 'பலாஸ 1978', எழுபதுகளின் காலக்கட்டத்தில் துவங்கி சமகாலம் வரைக்குமாக இயங்குகிறது. காலம் முன்னும் பின்னுமாக நகர்கிற திரைக்கதை சுவாரசியத்தை அதிகரித்திருக்கிறது. சுப்பிரமணியபுரம், அசுரன் போன்ற நேர்த்தியான தமிழ்த் திரைப்படங்களின் சாயலை இந்தத் திரைப்படம் கொண்டிருக்கிறது. ஜனரஞ்சக அம்சங்களைக் கொண்டிருந்தாலும் மையத்திலிருந்து அதிகம் விலகாமல் பயணிக்கிறது. என்றாலும் படத்தின் ஆதாரமான செய்தி கடைசி சில நிமிட காட்சிகளில்தான் அழுத்தமாக வெளிப்படுகிறது.

ஆந்திர மாநிலம், ஸ்ரீகாகுளம் மாவட்டத்தில் உள்ள பலாசா நகரத்தின் பின்னணியில் இயங்கும் இந்தத் திரைப்படம், அதன் மொழி, கலாசாரம், வாழ்வியல் போன்றவற்றை நேர்த்தியாகத் திரையில் கொண்டு வந்திருக்கிறது. 'அங்கு நடந்த உண்மையான சம்பவங்கள்தான், இந்தத் திரைப்படத்தின் உருவாக்கத்துக்குக் காரணம்' என்கிறார் இயக்குநர். முந்திரி உற்பத்தி தொழில்தான், இந்த மாவட்டத்தைச் சேர்ந்த மக்களின் மிகப் பெரிய வாழ்வாதார அடிப்படை. இந்தத் திரைப்படமும் அந்தப் பின்னணியைக் கொண்டிருக்கிறது.

சாதி, வர்க்கம், வன்முறை, அதிகாரத்துக்கான போட்டி போன்றவை எவ்வாறு பிரிக்க முடியாத சக்திகளாக இயங்குகின்றன; ஒன்றோடு ஒன்று தொடர்ந்து மோதி வெல்கின்றன, தோற்கின்றன, மீண்டும் வீறு கொண்டு எழுகின்றன என்பதைப் பின்னிப் பிணையும் காட்சிகளுடன் சொல்லும் இந்தத் திரைப்படம், ஒரு வரலாற்றுக் காலக்கட்டத்தின் குறுக்கு வெட்டுச் சித்திரமாகவும் பதிவாகியுள்ளது.

இந்தப் படத்தில் நடித்தவர்கள் பெரும்பாலும் தொழில்முறை நடிகர்கள் அல்ல. குறும்படங்களில் நடித்தவர்கள். எனவே படத்தின் நிறம் இயல்பான சித்திரிப்புடன் உள்ளது. மோகன் ராவாக நடித்திருக்கும் ரக்ஷித் அட்லூரியின் பங்களிப்பு நன்றாக அமைந்துள்ளது. எவராலும் வீழ்த்த முடியாத பலசாலியான பைராகியைப்போல் ஆவதுதான் மோகன் ராமின் லட்சியம். இதனாலேயே ஊரார் எவராலும் தூக்க முடியாத 'பைராகி கல்'லைத் தூக்கி சாதனை செய்கிறான் மோகன் ராவ்.

பெரிய முதலாளியின் விசுவாசியான பைராகி, மோகன் ராவைக் கொல்லத் திட்டமிடும் செய்தி ஊர் முழுக்கப் பரவுகிறது. 'நீ சென்று பைராகியின் காலைப் பிடித்துக்கேட்டால் மன்னிப்பு கிடைக்கக்கூடும்' என்று ஆலோசனை சொல்லப்படுகிறது. வேறு வழியில்லாமல் அதையே செய்ய முடிவு செய்கிறான் மோகன் ராவ். ஆனால் பைராகி மன்னிக்கத் தயாராக இல்லை. 'இந்த ஊர் முழுக்க ஒவ்வொரு வீட்டிலும் சென்று மன்னிப்பு கேட்க வேண்டும்' என்று பைராகி சொல்ல, 'நீயும் ஒடுக்கப்பட்ட சமூகத்தைச் சேர்ந்தவன்தானே? இதன் பின்னுள்ள வலி உனக்குத் தெரியாதா?' என்று பரிதாபமாகக் கேட்கிறான் மோகன் ராவ். ஆனால் முதலாளியின் கட்டளையை மட்டுமே பிரதானமாகப் பின்பற்ற முனைகிறான் பைராகி. ஊர் மக்களிடம் மன்னிப்பு கேட்பதற்காக கிளம்பும் மோகன் ராவை, அவனது அண்ணனின் குரல் தடுத்து நிறுத்துகிறது: 'பைராகி கல்லையே தூக்கிய உன்னால், பைராகியை வெல்ல முடியாதா?'. இதனால் மனம் மாறி பைராகியிடம் ஆவேசமாகச் சண்டையிடும் மோகன் ராவ், அவனை வெல்கிறான்.

பெரிய முதலாளியாக வருபவரின் நடிப்பு அத்தனை இயல்பாக இருக்கிறது. எந்தவொரு சர்ச்சையிலும் உடனே எதிர்வினை ஆற்றாமல் தந்திரமாக இயங்கும் முதலாளித்துவ குணாதிசயத்தை கச்சிதமாக வெளிப்படுத்துகிறார். 'நாய்க்கு நாம சோறு போடறதால அது நமக்கு சமமா ஆயிடாது. அதை நாம எப்படி பயன்படுத்திக்கிறோம்ன்றதுதான் முக்கியம்' என்று இவர் சொல்லும் வசனம் யாரைக் குறிக்கிறது என்பதை விளக்கத் தேவையில்லை. சாதியப் பெருமிதமும் முதலாளித்துவ குணாதிசயமும் கலந்த சமூகமானது, தனக்குக் கீழேயுள்ள எளிய மனிதர்களை எங்கெல்லாம் தந்திரமாக அரவணைத்துச் செல்கிறது, எங்கெல்லாம் கீழே தள்ளிக் கொல்கிறது என்பது தொடர்பான காட்சிகள் இந்தத் திரைப்படத்தின் நம்பகத்தன்மையை உயர்த்துகின்றன.

வன்முறைதான் சாதியஒடுக்குமுறைக்குத் தீர்வா?

'செபாஸ்டியன்' என்கிற நேர்மையான காவல்துறை அதிகாரியின் பாத்திரம் படத்தின் இடையில் அதிரடியாக நுழைகிறது. முதலாளிகளின் தந்திரம், அடியாட்களின் வன்முறை ஆகிய இரண்டையும் கட்டுப்படுத்தி சட்டம், ஒழுங்கை நிலை நாட்டுவதுதான் இவரது நோக்கம். ஆனால் ஒரு கட்டத்தில் மோகன் ராவைப் புரிந்துகொள்கிறார். சாதிய ஒடுக்குமுறைதான் அவனை

வன்முறைப் பாதையை நோக்கித் தள்ளியிருக்கிறது என்கிற நிதர்சனத்தைப் புரிந்துகொண்டு என்கவுன்ட்டர் செய்யாமல் வாழ அனுமதிக்கிறார். 'கல்வியின் மூலம் இந்த நிலைக்கு நான் உயர்ந்திருக்கிறேன். எனவே நீதிமன்றத்தின் துணை கொண்டு குற்றம் செய்தவர்களுக்குத் தண்டனை வாங்கித் தருவேன்' என்று சொல்லும் செபாஸ்டியன், தன் இளம் வயதில் இதே மாதிரியான சாதிய ஒடுக்குமுறையைச் சந்தித்தவர்.

ஆனால் எத்தனை வருடங்கள் கடந்தாலும் தன் இலக்கை செபாஸ்டியனால் அடைய முடியவில்லை. செல்வந்தர்கள் சட்டத்தின் இடுக்கில் புகுந்து தப்பித்துவிடுகிறார்கள். செபாஸ்டியனின் ஆலோசனையின்படி, வன்முறையைக் கை விட்டுவிட்டு, தனக்குத் தெரிந்த கலையை தேசமெங்கும் பரப்பச் சென்றிருக்கும் மோகன் ராவ், மீண்டும் பழிவாங்குதலுக்குத் திரும்புகிறான். சாதியச் செல்வாக்கு கொண்டவர்களை நீதியால் கூட தண்டிக்க முடிவதில்லை என்கிற யதார்த்தத்தைப் படம் சொல்லியிருந்தாலும், 'வன்முறைதான் தீர்வு' என்பது போல் நகர்ந்திருந்ததைத் தவிர்த்திருக்கலாம்.

அந்தந்த காலக்கட்டத்தின் பின்னணி, அரசியல் அசைவுகள், மாற்றங்கள், சாதியப் படிநிலைகள் போன்றவை நேர்த்தியான காட்சிகளின் வழியாக விரிகின்றன. சொல்ல வந்த செய்தியின் மையத்தை இன்னமும் கூர்மையாகவும் ஆக்கப்பூர்வமாகவும் பதிவு செய்திருக்கலாம்; என்றாலும், 'கவனிக்கத் தகுந்த தலித் திரைப்படம்' என்கிற அடையாளத்தை 'பலாஸ 1978' ஏற்படுத்தத் தவறவில்லை.

திரைப்படம் 4

ஸத்கதி

இந்தியக் கிராமங்களில் நிலவும் சாதியக் கொடுமையை இந்தக் குறும்படத்தில் அழுத்தமாகவும் உணர்ச்சிகரமாகவும் பதிவு செய்திருக்கிறார் சத்யஜித்ரே. பிரேம்சந்த் எழுதிய 'ஸத்கதி' (Sadgati) என்கிற சிறுகதையை அடிப்படையாகக் கொண்டு இயக்கப்பட்ட படைப்பு இது. தூர்தர்ஷன் முதன் முதலாகத் தயாரித்த இந்த 45 நிமிடக் குறும்படம், 1981-ல் வெளியாகியிருந்தாலும், சமகாலத்துக்கும் பொருந்தக்கூடிய தன்மையைக் கொண்டிருக்கிறது.

ஸத்கதி என்றால் 'நல்வழி' அல்லது 'விடுதலை' என்று பொருள். இறந்தவரின் ஆன்மா சாந்தியடைவதைக் குறிக்கும் சொல். இந்தப் படைப்பில் நிகழும் ஒரு மரணம், விடுதலையா அல்லது சாதியத்தால் நிகழ்ந்த கொலையா என்கிற ஆழமான கேள்வியை எழுப்புகிறது.

சாதியமும் உழைப்புச் சுரண்டலும்

'துக்கி' ஒடுக்கப்பட்ட சமூகத்தைச் சேர்ந்தவன். தோல் பதனிடும் தொழிலைச் செய்யும் அவனுடைய மனைவி ஜூரியா. இவர்களுடைய மகளின் திருமணச் சடங்குக்காக ஒரு 'நல்ல நாள்' பார்க்க வேண்டும். அந்த 'நல்ல நாளை' அந்தக் கிராமத்திலுள்ள பிராமணர்தான் பார்த்துச் சொல்ல வேண்டும்.

காலையிலேயே கிளம்பிச் சென்று புல் வெட்டிக் கொண்டிருக்கும் துக்கியைப் பார்த்து 'பிராமணர் எங்காவது சென்று விடப்

போகிறார்... சீக்கிரம் கிளம்புங்கள்' என்று அவசரப்படுத்துகிறாள் ஜூரியா. 'வெறுங்கையுடனா செல்ல முடியும்.?' என்று புல்கட்டை தலையில் சுமந்து நடக்க ஆரம்பிக்கிறான் துக்கி. அவன் சமீபத்தில்தான் கடும் சுரத்திலிருந்து மீண்டு வந்திருக்கிறான். காலையில் எதையும் சாப்பிடவில்லை. அந்தச் சோர்வுடன் கிளம்பி விடுகிறான். பிராமணர் வீட்டின் பின்புறமாகச் சென்று, அவர் வரும் வரை காத்திருந்து அவரைப் பார்த்தவுடன் நெடுஞ்சாண்கிடையாக விழுந்து கும்பிடுகிறான். என்னவென்று பிராமணர் விசாரிக்க 'மகளுக்காக நாள் பார்த்து சொல்லச் சொல்லியிருந்தேனே.. சொன்னபடி நீங்கள் வீட்டுக்கு வந்தால் நன்றாக இருக்கும்' என்று சங்கடமான சிரிப்புடன் சொல்கிறான்.

பிராமணர் இந்தச் சந்தர்ப்பத்தைப் பயன்படுத்திக் கொள்ள முடிவு செய்கிறார். வீட்டின் வராண்டாவைத் துப்புரவாகப் பெருக்கச் சொல்கிறார். உமி மூட்டைகளை இன்னொரு இடத்துக்குக் கொண்டு போய் வைக்கச் சொல்கிறார். பசியும் சோர்வுமாக அவற்றைச் செய்து முடிக்கிறான் துக்கி. அதன் பிறகு பிராமணர் தரும் வேலைதான் அவனை மலைத்துப் போக வைக்கிறது. ஒரு பெரிய முரட்டுத்தனமான மரத்தின் பகுதியை துண்டு துண்டாக வெட்டிப் போடச் சொல்கிறார். துக்கியின் கையில் கிடைப்பதோ கூர்மையில்லாத கோடரி. அது அவனுக்குப் பழக்கப்படாத வேலையும் கூட. இன்னொரு பக்கம் சோர்வு.

'மகளுக்கு நல்ல நாள் பார்க்க வேண்டுமே' என்று மனதை திடப்படுத்திக் கொண்டு மரத்தை வெட்ட ஆரம்பிக்கிறான். ம்ஹூம்.. மழுங்கலான கோடரி துளி கூட இறங்கவில்லை. அப்படியே சோர்ந்து போய் மரத்தருகே அமர்கிறான். நன்று உண்டு விட்டு உறங்கி எழுந்திருக்கும் பிராமணர், வேலை நடக்காமல் நின்றிருப்பதைப் பார்த்து 'இதைக் கூடவா வெட்ட முடியவில்லை? நீ செய்யாவிட்டால் நான் நல்ல நாள் பார்த்துச் சொல்லமாட்டேன்' என்று மிரட்டுவதால் மீண்டும் ஆவேசத்துடன் மரத்தை வெட்டும் துக்கி, ஒரு கணத்தில் மயங்கி விழுந்து விடுகிறான். அதன் பிறகு ஆம்... செத்தே போய் விடுகிறான்.

இதையெல்லாம் ஆத்திரத்துடன் வேடிக்கை பார்த்துக் கொண்டிருக்கும் ஒரு நல்ல ஆசாமி 'பசியுடன் இருப்பவனை அடாவடியாக பிராமணன் வேலை வாங்கியதால்தான் அவன் செத்துவிட்டான்' என்று துக்கியைச் சேர்ந்தவர்களிடம் சொல்ல, அவர்கள் பிணத்தை அப்புறப்படுத்த மறுத்துவிடுகிறார்கள். அவர்களால் காட்ட முடிந்த தார்மிகமான கோபம் அது.

குடிநீர் எடுக்கச் செல்லும் வழியில் துக்கியின் பிணம் இருப்பதால், இதர பிராமணர்கள் வந்து ஆட்சேபிக்கிறார்கள். வேலை வாங்கிய பிராமணனுக்கு நெருக்கடி அதிகரிக்கிறது. எனவே விடியற்காலையில் பிணத்தின் காலில் கயிற்றைக் கட்டி, இறந்த மிருகத்தை இழுத்துச் செல்வது போல இழுத்துச் சென்று விலங்குகளின் சடலங்கள் இருக்கும் இடத்தில் பிணத்தைப் போட்டு விடுகிறார். பிறகு அந்த இடத்தைச் சுற்றிலும் நீர் தெளித்து சுத்தம் செய்கிறார். 'துக்கி' விட்டுச் சென்ற கோடரி, மரத்தில் குத்தி நிற்கிற காட்சியுடன் படம் மௌனமாக நிறைகிறது.

ஓம்புரி மற்றும் ஸ்மிதா பாட்டீலின் அற்புதமான நடிப்பு

துக்கியாக ஓம்புரி அற்புதமாக நடித்திருக்கிறார். ஒடுங்கிய முகமும் கலைந்த தலையும் இவரது பாத்திரத்துக்குப் பொருத்தமாக உதவி செய்திருக்கிறது. உமி மூட்டையை முதுகில் சுமந்து செல்லும்போது சுமை தாங்காமல் அதை ஒரு ஏறு ஏற்றிச் சமாளித்துச் செல்லும்போது உண்மையான சுமைக்கூலியின் உடல்மொழியை கொண்டு வந்துவிடுகிறார். 'மனைவி இறந்து விட்டால் இன்னொரு திருமணம் செய்து கொள்' என்று பிராமணர் உபதேசம் செய்து கொண்டிருக்கும்போது, அவரை எப்படித் தொந்தரவு செய்வது என்கிற சங்கடத்துடன் வீட்டின் வாசலில் குத்துக்காலிட்டு பரிதாபமாக அமர்ந்து கொள்கிற இடத்தில் ஓம்புரி மறைந்து துக்கியின் சித்திரம்தான் நம் கண்ணில் வந்து நிற்கிறது.

இதர வேலைகளை எப்படியோ சமாளித்து செய்து விடும் துக்கி, முரட்டு மரத்துண்டைப் பார்த்தவுடன் திகைத்து நின்று விடுகிறான். பிறகு அதை தனது எதிரியாக உருவகித்துக் கொண்டு ஆங்காரத்துடன் கோடரியை ஓங்கி ஓங்கி வெட்டும் காட்சி எடுக்கப்பட்டிருக்கும்விதம் நமக்கே மூச்சுத் திணற வைக்கிறது. மகளுக்கு நல்ல தேதி கிடைக்க வேண்டுமே என்பதற்காக அத்தனை சுமைகளையும் தாங்கிக் கொள்கிறான் துக்கி.

துக்கியின் மனைவி ஜுரியாவாக ஸ்மீதா பாட்டீல். சோகம் வழியும் கண்களும் அற்புதமான நடிப்பும் அந்தச் சிறிய பாத்திரத்துக்கு உயிர் தந்திருக்கிறது. பிராமணர் வீட்டுக்குச் செல்லக்கூடாதா என்று முதலில் அவசரப்படுத்துகிற ஜுரியா, தன் கணவனுக்கு உடல்நலம் சரியில்லை என்பதை உணர்ந்தவுடன், பெண்களுக்கேயுரிய உள்ளுணர்வுடன் 'அப்புறம் செல்லலாமே?' என்று எச்சரிக்கை செய்கிறாள். எவராலும் சீந்தப்படாமல் நிர்க்கதியாகக் கிடக்கும் கணவனின் பிணத்தைத் தடவிப்பார்த்து அழும் காட்சியில் ஒரு

அடித்தட்டுப் பெண்ணின் கையாலாகாத நிலையை நம்மால் உணர முடிகிறது.

பிராமணராக மோகன் அகாஷே சிறப்பாக நடித்திருக்கிறார். கும்பிட்டு நிற்கும் துக்கியை ஓரக்கண்ணில் அலட்சியமாகப் பார்ப்பதும், சந்தர்ப்பத்தை உபயோகித்துக் கொண்டு கடுமையான பணிகளை ஏவி வாங்கிக் கொள்வதும், நன்கு உண்டு விட்டு, உறங்கி எழுந்த கண்களுடன் துக்கியின் பணி பாதியில் நிற்பதைக் கண்டு கண்டிப்பதும், பிணத்தை என்ன செய்வது என்று தவிப்பதும் என்று தனது பாத்திரத்தைத் திறமையாகக் கையாண்டிருக்கிறார்.

'நாளும் கோளும் நலிந்தவர்களுக்கு இல்லை'

வீட்டில் ஒரு மங்கல நிகழ்ச்சி நடத்த வேண்டுமென்றால் அதற்கு நல்ல நாள் பார்க்கும் வழக்கம் எப்படி வந்திருக்கும்? மனித குலம் வேட்டைச் சமூகமாக இருந்த போது இயற்கையை, வானத்தைக் கூர்ந்து கவனித்திருப்பான். சூரியனும் கோள்களும் நட்சத்திரங்களும் நகர்வதற்கேற்ப தனது அன்றாட நாளில் நிகழும் மாற்றங்களை தொடர்ந்து கவனித்திருக்கக்கூடும். உயிராபத்தோ, காயமோ ஏற்படாமல் நல்ல வேட்டை கிடைத்தால், அன்றைய நாள் நல்ல நாள். மாறாக ஏதாவது துர்சம்பவமோ, இடையூறோ ஏற்பட்டால் அது நல்ல நாள் இல்லை என்கிற எளிமையான தர்க்க முடிவுக்கு வந்திருக்கக்கூடும். இப்படித்தான் சோதிட சாஸ்திரம் வளர்ந்திருக்கும்.

வேதங்களைக் கற்றவர்கள், வேத நெறிகளை அறிந்த பிராமணர்கள் கடவுளின் நெருக்கமான பிரதிநிதிகளாக கருதப்பட்டார்கள். எனவே தங்களின் வீடுகளில் நிகழும் எந்தவொரு மங்கல நிகழ்ச்சிக்கும், அவர்கள் நாள் குறித்துத் தந்தால் அது இடையூறு ஏதுமின்றி நல்லபடியாக நடந்து முடியும் என்கிற நம்பிக்கை இதர சமூகங்களின் ஆழ்மனதில் விதைக்கப்பட்டிருக்கும். இதெல்லாம் ஒருவகையான கற்பிதங்கள்தான். இயற்கையின் அசைவுகள் தன்னிச்சையாக நிகழ்ந்து கொண்டிருக்க, அதிலிருந்து நம் சௌகரியத்துக்கு ஏற்ப உருவகித்துக் கொள்ளும் மூட நம்பிக்கைகள் இவை. இப்படியொரு மூடநம்பிக்கை காரணமாகத்தான், உழைப்புச் சுரண்டல் காரணமாக துக்கி தன் உயிரை இழக்கிறான். 'நாளும் கோளும் நலிந்தவர்களுக்கு இல்லை' என்கிற பழமொழியும் இதைத்தான் சுட்டிக்காட்டுகிறது.

நிலவுடமைச் சமூகத்துக்கும் சாதியக் கட்டுமானத்துக்கும் நெருங்கிய தொடர்பிருக்கிறது. அதுபோலவே நிலவுடைமைக்கும் ஆணாதிக்கத்துக்கும் இறுக்கமான பிணைப்பு இருக்கிறது.

ஆண்களை விடவும் சாதியத்தை உயர்த்திப் பிடிப்பவர்களாக பெண்கள் இருக்கிறார்கள் என்கிற கசப்பான யதார்த்தத்தையும் இந்தக் குறும்படம் பதிவு செய்திருக்கிறது. 'காலையில் இருந்து சாப்பிடவில்லை மகராஜ். அதனால்தான் மரம் வெட்ட முடியவில்லை' என்று துக்கி சொன்னவுடன் 'அவனுக்கு சாப்பிட ஏதாவது கொடேன். ஒரு பைசா செலவில்லாமல் வேலை வாங்கிக் கொள்கிறோமே' என்று பிராமணர் தன் மனைவியிடம் சொல்ல, 'அதெல்லாம் முடியாது' என்று கறாராக மறுக்கிறார், பிராமணரின் மனைவி. இன்னொரு நேரத்தில் புகை பிடிப்பதற்காக கரித்துண்டு கேட்கும் துக்கியிடம் எரிச்சலுடன் தூக்கி எறிகிறார். 'இவனுங்க எல்லாம் வாசல் ஏறி வருவதா?' என்கிற கோபத்தை முகத்தில் காட்டிக் கொண்டே இருக்கிறார்.

தனது பெரும்பாலான சினிமாக்களை இலக்கியப் படைப்புகளில் இருந்துதான் உருவாக்கியிருக்கிறார் சத்யஜித்ரே. அடிப்படையில் அவரே ஒரு நல்ல எழுத்தாளரும் கூட. வங்க மொழியில் நிறைய திரைப்படங்களை இயக்கியிருந்தாலும் பிரேம்சந்தின் சிறுகதை இந்தியில் எழுதப்பட்டிருந்த காரணத்தினாலும், தூர்தர்ஷனின் தயாரிப்பு என்பதாலும் இந்தியில் இந்தக் குறும்படத்தை இயக்கியிருந்தார். சிறுகதைக்கு விசுவாசமாகப் பயணிக்கும் அதே நேரத்தில் சினிமாவின் மொழியையும் அருமையாகப் பயன்படுத்தி யிருந்தார். காலையில் மாடுகள் மேய்ச்சலுக்கு கிளம்புவது, மாலையில் அவை திரும்புவது போன்ற காட்சிகளை காட்டுவதின் மூலம், துக்கியின் முழுநாளும் கடுமையான பணியில் கழிவதை நமக்கு உணர்த்திவிடுகிறார்.

சௌமெந்து ராயின் இயல்பான ஒளிப்பதிவு, துலால் தத்தாவின் சிறப்பான எடிட்டிங் (விறகு வெட்டும் காட்சி ஓர் அற்புதம்), பெரும்பாலான இடங்களை மௌனத்தில் நிரப்பி அவசியமான இடங்களில் மட்டும் ஒலிக்கும் சத்யஜித்ராயின் சன்னமான இசை போன்றவை இந்தக் குறும்படத்தின் தரத்தை கணிசமான அளவுக்கு உயர்த்தியிருக்கின்றன.

சமூகத்தில் உறைந்துள்ள சாதியப்படிநிலை காரணமாக, அடித்தட்டு மக்கள் அறியாமையாலும் சாதியக் காரணங்களாலும் எவ்வா றெல்லாம் மௌனமாக அவதிப்பட்டுக் கொண்டிருக்கிறார்கள் என்பதை இந்தக் குறும்படம் கலையமைதியுடன் சிறப்பாகப் பதிவு செய்திருக்கிறது.

திரைப்படம் 5

ஆக்ரோஷ்

வர்க்கமும் சாதியமும் இணைந்து இரட்டைத் தலை பாம்புகளாக செயல்பட்டு அடித்தட்டு மக்களை நசுக்கும் வரலாறு என்பது பல நூற்றாண்டுகளாகத் தொடர்கிறது. ஓர் ஆதிவாசியின் மௌனத்துக்குப் பின்னால் எத்தனை பெரிய வலியும் துயரமும் கோபமும் இருக்கிறது என்பதை கலையம்சத்துடன் பதிவு செய்திருக்கிறது, 1980-ல் வெளியான 'ஆக்ரோஷ்' என்கிற இந்தி? த் திரைப்படம். இயக்குநர், ஒளிப்பதிவாளர், திரைக்கதையாசிரியர், தயாரிப்பாளர் என்று பல்வேறு முகங்களைக் கொண்ட கோவிந்த் நிஹ்லானி இயக்கிய முதல் திரைப்படம் இது. அந்த வருடத்துக்கான 'சிறந்த இந்திப் திரைப்படமாக' தேசிய விருது பெற்றதோடு, சர்வதேச திரைவிழாவில் 'தங்கமயில்' விருதையும் பெற்றது. ஃபிலிம்பேர் விருதுகளையும் அள்ளிக் குவித்துள்ளது.

அதிகார சக்திகளின் முன் எந்த வலுவும் அற்ற அடித்தட்டு சமூகம் எவ்வாறு மௌனக் கோபத்துடன் இயங்குகிறது; அதிகாரத்தை எதிர்க்க முடியாமல் எப்படி தன்னையே தண்டித்துக் கொள்கிறது என்கிற அவலத்தை உணர்ச்சிகரமாகவும் அழுத்தமாகவும் ஆழமான காட்சிகளின் வழியாக பதிவு செய்துள்ளார் கோவிந்த் நிஹ்லானி.

மௌனம் சாதிக்கும் ஆதிவாசியின் சமூகக் கோபம்

காவல் துறையால் கைது செய்யப்பட்ட நிலையில், தன் மனைவியின் சிதைக்குத் தீ மூட்ட வருகிறார், லாஹண்யா என்கிற

ஆதிவாசி. குடும்பச் சண்டை காரணமாக தன் மனைவியை அவர் கொலை செய்துவிட்டார் என்பது குற்றச்சாட்டு. இந்த வழக்கு விசாரணைக்கு வருகிறது. ஆதிவாசியின் சார்பில் அரசாங்க வழக்கறிஞராக பாஸ்கர் குல்கர்னி என்கிற இளைஞன் நியமிக்கப்படுகிறான். லட்சியவாதம் கொண்ட இளைஞனான அவனுக்கு இதுதான் முதல் வழக்கு. நீதியை நிலைநாட்ட வேண்டும் என்கிற விடாப்பிடியான நேர்மையைக் கொண்டிருக்கிறான்.

'கொலை நடந்த அன்று என்னதான் நடந்தது. நீங்கள் வாயைத் திறந்து பேசினால்தான் உங்களைக் காப்பாற்ற முடியும். உண்மையை வெளிக்கொணர முடியும்' என்று ஆதிவாசியிடம் மன்றாடுகிறான்.

ஆனால், குற்றம் சாட்டப்பட்ட ஆதிவாசியைச் சந்திக்கும் ஒவ்வொரு முறையும் கனத்த மௌனம்தான் விடையாகக் கிடைக்கிறது. உறைந்த பார்வையுடனும் திகைத்த முகபாவத்துடனும் மௌனியாக இருக்கிறார் அந்த ஆதிவாசி. வழக்கறிஞன், தானே களத்தில் இறங்கி விசாரணையை மேற்கொள்ளத் துவங்குகிறான். ஆதிவாசியின் தந்தையும் சகோதரியும் கூட மௌனமாக இருக்கிறார்கள். இந்த விசாரணைப் படலத்தில் வழக்கறிஞனின் உயிருக்கு மிரட்டலும் ஆபத்தும் வருகிறது. அச்சம் ஒருபக்கம் இருந்தாலும் நீதியை நிலைநாட்டவேண்டும் என்று விடாமல் போராடுகிறான்.

நீதிமன்றத்தில் அரசாங்க வழக்கறிஞராக வாதாடுபவர், இளம் வழக்கறிஞனின் சீனியர். அவனுடைய குருநாதரும் வழிகாட்டியும் கூட. அந்தத் தயக்கம் ஒரு பக்கம் இருந்தாலும் உண்மையின் ஒரு துளி வெளிச்சத்தையாவது நீதியின் முன்னால் கொண்டு வந்துவிட வேண்டும் என்று போராடுகிறான். அவனுக்கு மிரட்டல்கள் அதிகமாகின்றன. நீதிமன்றத்தில் கோரிக்கை வைக்கவே, போலீஸ் காவல் வழங்கப்படுகிறது. தனது விடாமுயற்சி காரணமாக உண்மையின் ஆரம்பத்தைக் கண்டுபிடித்துவிடுகிறான். நீதிமன்றத்தில் அதை நிரூபிக்க முயல்வதற்குள் ஆயிரம் தடைகள் வருகின்றன. இந்த நிலையில் தந்தை இறந்துவிடுவதால் அதற்கான இறுதிச் சடங்குக்கு ஆதிவாசியை அழைத்துச் செல்கிறார்கள்.

எதிர்பார்க்கவே முடியாத ஓர் அதிர்ச்சிகரமான உச்சக்காட்சியுடன் படத்தை நிறைவு செய்திருக்கிறார் கோவிந்த் நிஹ்லானி. அடித்தட்டு மக்களுக்கு நீதி என்பது எட்டாத கனவாகவே இருக்கிறது என்கிற நடைமுறை உண்மையை கசப்பு மருந்து போல்

கருணையேயில்லாமல் பார்வையாளர்களுக்குப் புகட்டியிருக்கிறார் இயக்குநர்.

மூன்று திறமையான நடிகர்களின் பங்களிப்பு

இளம் வழக்கறிஞராக நஸ்ருதீன் ஷா. சுருட்டை முடியும் பொருத்தமான தாடியும் என ஆரம்பக் காலத் தோற்றத்தில் வசீகரமாக இருக்கிறார். லட்சியவாத தேடலை பிடிவாதமாக தொடரும் இளைஞனின் பாத்திரத்தில் கச்சிதமாகப் பொருந்தியிருக்கிறார். அதே சமயத்தில் வெகுசன ஹீரோ மாதிரி சாகசம் எல்லாம் செய்வதில்லை. மிரட்டல் சம்பவங்கள் நடக்கும்போதெல்லாம் தனக்கு ஏற்படும் உயிர் அச்சத்தை யதார்த்தமாக வெளிப்படுத்தியுள்ளார்.

வழக்கறிஞராக நஸ்ருதீன் ஷா, வக்கீலாக அம்ரீஷ் பூரி

ஆதிவாசியாக ஓம் பூரி. படம் முழுக்க விறைத்த பார்வையுடன் வருகிறார். இரண்டே காட்சிகளில் இரண்டு வாக்கியம் மட்டும்தான் பேசுகிறார். மற்றபடி படம் முழுக்க இவருக்கு வசனம் என்பதே கிடையாது. அந்த முகத்தில் தெரிவது அதிர்ச்சியா, அச்சமா, கோபமா என்பதை நம்மால் கண்டுபிடிக்க முடியவில்லை. அனைத்தும் கலந்த விபரீதமான முகபாவத்தை படம் முழுக்கத் தந்திருக்கிறார். ஒடுக்கப்பட்ட சமூகத்தினரின் குரல் எங்குமே ஒலிக்க அனுமதிக்கப்படுவதில்லை என்பதை ஒரு குறியீடாக இந்தப் பாத்திரத்தின் மூலம் இயக்குநர் சொல்ல வருகிறாரோ என்று கூடத் தோன்றுகிறது.

வழக்கறிஞர் கேட்கும் எந்தக் கேள்விக்கும் பதில் அளிக்காமல் மௌனமாக இருக்கும் ஓம் பூரி, தன்னுடைய சிறந்த நடிப்பால் சம்பந்தப்பட்ட காட்சிகளைக் கையாண்டிருக்கும் விதம் பாராட்ட வைக்கிறது. சிறையில் இருக்கும்போது பழைய நினைவுகள் வந்து வாட்ட, மனவலியினால் மௌனமாக அலறும் காட்சிகளில் ஓம் பூரியின் நடிப்பு அற்புதமாக இருக்கிறது. ஆதிவாசியின் மனைவியாக ஸ்மீதா பாட்டீல். இவர் வரும் காட்சிகள் மிகக் குறைவு என்றாலும், விளக்கின் வெளிச்சத்தில் இவரின் பாதி முகம் மட்டும் டைட்குளோசப்பில் தெரியும் ஒரு காட்சியில் தேவதை போல வசீகரமாக இருக்கிறார்.

ஆதிவாசியாக ஓம் பூரி, ஆதிவாசியின் மனைவியாக ஸ்மீதா பாட்டீல்

சீனியர் வக்கீலாக அம்ரீஷ் பூரி சிறப்பாக நடித்திருக்கிறார். தன்னை எதிர்த்து வாதாட ஜீனியர் வக்கீலான நஸ்ருதீன் ஷா மெலிதாகத்

தயங்கும் போது 'பாரதப் போரில் அர்ஜுனன் தனது குருநாதரையே எதிர்த்துப் போரிட வேண்டிய நிலை ஏற்பட்டதை உதாரணம் காட்டுகிறார். ஆனால் நீதிமன்றத்தில் ஜூனியர் திறமையாக வாதத்தை வைக்கும் போது எரிச்சல் அடைந்து தன் ஆட்சேபத்தை அவ்வப்போது முன்வைக்கிறார். இவர் ஆதிவாசி சமூகத்தைச் சேர்ந்தவராக இருந்தாலும் கூட மேல்தட்டு மக்களுடன் இணைந்து புழங்கும் அந்தஸ்துக்காகத் தன் சொந்தச் சமூகத்துக்கே துரோகம் செய்கிறார். உண்மை வெளியே வராமல் பார்த்துக் கொள்கிறார். இது தொடர்பாக படத்தின் இறுதியில் இரு வழக்கறிஞர்களுக்கும் இடையில் நிகழும் உரையாடல் அற்புதமானது.

நீதி, காவல் போன்ற அரசு இயந்திரங்கள் அடித்தட்டு மக்களுக்கு எதிராகவும் மேல்தட்டு மக்களுக்கு ஆதரவாகவும் இயங்கும் நடைமுறை அவலத்தை இந்தத் திரைப்படம் அழுத்தமாகப் பதிவு செய்திருக்கிறது. ஒரு பத்திரிகையில் வந்த செய்தியை அடிப்படையாகக் கொண்டு பிரபல நாடக ஆசிரியர் விஜய் டெண்டுல்கர் எழுதிய கதையை வைத்து இந்தத் திரைப்படம் உருவாக்கப்பட்டிருக்கிறது.

கோவிந்த் நிஹ்லானியின் திறமையான இயக்கம்

கோவிந்த் நிஹ்லானி அடிப்படையில் ஒளிப்பதிவாளர் என்பதால் இதில் வரும் காட்சிகள் மிகுந்த அழகியலுடன் பதிவு செய்யப்பட்டிருக்கின்றன. நஸ்ருதீனின் வீடு தாக்கப்படும் ஒரு நீண்ட காட்சி வருகிறது. அதை கோவிந்த் நிஹ்லானி எடுத்திருக்கும் விதம் அத்தனை அற்புதமாக இருக்கிறது. நஸ்ருதீன் அடையும் உளவியல் அச்சத்தையும் பதட்டத்தையும் பார்வையாளனுக்கும் கடத்தி விடுகிறார். நீதிமன்றத்தில் வாதாடும்போது, காவலுக்கு இருந்த போலீஸ்காரர் அகன்று, அடியாட்கள் வந்து அமர்ந்து விட அவர்களை திரும்பிப் பார்த்துக் கொண்டே நஸ்ருதீன் அச்சத்துடன் விசாரணை செய்யும் காட்சியும் சிறப்பானது. படம் முழுக்க வரும் டைட்-குளோசப் காட்சிகள் படத்தின் காண்பனுபவத்தை உன்னதமாக்குகின்றன.

நஸ்ருதீன் ஷா, ஓம் பூரி, அம்ரீஷ் பூரி ஆகிய மூன்று திறமையான நடிகர்களும் சிறப்பாகப் பயன்படுத்தப்பட்டிருக்கிறார்கள். நீதிக்காகப் போராடும் நஸ்ருதீன் பிராமண சமூகத்தைச் சேர்ந்தவர். ஆனால் நீதி வெளிப்படாமல் பார்த்துக் கொள்ளும் அம்ரீஷ், ஆதிவாசி சமூகத்தைச் சேர்ந்தவர். இந்த சமூக முரணின் விநோதத்தின் சமூக அரசியல் நுட்பமாகப் பயன்படுத்தப்

பட்டுள்ளது. 'நான் தாக்கப்பட்டு உயிரிழந்தால்கூட சாட்சி வேண்டும் என்றுதான் கேட்பீர்களா?' என்று நஸ்ருதீன் கேட்க 'ஆம்.. நீதிமன்றம் அதைத்தான் கேட்கும்' என்று அம்ரீஷ் பதில் சொல்லும் காட்சி சிறப்பானது.

ஓம் புரியிடம் ஒரு காட்சியை விளக்கும் இயக்குனர் கோவிந்த் நிஹலானி.

ஒரு காட்சியில், 'ஆதிவாசிப் பெண் கொலை செய்யப்பட்டார்' என்று வெளிவந்த பத்திரிகைச் செய்தியை நஸ்ருதீன் வாசித்துக் கொண்டிருக்க, பின்னணியில் ஒலிக்கும் ரேடியோவில் பசுக்கள் கொல்லப்படுவதை எதிர்த்து வினோபா பாவே நடத்தும் போராட்டம் பற்றிய செய்தி சொல்லப்படுகிறது. சமகால சூழலுக்கு கூடுதலாக பொருந்தும் அரசியல் செய்தி இது. இது போல் பல நுட்பமான காட்சிகள் கடந்து செல்கின்றன.

ஆதிவாசி செய்ததாகச் சொல்லப்படும் குற்றம் குறித்து விடாமுயற்சியுடன் விசாரணை செய்யும் இளம் வழக்கறிஞருக்குப் பல தடைகளும் கொலை மிரட்டல்களும் வருகின்றன. அவரால் உண்மையின் துளியைக் கூட நெருங்க முடியவில்லை. ஆதிவாசியின் குடும்பத்தினர்கூட அச்சம் காரணமாக வாயைத் திறக்க மறுத்து விடுகிறார்கள். வழக்கறிஞனின் போராட்டத்தைத் தொடர்ந்து கவனித்து வரும் ஒரு சமூகப் போராளி, நடந்த உண்மையைத் தெரிவித்துவிட்டு 'இதை நீதிமன்றத்தில் நிரூபிப்பது உன்னுடைய பொறுப்பு' என்கிறார்.

'மார்க்ஸிஸ்ட்' என்று வழக்கறிஞரால் அழைக்கப்படும் அந்த ஆசாமி, நக்ஸலைட் இயக்கத்தைச் சேர்ந்தவராக இருக்கலாம் என்பது பூடகமாகச் சொல்லப்படுகிறது. 'அதற்கு சாட்சி வேண்டுமே?' என்று வழக்கறிஞர் கேட்க, 'அதெல்லாம் உங்களுக்கு. எங்களின் விசாரணை முறை வேறு' என்று சொல்லி இருளில் மறைந்து விடுகிறான், அந்த 'மார்க்ஸிஸ்ட்'.

அடித்தட்டு மக்கள் தங்களுக்கு எதிராக நிகழும் வன்முறையையும் பாலியல் அத்துமீறல்களையும் மௌனத்துடனும் அச்சத்துடனும் சகித்துக் கொண்டு செல்ல வேண்டியிருக்கிற சமூக அவலத்தை இந்தத் திரைப்படம் நுட்பமான திரைக்கதை மற்றும் காட்சிகளுடன் பதிவு செய்திருக்கிறது. அஜித் வர்மனின் அற்புதமான பின்னணி இசையும் பாடல்களும் படத்துக்குக் கூடுதல் சிறப்பைச் சேர்த்திருக்கின்றன. கவனத்தில் கொள்ளத்தக்க, ஒரு முக்கியமான 'தலித்' திரைப்படமாக கோவிந்த் நிஹ்லானியின் 'ஆக்ரோஷ்' திரைப்படம் வரலாற்றில் எப்போதும் நினைவுகொள்ளப்படும்.

திரைப்படம் 6

Super 30

தங்களைப் பல்வேறுவிதங்களில் ஒடுக்கும் முற்பட்ட சமூகத்தினரை ஒடுக்கப்பட்ட சமூகமானது அறியாமை காரணமாக ஆரம்பத்தில் மௌனமாகச் சகித்துக் கொள்ளும். சற்று விழிப்புணர்வு பெற்ற பின்னர் கோபம் கொள்ளும். ஆதிக்க சமூகம் பிரயோகிக்கும் வன்முறைகளை அதே வழியில் திருப்பியளிக்கும். 'அடங்க மறு, திருப்பி அடி' போன்ற கோஷங்கள் எழும். ஆனால் எந்தத் தரப்பாக இருந்தாலும் வன்முறை என்பது நிலையான தீர்வல்ல. அது பரஸ்பரப் புகைச்சலுடன் விரோத மனப்பான்மையைத் தொடர்ந்து உயிர்ப்புடன் வைத்திருக்க மட்டுமே உதவும்.

நிலையான தீர்வு என்பது முன்னேறிய சமூகத்துக்கு முன்னால் தானும் முன்னேறிக் காட்டுவதுதான். அதற்கான கருத்தியல் போராட்டங்களை, அரசியல் வழிமுறைகளைக் கையில் எடுப்பதுதான். முன்னேறிய சமூகத்தினரைப் போலவே சொத்து சேர்ப்பது, உயர்தட்டு சொகுசான வசதிகளைத் தானும் மேற்கொள்வதெல்லாம் வெறும் பாவனையாக மட்டுமே முடியும். மாறாகக் கல்வி மட்டுமே அடித்தட்டு மக்களை உண்மையான முன்னேற்றப் பாதைக்கு இட்டுச் செல்லும். அதனால்தான் 'கற்பி, ஒன்று சேர், புரட்சி செய்' என்கிற முழக்கத்தை அம்பேத்கர் முன்னெடுத்தார். தானே அதற்கு முன்னுதாரணமாகத் திகழ்ந்தார். கல்வி ஒன்றே தம்மை உயர்த்தும் என்பதை உணர்ந்திருந்தார். கடினமான பொருளாதாரச் சூழலிலும் சிறப்பாகக் கல்வி பயின்றார்.

அடித்தட்டு மக்கள் முன்னேறுவதற்கு கல்வி என்பது மிகச் சிறந்த ஆயுதம். வர்க்கமும் சாதியும் ஒன்றிணைந்திருக்கும் இந்தியச் சூழலில் சாதியத் தடைகளை கடந்து வருவதற்கு கல்வி ஒரு பிரதான வழியாக இருக்கிறது. அதனால்தான் பொருளாதார ரீதியாகவும் அரசியல் ரீதியாகவும் வலுவற்றுக் கிடக்கிற ஒடுக்கப்பட்ட சமூகத்தினருக்கு கல்வி நிலையங்களில் இடஒதுக்கீடு என்னும் பிரதிநிதித்துவ உரிமை வழங்கப்பட்டிருக்கிறது.

கலைப்படங்களில் மட்டுமே நுட்பமாகவும் ஆழமாகவும் உரையாடப்பட்டுக் கொண்டிருந்த சமூகப் பிரச்னைகள், ஜனரஞ்சக அம்சங்கள் மட்டுப்படுத்தப்பட்டு வெகுசன சினிமாவிலும் பிரதிபலிக்க ஆரம்பித்தன. உத்தேசமாக தொண்ணூறுகளில் இந்த மாற்றம் நிகழ ஆரம்பித்தது. 2019-ல் வெளியான 'Super 30' என்கிற இந்த இந்தித் திரைப்படத்தை அப்படியொரு சிறந்த முயற்சி என்று சொல்ல முடியும். அடித்தட்டு மக்களுக்குக் கல்வி என்னும் சாதனம் எத்தனை முக்கியமானது என்பதை உணர்ச்சிகரமாகவும் நாடகீயத் தருணங்களுடன் விவரிக்கிறது.

ஆனந்த் குமார் என்கிற கணித ஆசிரியரின் வாழ்க்கையை அடிப்படையாகக் கொண்டு உண்மையான சம்பவங்களையொட்டி உருவான திரைக்கதை இது.

ஆனந்த் குமார் என்னும் நல்லாசிரியர்

லண்டனில் நிகழும் ஒரு கருத்தரங்கில் ஓர் இந்திய மாணவன் உரையாடுகிறான். பலூன் வியாபாரியின் மகனான அவன், தான் எவ்வாறு கல்வியின் மூலமாக முன்னேற முடிந்தது என்பதையும் அதற்குக் காரணமாக இருந்த ஆனந்த் குமார் என்கிற ஆசிரியரைப் பற்றியும் நினைவுகூர்கிறான். இதன் வழியாக அந்த ஆசிரியரின் கதை பார்வையாளர்களுக்கு விரிகிறது.

கணிதத்தில் மிகுந்த ஆர்வமும் இயல்பான திறமையும் உள்ள கல்லூரி மாணவனாக இருக்கிறான் ஆனந்த். அனைத்துமே அவனுக்கு எண்களாகத்தான் தெரிகின்றன. எண்களுடன் விளையாடுவதும் அதனுள் ஒளிந்திருக்கும் புதிர்களுக்கான தீர்வுகளைத் துரத்திப் பிடித்துக் கண்டுபிடிப்பதுதான் அவனுடைய முக்கியமான பொழுதுபோக்கு. காதலியின் முகத்தைக்கூட கணிதச் சமன்பாடுகளின் மூலம் வரையறுக்க முயற்சி செய்கிறான்.

பல்கலைக்கழக நூலகத்துக்கு ரகசியமாகச் சென்று கணிதம் தொடர்பான வெளிநாட்டு ஜர்னல்களை வாசிப்பதில் ஆர்வம்

காட்டுகிறான். ஆனால் அங்குள்ள நூலகர் மூலமாகப் பிடிபட்டுத் துரத்தியடிக்கப்படுகிறான். 'உன்னுடைய கட்டுரை அந்தப் புத்தகத்தில் வந்தால் இதழ்கள் உனக்கு இலவசமாகக் கிடைக்கும்' என்று நல்ல மனம் கொண்ட இன்னொரு நூலக உதவியாளர் சொல்வதால் ஒரு கடினமான கணிதத்துக்குத் தீர்வு எழுதி அனுப்ப அது பிரசுரமாகிறது. லண்டன் காம்பிரிட்ஜில் படிப்பதற்கு இடம் கிடைக்கிறது. மகிழ்ச்சியில் மிதக்கும் ஆனந்தின் முன்னால் பொருளாதாரத் தடை பிரம்மாண்டமாக நிற்கிறது.

உதவுவதாக மேடையில் வாக்களித்த உள்ளூர் அரசியல்வாதி, நேராகச் செல்கிற போது எதையோ சொல்லி ஏமாற்றுகிறார். மகனின் வெளிநாட்டுப் படிப்புக்காகத் தன்னுடைய சேமிப்பு பணம் அனைத்தையும் எடுத்தும் போதாமல் அந்தத் துக்கத்தில் இறந்து போகிறார், ஆனந்தின் தந்தை. இதனால் ஆனந்தின் கேம்பிரிட்ஜ் கனவு கலைகிறது.

குடும்பத்தின் பொருளாதாரச் சுமையைப் பகிர்ந்து கொள்வதற்காக சாலையில் அப்பளம் விற்கிறான் ஆனந்த். அவனுக்குள் இருக்கும் அசாதாரணமான கணிதத் திறமையை வணிகத்தின் மூலமாக லாபமாக மாற்றத் திட்டமிடுகிறான் ஒரு செல்வந்தன். வாக்களித்த அரசியல்வாதியின் பினாமி அவன். உற்சாகமான வார்த்தைகளைச் சொல்லி, ஆனந்தை அழைத்துச் சென்று கை நிறைய சம்பளம் தந்து, ஐ.ஐ.டிக்கான பயிற்சி நிலையங்களை ஆரம்பிக்கிறான். குறுகிய காலத்தில் ஆனந்தின் ஆசிரியத் திறமை பரவுகிறது. ஆனந்தின் பெயர் ஒரு பிராண்டாக மாறுகிறது. வசதியான குடும்பத்தைச் சேர்ந்த மாணவர்கள் இங்கு பயில்வதற்காக அலை மோதுகிறார்கள். தான் கடந்து வந்த பாதையை மறந்து செல்வத்தின் மிதப்பில் ஆழ்கிறான் ஆனந்த்.

ஆனால் ஏழை மாணவன் தொடர்பாக நிகழும் ஒரு சம்பவம் முகத்தில் அறைந்து அவனை விழிக்கச் செய்கிறது. தான் செய்ய வேண்டிய சமூகக் கடமை நினைவுக்கு வருகிறது. அதிக சம்பளம் கிடைக்கும் வேலையை உடனே உதறுகிறான். பொருளாதார வசதியில்லாத, அடித்தட்டு மாணவர்களுக்கு இலவசமாகக் கல்வியை அளிக்கிறான். முப்பது மாணவர்களைத் தேர்ந்தெடுத்து ஐ.ஐ.டி.யில் தேர்வு பெறுவதற்கான பயிற்சியை அளிக்கிறான். ஆனந்த் வெளியேறியதால் அவனைப் பழிவாங்க நினைக்கிறான், அரசியல்வாதியின் பினாமி. ஆனந்துக்கும் மாணவர்களின் உயிருக்கும் ஆபத்து வருகிறது. ஏழை மாணவர்கள் தேர்வு எழுத முடியாதவாறு தடைகள் வருகின்றன. இந்தச் சவாலை அவர்கள்

எவ்வாறு சமாளித்தார்கள் என்பதற்கான விடையோடு படம் நிறைகிறது.

அற்புதமாக நடித்திருக்கும் ஹிருத்திக் ரோஷன்

ஆனந்த் குமார் பாத்திரத்தில் இந்தித் திரைப்படவுலகின் முன்னணி நடிகர்களில் ஒருவரான ஹிருத்திக் ரோஷன் தனது சிறப்பான நடிப்பைத் தந்துள்ளார். இருள் அடைந்த முகம், கலைந்த தலை, அழுக்கான தாடி, தோளில் துண்டு என்று ஒப்பனையில்லாமல் அடித்தட்டு சமூகத்தின் எளிய தோற்றத்தில் படம் முழுக்க வருகிறார். காம்பிரிட்ஜில் இடம் கிடைத்திருப்பதை அறியும் காட்சி, கிளைமாக்ஸில் நிகழும் உணர்ச்சிகரமான காட்சி உள்ளிட்டு பல காட்சிகளில் சிறப்பாகவே நடித்துள்ளார். இவரது தந்தையாக, உற்சாகமான போஸ்ட்மேனாக நடித்திருக்கும் வீரேந்திர சக்சேனாவின் பங்களிப்பைத் தனித்துச் சொல்லியாக வேண்டும். அத்தனை இயல்பான நடிப்பு.

மேடையில் பொய் வாக்குறுதிகளை அள்ளி இறைத்து விட்டு, நேரில் வேறு முகத்தைக் காட்டும் தேர்ந்த அரசியல்வாதி பாத்திரத்தில் வழக்கம் போல் கச்சிதமாகப் பொருந்தியுள்ளார் பங்கஜ் திரிபாதி. 'கல்வி மட்டுமே சொர்க்கத்துக்கான பாதை' என்று மேடைகளில் முழங்கும் இவர், கல்விதான் கொழுத்த லாபம் ஈட்டும் தொழில் என்று பினாமியிடம் சொல்வதின் மூலம் நம்மூர் 'கல்வித் தந்தைகளை' நினைவூட்டுகிறார்.

ஆனந்தின் காதலியாக மிருணாள் தாக்குர் அழகாக வந்து போகிறார். திருமணம் முறிந்து போகும் காட்சியிலும் தக்க சமயத்தில் ஆனந்துக்கு உதவி செய்யும் காட்சியிலும் தனது உணர்ச்சிகரமான நடிப்பால் கவர்கிறார்.

நாயகனிடம் மாற்றத்தை ஏற்படுத்தும் ஏகலைவனின் கதை

இந்தத் திரைப்படம் வெகுசன படைப்புக்கான ஜனரஞ்சக அம்சங்களுடனும் மிகையான நாடகத்தன்மையுடனும் அமைந்திருந்தாலும் அடித்தட்டு மக்களின் கல்வி ஆர்வம், அதை முறையாகத் தர வேண்டிய நல்லாசிரியர்களின் கடமை போன்ற விஷயங்களை அழுத்தமாக உணர்த்துகிறது. கை நிறைய சம்பளம் வந்தவுடன் ஏழை மாணவர்களின் கல்விக் கனவை மறந்து சுயநலத்தில் மூழ்கி விடும் ஆனந்தை, ரிக்ஷா ஓட்டும் ஒரு ஏழை மாணவனின் தந்தையின் உரையாடல்தான் விழிப்படையச் செய்கிறது.

ஏகலைவன் கதையை மேற்கோள் காட்டும் அவர், ஆசிரியர்கள் கூட பணக்கார மாணவர்களின் பக்கம் நின்று அவர்களின் சார்பாகச் செயல்பட்டால் அடித்தட்டு மாணவர்கள் எப்போதுதான் கல்வி கற்று முன்னேறுவது? என்கிற ஆதாரமான கேள்வியைக் கேட்கிறார், அந்த ரிக்ஷாக்காரர். அந்தக் கேள்விதான் ஆனந்தின் பாதையை மாற்றுகிறது.

ஏழை மாணவர்களின் உள்ளே புதைந்துள்ள கல்வி குறித்தான ஆர்வமும், அவர்களுக்கு முன்னால் மிகப் பெரிய தடையாக இருக்கும் பொருளியல் காரணங்களும் பல காட்சிகளில் சிறப்பாகச் சித்திரிக்கப்பட்டுள்ளன. நடைமுறை வாழ்க்கையில் உள்ள விஷயங்களை வைத்தே அறிவியல் கல்வியை ஆனந்த் சொல்லித் தருவது சிறந்த காட்சி. ஏழை மாணவர்கள், பணக்கார மாணவர்களுடன் போட்டி போட்டுத் தேர்வெழுதி வென்று விட்டால் ஆனந்தின் கல்விச் சேவைக்கு உதவுவதாக சொல்கிறார், அரசியல்வாதியின் பினாமி. ஆனால் குறைந்த சதவீத வித்தியாசத்தில் ஏழை மாணவர்கள் தோற்கிறார்கள். அவர்களின் திறமைக்கு குறைவில்லை. ஆனால் பணக்கார மாணவர்களின் பகட்டான தோற்றமும், சூழலும், ஆங்கிலமும் அவர்களை மிரட்சியடையச் செய்கிறது. இந்தத் தாழ்வு மனப்பான்மையை மாணவர்களிடமிருந்து அகற்றுவதற்காக ஆனந்த் நிகழ்த்தும் 'நாடக முயற்சி'யும் அது தொடர்பான பாடலும் ரசிக்கத்தக்க அளவில் படமாக்கப்பட்டுள்ளது.

'பணக்காரனாகப் பிறந்தது என் பாவமா, ஏன் எங்களுக்குக் கல்வி தராமல் வெளியே போனீர்கள்?' என்று ஒரு மாணவன் பரிதாபமாகக் கேட்கிறான். 'நீ இன்று காலை உணவு சாப்பிட்டாயா... அவர்கள் சாப்பிடவில்லை' என்று பசியுடன் தேர்வு எழுதச் சொல்லும் மாணவர்களை நோக்கி ஆனந்த் சொல்வது உணர்ச்சிகரமான காட்சி.

கல்விதான் முன்னேற்ற ஆயுதம்

உயிருக்குப் போராடும் தங்களின் ஆசிரியரையும் தங்களையும் சேர்த்து காப்பாற்றுவதற்காக மருத்துவமனையைச் சூழும் வில்லன்களை, தங்களின் கற்றல் அறிவின் மூலம் மாணவர்கள் எதிர்கொள்ளும் காட்சி, சினிமாத்தனமாக இருந்தாலும் ரசிக்க வைக்கிறது. இளையராஜாவின் இசைப்பாணியை நினைவுப் படுத்தும், அஜய்-அதுல் என்னும் இரட்டை இசையமைப்பாளர்களின் பாடல்களும் அட்டகாசமான பின்னணி இசையும் பல காட்சிகளின் உணர்ச்சிகரத்தை உயர்த்தி சிறப்பாக்கியிருக்கிறது.

2019-ம் ஆண்டில் அதிக வசூலை வாரிக் குவித்த திரைப்படங்களுள் இதுவும் ஒன்று. வெகுசன வடிவத்தில் இருந்தாலும் படத்தின் மையத்தை சிதைக்காமல் பயணிக்க வைத்திருக்கிறார் இயக்குநர் விகாஸ் பாஹ்ல்.

இந்தத் திரைப்படத்தின் அசல் நாயகனான ஆனந்த் குமார் பிஹாரில் பிறந்தவர். அரசுப் பள்ளியில் படித்த இவர், இயல்பிலேயே கணிதத்தில் புலமை கொண்டிருந்தார். வறுமை காரணமாக மேற்படிப்பையும் வெளிநாட்டில் பயில்வதற்கான வாய்ப்பையும் இழந்தார். எனவே தாழ்த்தப்பட்ட மாணவர்களுக்கு இலவசமாகக் கல்வி கற்றுத் தர முன்வந்தார். அதற்கான வசதிகளையும் தன்னுடைய செலவில் செய்தார். கல்வியில் ஆர்வமும் திறமையும் உள்ள 30 மாணவர்களைத் தேர்ந்தெடுத்து, பயிற்சி தந்து உயர்கல்விக்கான பாதையை எளிமைப்படுத்தினார்.

அடித்தட்டு சமூகத்தில் உள்ள ஒருவர் கல்வி கற்றால் அதன் மூலம் அந்தத் தலைமுறையே அடுத்தடுத்து முன்னேறும் என்பது இவரது நம்பிக்கை.

ஒரு சமூகத்துக்கு அர்ப்பணிப்புணர்வு உள்ள நல்லாசிரியர்கள் தேவை. ஆனந்த் குமாரின் வாழ்க்கைச் சம்பவங்கள் அதை அழுத்தமாக உணர்த்துகின்றன. அதை ஒரு சிறப்பான சினிமாவாக மாற்றியிருக்கும் "Super 30' திரைப்படம், கல்வியின் உன்னதத்தையும் அடித்தட்டு மக்களுக்கான முன்னேற்ற ஆயுதம் அதுவே என்பதையும் அருமையாகப் பதிவு செய்துள்ளது.

திரைப்படம் 7

சுஜாதா

ஓர் இளம்பெண் பொருளாதார வசதியுள்ள குடும்பத்தில் வளர்கிறாள். ஆனால் சமூக அந்தஸ்து, மதிப்பு, அன்பு, பாசம், காதல் என்று எதுவுமே அவளுக்கு எளிதில் கிடைப்பதில்லை. காரணம் அவளுடைய சாதி. கண்ணுக்குத் தெரியாத சாதி காரணமாக, கண்ணுக்குத் தெரியும் பெரும்பாலான மனிதர்கள் அவளை இரண்டாம் பட்சமாக, மூன்றாம் பட்சமாக நடத்துகிறார்கள்.

தாழ்த்தப்பட்ட சமூகத்தில் பிறந்தவள் என்கிற ஒரே காரணத்தால் அவள் பல அவமதிப்புகளைக் கசப்புடன் விழுங்க வேண்டியிருக்கிறது. 'பெற்றோர்களின்' அன்பு மற்றும் கண்ணியம் மிக்க ஒருவனின் 'காதல்' போன்ற உணர்வுகளை அனுபவிக்க முடியாமல் தத்தளிக்க நேர்கிறது. ஒரு மனிதனுக்குத் தேவையான அடிப்படையான விஷயங்களைக் கூட அடையவிடாமல் குறுக்கே பெருந்தடையாக நிற்கிறது, 'சாதியம்'.

இந்திய சினிமாவின் முன்னோடி இயக்குநர்களில் ஒருவர் பிமல் ராய். சத்யஜித்ராயைப் போன்று, இத்தாலிய நியோ ரியலிஸப் பாணியின் தாக்கத்தில் தன்னுடைய சினிமா உருவாக்க முறையை அமைத்துக் கொண்டார். இவர் இயக்கிய உன்னதமான திரைப்படங்களுள் ஒன்று, 1959-ல் வெளியான 'சுஜாதா'.

சுனில் தத், நூதன் ஆகிய இருவரின் நடிப்பில் உருவான உணர்ச்சிகரமான காவியம். சுபோத் கோஷ் எழுதிய வங்க மொழிச்

சிறுகதையில் அடிப்படையில் உருவான இந்த இந்தித் திரைப்படம், 1960-ம் ஆண்டின் கான் திரைப்பட விழாவுக்கு அனுப்பப்பட்டது.

சாதியம் காரணமாக வாழ்நாள் முழுக்கத் தத்தளிக்கும் சுஜாதா

உபேந்திரநாத் செளத்ரி ஒரு கட்டடப் பொறியாளர். வசதியான குடும்பம். அவரது ஒரே மகளின் பிறந்த நாள் விழாவுக்கு வருகை தரும் விருந்தினர்களை வரவேற்பதில் மும்முரமாக இருக்கிறார். காலரா நோய் பரவிக் கொண்டிருந்த காலகட்டம். அடித்தட்டு சமூகத்தைச் சார்ந்த சிலர் ஒரு குழந்தையைத் தூக்கிக் கொண்டு நிற்கிறார்கள். குழந்தையின் பெற்றோர் காலரா நோயில் இறந்துவிட்டார்கள். குழந்தையைப் பராமரிக்க ஆளில்லை. 'தற்காலிகமாக பார்த்துக் கொள்ளுங்கள்' என்று வேண்டுகோள் வைக்கிறார்கள். உபேந்திரநாத் முதலில் மறுத்தாலும் குழந்தையைப் பார்த்து மனமிரங்கி ஏற்றுக் கொள்கிறார். அவருடைய மனைவியும் சம்மதிக்கிறார்.

முற்போக்கு எண்ணம் கொண்ட உபேந்திராவுக்கு எவ்வித மனத்தடையுமில்லை. ஆனால் 'தாழ்த்தப்பட்ட சமூகத்தைச் சேர்ந்த குழந்தை' தன் வீட்டில் வளர்வது குறித்து தாய்க்கு சிறிது மனச்சங்கடம் இருக்கிறது. ஆனால் தன்னிச்சையாகப் பெருகும் தாயன்பும் கூடவே இருக்கிறது. இரண்டு குழந்தைகளும் ஒன்றாக விளையாடுகின்றன. அடைக்கலம் தேடி வந்த குழந்தைக்கு 'சுஜாதா' என்று பெயரிடுகிறார்கள்.

சுஜாதாவின் மீது பிரியம் இருந்தாலும், சமூகம் என்ன சொல்லுமோ என்கிற சங்கடம் காரணமாக அவளை வேறு எங்காவது அனுப்ப இவர்கள் எடுக்கும் முயற்சிகள் அனைத்தும் தோற்றுப் போகின்றன. 'சரி, இதுதான் கடவுளின் விருப்பம் போல' என்கிற முடிவில் சுஜாதாவைத் தன் வீட்டிலேயே வளர்க்கிறார்கள். என்றாலும் சொந்த மகளுக்குத்தான் முதலிடம். வளர்ப்பு மகளான சுஜாதாவுக்குப் பல விஷயங்கள் கிடைப்பதில்லை. இந்த மாற்றாந்தாய் மனோபாவம் வீட்டுக்குள் தன்னிச்சையாக வந்துவிடுகிறது.

சொந்த மகளை விடவும் வளர்ப்பு மகள்தான் பெற்றோர் மீது மிகப் பிரியமாக இருக்கிறாள். பம்பரமாகச் சுழன்று வீட்டின் நிர்வாகத்தைக் கவனிக்கிறாள். காலம் நகர்கிறது. இரு மகள்களும் வாலிப வயதை எட்டுகிறார்கள். செல்லச் சண்டை இட்டுக் கொண்டு பிரியமான தோழிகளாக இருக்கிறார்கள்.

ஒரு கட்டத்தில் தன்னுடைய வளர்ப்பின் பின்னணியும் தாயின் புறக்கணித்தலுக்குமான காரணம் சுஜாதாவுக்குத் தெரிய வருகிறது. அதிர்ச்சியடைந்து தற்கொலை செய்ய முயன்று பின்பு மனதை தேற்றிக் கொள்கிறாள். உபேந்திரநாத்தின் உறவு வழியில் ஓர் இளைஞன் இருக்கிறான். அவனை தன் மகளுக்கு திருமணம் செய்யலாம் என்று ஆசைப்படுகிறார்கள். ஆதிர் என்கிற அந்த இளைஞன் வீட்டுக்கு வருகிறான். ஆனால் விதி வேறு மாதிரியான நாடகத்தை எழுதுகிறது. சுஜாதாவைப் பார்த்ததும் அவனுக்குள் காதல் மலர்கிறது. தன் விருப்பத்தை அவளிடம் தெரிவிக்கிறான். சுஜாதாருக்கும் விருப்பம்தான். ஆனால் தன்னுடைய பின்னணி காரணமாக காதலை மென்று விழுங்குகிறாள். பெற்றோர்களுக்குத் துரோகம் செய்யக்கூடாது என்று மனதார நினைக்கிறாள்.

ஆதிர் - சுஜாதாவின் காதல் விஷயம் ஒரு கட்டத்தில் வெளியே தெரிய ஆரம்பிக்கிறது. 'ஒரு தாழ்த்தப்பட்ட சமூகத்தைச் சேர்ந்த பெண்ணையா திருமணம் செய்து கொள்ளப் போகிறாய்?' என்று ஆதிரிடம் பாட்டி கடும் ஆட்சேபம் தெரிவிக்கிறார். 'தன் பெண்ணுக்கு வந்த வரன் என்று தெரிந்தும் காதலித்தாளே?' என்று சுஜாதாவின் தாயும் வெறுப்பைக் கொட்டுகிறார். பெற்றோர்களுக்கு எவ்விதத் துயரத்தையும் தரக்கூடாது என்று எண்ணுகிற சுஜாதா தன் காதலை தியாகம் செய்ய முடிவு செய்கிறாள். இதனால் ஆதிர் மனம் உடைந்து போகிறான். அவனால் சுஜாதாவைத் தவிர வேறு யாரையும் ஏற்றுக் கொள்ள முடியவில்லை.

காவிய துயரத்துடன் நகரும் இந்தச் சோகமான நாடகத்தில் ஓர் உணர்ச்சிகரமான திருப்பம் நிகழ்கிறது. தங்களின் மீது சுஜாதா வைத்திருக்கும் உண்மையான அன்பையும் தியாகத்தையும் தாய் தெரிந்துகொள்கிறாள். அவளை 'உண்மையான மகளாக' ஏற்றுக் கொள்வதுடன் படம் நிறைகிறது.

அற்புதமான நடிப்பைத் தந்திருக்கும் நூதன் மற்றும் சுனில் தத்

டைட்டில் பாத்திரமான 'சுஜாதா'வாக நூதன் அற்புதமாக நடித்திருந்தார். பெற்றோர்களிடம் காட்டும் பிரியம், தன்னுடைய பின்னணியை அறிந்ததும் உருவாகும் துயரம், தன்னையும் அவர்கள் மகளாக ஏற்றுக் கொள்ள வேண்டுமே என்கிற தவிப்பு, நிறைவேற முடியாத காதலால் ஏற்படும் நிராசை, அனைத்துக்கும் காரணமாக இருக்கும் சாதி என்று பல்வேறு உணர்வுகளையும் மனப்புழுக்கத்தையும் எவ்வித மெனக்கெடலும் இன்றி இயல்பாகவும் அநாயாசமாகவும் வெளிப்படுத்துகிறார். முகத்தில்

நிரந்தமாகப் படிந்திருக்கும் மெல்லிய சோக பாவம் கூட இவரது அழகையும் நடிப்பையும் ஒரு படி மேலே உயர்த்திக் காட்டுகிறது. பல அண்மைக்காட்சிகளில் இவரது நடிப்பும் அழகும் மூச்சுத் திணற வைக்கிறது. 'சுஜாதா' என்கிற பாத்திரத்துக்கு தன் நடிப்பால் உயிரூட்டியிருக்கிறார் நூதன்.

சுஜாதாவிடம் ஆத்மார்த்தமான அன்பை வெளிப்படுத்தும் ஆதிர் என்கிற பாத்திரத்தில் சுனில் தத் நடித்திருந்தார். சாதி வித்தியாசம் பார்க்காத ஒரு முற்போக்கு இளைஞனின் குணாதிசயத்தை மிக நேர்த்தியாக வெளிப்படுத்தியிருந்தார். இவரது வசீகரமான தோற்றமும் மென்மையான பேச்சும் அந்தக் காலக்கட்டத்தின் பார்வையாளர்களை, குறிப்பாகப் பெண்களை நிச்சயம் கவர்ந்திருக்கும். சுஜாதாவிடம் தன் காதலை மிருதுவாக வெளிப்படுத்தும் கண்ணியம், அது நிறைவேறாத சூழல் ஏற்படும் போது உண்டாகும் ஏமாற்றம், தன் காதலில் பிடிவாதமாக நிற்கும் உறுதி போன்ற உணர்வுகளை அற்புதமாக வெளிப்படுத்தியிருந்தார்.

வளர்ப்புத் தந்தை உபேந்திரநாத் சௌத்ரியாக, தருண் போஸ் மிகச் சிறந்த நடிப்பை வழங்கியிருந்தார். சுஜாதாவை தன் இன்னொரு மகளாகவே எண்ணும் உயர்ந்த பண்பைக் கொண்டவர். 'இவளால நம்ம பொண்ணோட திருமணத்துக்கு இடையூறு வருமோன்னு பயமா இருக்கு' என்று மனைவி புலம்பும் போதெல்லாம் அந்தக் கருத்தை ஏற்கவும் முடியாமல், தள்ளவும் முடியாமல் சங்கடமான முகபாவத்தைத் தருவார். மிகச் சிறந்த குணச்சித்திர நடிப்பு. சுஜாதாவின் தாய் சாருமதியாக, சுலோசனா லட்கர் சிறப்பாக நடித்திருந்தார். ஒரு தாயாக, சுஜாதாவின் மீது இயல்பான பிரியம் பெருகினாலும் சமூகம் ஏற்படுத்தியிருக்கும் தடை காரணமாக மனவிலகலையும் புறக்கணிப்பையும் தரும் தத்தளிப்பை நன்கு வெளிப்படுத்தியிருந்தார். பழமைவாத மனோபாவம் கொண்ட பாட்டியாக லலிதா பவாரின் நடிப்பும் கச்சிதமாக இருந்தது.

பிமல் ராயின் நேர்த்தியான இயக்கம்

இந்திய சினிமாவின் முன்னோடி பிமல் ராய் என்பதை ஒவ்வொரு காட்சியிலும் உணர முடிகிறது. இந்த உணர்ச்சிகரமான திரைக்கதையை பிமல் ராய் கையாண்டிருக்கும் விதத்தில் அத்தனை நேர்த்தியும் தெளிவும் இருக்கிறது. ஓர் அழகான நீரோடை போல காட்சிகள் இயல்பாக நகர்கின்றன. துயரமான காட்சிகள் மிகையான சோகம் இன்றி கலையமைதியுடன் உருவாக்கப்பட்டிருக்கின்றன.

சுஜாதா தற்கொலை செய்வதற்காகச் செல்லும் போது காந்தியின் உருவமும் வாசகங்களும் அவளை மனம் மாறச் செய்கின்றன. இந்தியச் சமூகத்தில் உறைந்திருந்த தீண்டாமை என்னும் கொடுமைக்கு எதிராக தனது அரசியல் செயல்பாடுகளை பிரதானமாக மேற்கொண்டவர் காந்தி. இதன் தாக்கம் அப்போதைய இந்தியத் திரைப்படங்களில் வெளிப்பட்டது. 'சுஜாதா'வையும் இந்த முன்னோடி திரைப்படங்களில் ஒன்றாக இணைக்கலாம்.

இந்தப் படத்தில் பல காட்சிகள் உயிரோட்டத்துடன் பதிவாக்கப் பட்டுள்ளன. பிறந்த நாள் விழா என்றாலும் கூட சாதாரணமாக கடந்துவிடாமல் அதில் கலந்து கொள்ளும் ஒவ்வொருவரின் முகபாவமும் அண்மைக்காட்சிகளாக பதிவு செய்யப்பட்டிருப்பது சுவாரசியம். சுஜாதாவுக்குக் காதலுணர்ச்சி உருவாகியிருப்பதை இயற்கையின் உற்சாகமாக அசைவுகளின் மூலம் பதிவு செய்திருப்பது அருமை. கமல் போஸின் ஒளிப்பதிவு மிகுந்த அழகியல் தன்மையுடன் அமைந்திருக்கிறது. எஸ்.டி.பர்மனின் இனிமையான பாடல்களும் மஜ்ரூஹ் சுல்தான்புரியின் கவித்துவமான பாடல் வரிகளும் திரைப்படத்துக்குக் கூடுதல் சுவையைச் சேர்த்திருக்கின்றன.

சாதி என்பதே கற்பிதம்தான். ஒடுக்கப்பட்ட சமூகத்தில் ஒருவர் பிறந்த காரணத்தினாலேயே வாழ்நாள் முழுவதும் அவர் எதிர்கொள்ளும் அவமதிப்பு, மனப்புழுக்கம், அங்கீகார ஏக்கம், அகத்துயரம் போன்றவை சுஜாதாவின் மூலம் சிறப்பாக வெளிப்படுத்தப்பட்டுள்ளது.

'இறைவன் இருக்கிற பூஜையறைக்குள் நின்று கொண்டு, தாழ்த்தப்பட்ட சமூகத்தைச் சேர்ந்த பெண்ணைத் திருமணம் செய்து கொள்வதாகச் சொல்கிறாயே?' என்று பாட்டி கடிந்து கொள்ளும் போது 'அவர்களையும் நீங்கள் சொல்லும் இறைவன்தானே படைத்தான்?' என்று எதிர்க் கேள்வி கேட்கிறான் ஆதிர்.

சுஜாதாவின் இருப்பு தன்னுடைய மகளின் திருமணத்துக்கு இடையூறாக இருக்குமோ என்று எண்ணும் தாய், யாரோ ஒருவருக்கு மணம் செய்து கொடுத்துவிடலாம் என்று எண்ணுகிறார். பத்திரிகை விளம்பரத்தைப் பார்த்து விட்டு வரும் ஒரு மணமகனின் தந்தை, சுஜாதாவின் பின்னணி பற்றி அறிந்ததும் 'நம்முடைய சாதியைச் சேர்ந்த ஒரு மாற்றுத்திறனாளி பெண்ணாக இருந்தால் கூட சம்மதித்திருப்பேன். ஆனால் தாழ்த்தப்பட்ட சாதியைச் சேர்ந்த பெண்ணுக்கு என் மகனைக் கேட்க என்ன துணிச்சல்?' என்று

கோபப்படுவார். ஒடுக்கப்பட்ட சமூகத்தினரின் மீது மையச் சமூகத்துக்கு இருந்த அருவருப்பும் சாதிய மனோபாவமும் இது போன்ற காட்சிகளின் மூலம் வலுவாக வெளிப்பட்டுள்ளது.

சாதியம் காரணமாக இந்தியச் சமூகத்தில் ஒடுக்கப்பட்டவர்களின் நிலை எத்தனை பரிதாபமாக இருக்கிறது என்பதற்கான திரைப்படச் சாட்சியம் என்று 'சுஜாதா'வை சொல்ல முடியும். அவளுடைய மனப்புழுக்கத்தின் வெம்மை ஒவ்வொரு காட்சியிலும் பார்வையாளர்களைச் சுட்டெரிக்கிறது. சாதியத்துக்கு எதிரான உருவான சிறந்த இந்தியத் திரைப்படங்களுள் ஒன்றாக 'சுஜாதா' உத்தரவாதமாக இடம் பெறும்.

திரைப்படம் 8

விட்னஸ்

'இந்தியாவில் ஒருவர் தூய்மைப் பணியாளராக இருப்பது, அவர் செய்யும் தொழிலால் அல்ல; அவர் தூய்மைப் பணியைச் செய்தாலும் செய்யாவிட்டாலும், தனது பிறப்பின் அடிப்படையில் தூய்மைப் பணியாளராகவே இருக்கிறார்' - பி.ஆர்.அம்பேத்கர்.

2022-ல் வெளியான 'விட்னஸ்' என்கிற தமிழ்த் திரைப்படத்தின் கருப்பொருள், இந்த மேற்கோளையொட்டித்தான் உருவாக்கப் பட்டிருக்கிறது. சாதி என்பது உருவாவதற்கு, ஒருவர் செய்யும் தொழில்தான் துவக்கத்தில் பிரதான காரணியாக இருந்தது. அக்காலக்கட்டத்தில் தொழில் வாரியாகவே பிரிவுகள் இருந்தன. தீண்டாமை என்பது இல்லை. அதன் பிறகு அவற்றில் உயர்வு தாழ்வு தோன்றி சாதி என்பது இறுக்கமான அமைப்பாக மாறியது. ஆனால் இன்றைக்குக் குலத்தொழில் என்பது பெரிதும் இல்லை. பின்தங்கியிருந்த பெரும்பாலான சமூகங்கள் கல்வி கற்று முன்னேறி தங்களின் பரம்பரைத் தொழிலை விட்டு விலகி வெவ்வேறு பணிகளுக்குப் பரவிவிட்டார்கள்.

ஆனால் நாகரிகம் நவீனமடைந்த இந்தக் காலத்தில் கூட 'மலக்குழிகளை சுத்தப்படுத்துவது, அடைத்துக் கொண்டிருக்கும் சாக்கடைக் குழிக்குள் இறங்குவது, சாலைகளில் குப்பை வாருவது என்று அத்தனை விதமான தூய்மைப்பணிகளையும் ஒரு குறிப்பிட்ட ஒடுக்கப்பட்ட சமூகங்கள்தான் தொடர்ந்து செய்து வருகின்றன. இதுவொரு நடைமுறை அவலம். அது மட்டுமல்லாமல், அந்தச்

சமூகத்தினர் மட்டுமே இந்தப் பணிகளைச் செய்யவேண்டும் என்று மையச்சமூகம் எதிர்பார்க்கிறது. சாதிய ரீதியிலான இந்த அடையாளச் சுமை, அவர்கள் மீது நேரடியாகவும் மறை முகமாகவும் தொடர்ந்து சுமத்தப்படுவது கூடுதல் அவலம்.

இப்படியொரு அடையாள அரசியல் காரணமாக சாக்கடைக் குழியினுள் இறங்கி பணி செய்ய கட்டாயப்படுத்தப்படும் ஓர் இளைஞன் மரணமடைகிறான். இந்த பரிதாபமான கதையை இந்தத் திரைப்படம் மிக வலுவான அரசியல் தொனியுடனும் உணர்வுபூர்வமாகவும் சித்திரிக்கிறது.

தொடரும் மலக்குழி மரணங்கள்

மனிதக்கழிவை அகற்ற மனிதர்களைப் பணியமர்த்த தடை செய்வதற்கான சட்டம் 2013-ம் ஆண்டு நிறைவேற்றப்பட்டது. கழிவுநீர்த் தொட்டிகள் போன்றவற்றை எந்தவிதப் பாதுகாப்புமின்றிச் சுத்தம் செய்ய மனிதர்களைப் பணியமர்த்துவது தடை செய்யப்பட்டது. என்றாலும் இந்தச் சட்டம் இன்றளவும் எழுத்தளவில் மட்டும்தான் இருக்கிறது. நடைமுறையில் பெரும்பான்மையாகப் பின்பற்றப்படவில்லை. கழிவுநீர்த்தொட்டியில் இறங்கி விஷவாயு தாக்குவதால் நிகழும் மரணங்களின் எண்ணிக்கை ஒவ்வொரு வருடமும் தொடர்ந்து கொண்டுதான் இருக்கிறது.

அடித்தட்டு சமூகத்தைச் சேர்ந்த பார்வதி, சாலையோர குப்பைகளை கூட்டி வாரும் தூய்மைப் பணியாளராக இருக்கிறார். கணவர் இல்லாத நிலையில் தனது ஒரே மகனைச் சிரமப்பட்டுக் கல்லூரியில் படிக்க வைக்கிறார். சமூகமே அருவருக்கும் தொழிலில் இருந்து தங்களின் பிள்ளைகளாவது விடுபட்டு கல்வி கற்று முன்னேறட்டும் என்று அடித்தட்டு மக்கள் கொண்டிருக்கிற அதே கனவும் லட்சியமும் பார்வதிக்குள்ளும் இருக்கிறது.

ஒருநாள், தனது மகன் இறந்துவிட்டான் என்கிற அதிர்ச்சியான செய்தி பார்வதிக்கு கிடைக்கிறது. இறப்பிற்கான காரணம்? குடிபோதையில் கழிவுநீர்த் தொட்டியை சுத்தம் செய்வதற்காக இறங்கியவன், விஷவாயு தாக்கி இறந்துவிட்டான் என்று காவல்துறை தரப்பில் சொல்லப்படுகிறது. பார்வதியால் இந்தக் காரணத்தை ஏற்றுக்கொள்ள இயலவில்லை. கல்லூரிக்குச் செல்லும் மகன், சாக்கடை சுத்தம் செய்யும் பணிக்குச் செல்லவேண்டிய அவசியமில்லை. மேலும் அவனுக்குக் குடிப்பழக்கமும் இல்லை.

இளைஞனை சட்டவிரோதமாகப் பணியமர்த்திய குடியிருப்பு நலச்சங்கம், நகராட்சி ஒப்பந்ததாரர், அரசு அதிகாரிகள்,

காவல்துறை ஆகிய அதிகார சக்திகள் அனைத்தும் ஒன்றாக இணைந்து இளைஞனின் மரணத்துக்கான உண்மைக் காரணத்தை மூடி மறைக்க முயற்சி செய்கின்றன. நீதிமன்றத்தை நாடும் பார்வதிக்கும் அவருக்கு உதவி செய்ய முன்வருபவர்களுக்கும் நேரடியாகவும் மறைமுகமாகவும் மிரட்டல் தருகின்றன. இறுதியில் என்னவாயிற்று? பார்வதிக்கு நீதி கிடைத்ததா? மிகையான நாடகத்தன்மை ஏதுமில்லாமல் யதார்த்தமான ஆனால் கசப்பான முடிவோடு படம் நிறைவுறுகிறது.

அரசு இயந்திரத்தின் ஒட்டுமொத்த அலட்சியம்

பார்வதியாக தனது மிகச் சிறந்த நடிப்பைத் தந்திருக்கிறார் ரோஹிணி. ஒரு தூய்மைப் பணியாளரின் பாத்திரத்தில் சரியாகப் பொருந்தியிருக்கிறார். தன் மகனாவது கல்லூரிக்குச் சென்று நல்லதொரு பணியைச் செய்ய வேண்டும் என்கிற கனவும் ஏக்கமும் இவரது கண்களில் மிதந்து கொண்டிருக்கிறது. அந்தக் கனவு முற்றிலும் அழிந்து மகனின் மரணச் செய்தியை அறியும்போது ஏற்படும் பதற்றம், அதற்கான காரணத்தைப் பிடிவாதத்துடன் துரத்திச் செல்லும் உறுதி, 'என் மகன் என் கிட்ட பேசற மாதிரியே இருக்கு' என்று பிதற்றும் துயரம், நீதிமன்றத்தில் மகனின் மரணத்தைப் பற்றிய விசாரணையைக் கேட்க நேரும் போதெல்லாம் எழுந்து வெளியே செல்லும் சோகம்... என்று ஓர் அடித்தட்டு சமூகத்தைச் சேர்ந்த தாயின் பரிதவிப்பைக் கச்சிதமாக வெளிப்படுத்தியிருக்கிறார்.

அதிகார சக்திகள் ஒன்றாக இணைந்து நின்றாலும், நீதிமன்றத்தில் உண்மையை வெளியே கொண்டுவர முயற்சி செய்யும் நேர்மையான வழக்கறிஞராக சண்முகராஜன் நன்கு நடித்திருக்கிறார். இளைஞனின் மரணத்தையொட்டி அரசு இயந்திரங்கள் இயங்குவதிலுள்ள அலட்சியம், ஊழல், பொறுப்பின்மை போன்ற விஷயங்களை தனது விசாரணையின் மூலம் வெளிக்கொணர்வது சிறப்பான காட்சிகளாக அமைந்திருக்கின்றன. 'இந்த வழக்கு வெற்றி பெறுவது சிரமம்' என்பதை அவரது உள்ளுணர்வு அறிந்திருந்தாலும் நீதிக்காக இறுதி வரை முட்டி மோதுவதின் மூலம் ஒரு நல்ல வழக்கறிஞரின் கடமையை நினைவுப்படுத்துகிறார்.

தனியாக வாழும் பெண்களின் சிக்கல்கள்

இத்திரைப்படத்தில் ரோஹிணிதான் பிரதான பாத்திரம் என்றாலும் ஸ்ரத்தா ஸ்ரீநாத்தின் கேரக்ட்டரும் முக்கியமானது. இளைஞனின்

மரணம் நிகழும் குடியிருப்பில் வசிக்கும் இவர், சக குடியிருப்புவாசிகள் உண்மையை மூடி மறைப்பதற்காக ஒன்று திரண்டு நிற்கும் போது, அந்த அநீதியை எதிர்த்துத் தனியாளாகப் போராடுகிறார். அதற்காக பல அவமதிப்புகளையும் மிரட்டல்களையும் எதிர்கொள்கிறார்.

மலக்குழி மரணம்தான் இந்தத் திரைப்படத்தின் மையம் என்றாலும் தனியாக வாழும் பெண்கள் எதிர்கொள்ளும் சிக்கல்களையும் இந்தப் படம் இன்னொரு இழையில் பேசுகிறது. மேற்பார்வை யாளரின் அவமதிப்புகளையும் வசவுகளையும் தினம் தினம் எதிர்கொள்கிறார் தூய்மைப் பணியாளர் பார்வதி. தாங்க முடியாத ஒரு நாளில் சூப்பர்வைசரின் கன்னத்தில் அறைந்துவிடுகிறார். இதனால் பணியிழப்பை எதிர்கொள்வதோடு அவருக்குச் சேரவேண்டிய பணமும் பணியனுபவமும் பறிபோகிறது.

அபார்ட்மெண்டில் தனியாளாக வசிக்கும் ஸ்ரத்தா ஸ்ரீநாத், உண்மையைத் தட்டிக் கேட்கும் ஒரே காரணத்துக்காக சக குடியிருப்புவாசிகளால் வெறுக்கப்படுகிறார். இளைஞனின் மரணத்துக்கான சாட்சியங்களை இவர் திரட்டித் தருவதால் மிரட்டலுக்கு ஆளாகிறார். தன்னுடைய பணியில் நேர்மையாக இருப்பதால் இவரும் பணியிழப்புக்கு ஆளாக நேரிடுகிறது. துணிச்சலான பெண்மணியாக அறியப்பட்டாலும் உள்ளுக்குள் பதற்றமும் உளைச்சலும் கொண்டவராக இருக்கிறார். இதற்கு இவரது குடும்பப் பின்னணி காரணமாக இருக்கிறது.

அறிமுக இயக்குநரான தீபக், இந்தத் திரைப்படத்தை கோர்வையாகவும் நேர்மையாகவும் உருவாக்கியுள்ளார். ஆவணப்படத்தின் சாயல் ஆங்காங்கே தெரிந்தாலும் நீதியைப் பிடிவாதமாகத் துரத்தும் சாட்சிகள் வேகமாக நகர்கின்றன. அதற்காக செயற்கையான பரபரப்பை ஏற்படுத்தாமல், நீதிமன்றக் காட்சிகளின் வழியாக அரசு இயந்திரத்தின் ஒட்டுமொத்த அலட்சிய மனோபாவத்தையும் உயர்தட்டு மக்களின் சுயநலத்தையும் அழுத்தமாக பதிவு செய்திருப்பது பாராட்ட வைக்கிறது. ‘ஆயிரம் ரூபா காசுக்கு ஆசைப்பட்டுத்தான் அவங்க இந்த வேலைக்கு வராங்க’ என்று பாதிக்கப்படும் சமூகத்தின் மீதே பழிபோடுகிறார் அபார்ட்மெண்ட் செக்ரட்டரி. ‘நீங்க லாரி மூலம் மெஷின் வரவழைச்சு சாக்கடையைச் சுத்தம் செஞ்சிருக்கலாம். பணத்தை மிச்சப்படுத்தத்தானே ஒரு பையனை உள்ளே இறக்கியிருக்கீங்க. ஆக... காசுக்கு ஆசைப்பட்டவங்க யாரு?’ என்றொரு கேள்வியை

முன்வைக்கிறார் வழக்கறிஞர். இம்மாதிரியான வசனங்கள் நீதிமன்றக் காட்சிகளை சுவாரசியமாக்கியிருக்கின்றன.

பாதுகாப்பில்லாத பணிகளில் மனிதர்கள் ஈடுபடுத்தப்படுவது எப்போது நிற்கும்?

நகராட்சி அதிகாரி, ஒப்பந்ததாரரைச் சுட்டிக்காட்டி பிரச்னையிலிருந்து நழுவ நினைக்கிறார். ஒப்பந்ததாரரோ, சப்-காண்டிராக்ட்டரை நோக்கிக் கை காட்டுகிறார். அவரோ தலைமறைவாக இருக்கிறார். இறந்து போன இளைஞன் குடிபோதை காரணமாகத்தான் சாக்கடைக் குழியில் இறங்கி இறந்துபோனான் என்று அரசு மருத்துவர் பொய் சாட்சி சொல்கிறார். வழக்கறிஞரின் திறமையான வாதம் மூலம் மருத்துவரின் குட்டு அம்பலமாகிறது. இறுதித் தீர்ப்பு வெளியாகும் காட்சி சுவாரசியமானது மட்டுமல்ல, நடைமுறை சார்ந்து கசப்பானதும் கூட. நீதிபதியின் இடத்தை அரசு அதிகாரிகள் பறித்துக்கொண்டு தங்களுக்கு சாதகமாக தாங்களே தீர்ப்பு எழுதிக்கொள்ளும் 'கற்பனையான' காட்சியோடு படம் நிறைகிறது. கற்பனைதான் என்றாலும் யதார்த்தத்தில் நிகழ்வது அதுவே. நீதியின் இடத்தை பொய்தான் பெரும்பாலும் அபகரித்துக்கொள்கிறது.

இடதுசாரி சக்திகள் மீது ஆயிரம் விமர்சனங்கள் இருந்தாலும் மக்களுக்கான பிரச்னைகளுக்கு முதலில் வந்து களத்தில் இறங்கி போராடுவது பெரும்பாலும் அவர்களே. அப்படியாக இதிலும் ஒரு நேர்மையான 'தோழர்' வருகிறார். தன்னுடைய குடும்பத்தை மறந்து, தனக்கான ஆபத்துக்களைப் புறக்கணித்து மக்கள் பிரச்னைகளில் தன்னை ஒப்படைத்துக்கொள்கிறார். 'உனது மகனின் மரணத்துக்கான நீதிக்காக விடாமல் போராடுங்கள் தோழர். அது பல மலக்குழி மரணங்கள் நிகழாதவாறு ஒரு முன்னுதாரணமாக அமையலாம்' என்று பார்வதிக்கு உபதேசம் செய்கிறார். இந்த வழக்கில் செயல்படாதவாறு இவரை அதிகார சக்திகள் சிறைக்கு அனுப்புகின்றன. அவரது குடும்பம் தத்தளிக்கிறது. என்றாலும் தனது கொள்கையில் உறுதியாக இருக்கும் அவரது நேர்மைதான், பார்வதியை உந்தித் தள்ளிக்கொண்டு செல்கிறது.

இந்தியா போன்ற வளரும் நாட்டில், பல துறைகளில் எத்தனையோ நவீன வசதிகள் வந்தவிட்டன. எத்தனையோ விஞ்ஞான சாதனைகள் நிகழ்கின்றன. ஆனால் சாக்கடையைச் சுத்தப்படுத்தும் பணிகளில் மனிதர்களையே பயன்படுத்தப்படும் அவல நிலை இன்னமும் நீடிக்கிறது. நீதிமன்றத்தின் கடுமையான தடை

இருந்தாலும்கூட நடைமுறையில் அவை பின்பற்றப்படுவதில்லை. பாதுகாப்பில்லாத சூழலில் பணிபுரியக் கட்டாயப்படுத்தப்படும் அடித்தட்டு மக்கள் தொடர்ந்து பலியாகிக்கொண்டே இருக்கிறார்கள். ஒரு நகரம் தூய்மையாக இருக்கவும், தொடர்ந்து இயங்கவும் அடித்தட்டு மக்களின் உழைப்பும் உயிரும் தொடர்ந்து சுரண்டப்படுகிறது. ஆனால் அவர்களின் இருப்பிடமோ நகரத்திற்கு வெளியே தூக்கி வீசப்படும் அவலத்தையும் இந்தப் படம் பேசுகிறது.

தொழிலும் சாதியும் இறுக்கமாக பிணைந்து அடித்தட்டு மக்களின் மீது சாதியச் சுமையாக நிற்கும் அவலத்தை நேர்மையான குரலில் பேசியிருக்கும் 'விட்னஸ்', ஒரு முக்கியமான சாதி எதிர்ப்புத் திரைப்படம்.

திரைப்படம் 9

ஃபன்ட்ரி

இந்தியா போன்ற சூழலில், ஒடுக்கப்பட்ட சமூகத்தில் பிறக்கும் ஒருவர், வாழ்நாள் பூராவும் தன் சாதிய அடையாளத்தை முள்கிரீடம்போலச் சுமந்து கொண்டிருக்க வேண்டும். ஒரு நிமிடம்கூடக் கழற்றி வைக்க முடியாது. அவரே சற்று நேரம் மறந்திருந்தாலும்கூடச் சுற்றியுள்ள முற்பட்ட சமூகங்கள் அவமதிப்பின் மூலம் அதை நினைவுப்படுத்திவிடும். சாதியம் தரும் அவமானங்களின் வலியை பெரியவர்களின் மூலம் நிறைய திரைப்படங்களில் பார்த்திருப்போம். ஆனால் ஓர் வளரிளம் பருவத்து இளைஞனின் கோணத்தின் பார்வையின் வழியாக இந்தத் துயரத்தை விவரித்திருப்பதுதான் 'ஃபன்ட்ரி' திரைப்படத்தை வித்தியாசமாக்குகிறது.

சாதிய வலியை அசலாகச் சித்திரிக்கும் சினிமாக்கள் 'கலைப் படம்' என்னும் வடிவத்தில்தான் பெரும்பாலும் உருவாகிக் கொண்டிருக் கின்றன. இவை வெகுசன மக்களுக்குச் சென்று சேர்வது குறைவு. இன்னொரு பக்கம் பார்த்தால், வெகுசன சினிமாக்கள் சாதியத்தின் பெருமிதத்தைத்தான் நேரடியாகவும் மறைமுகமாகவும் உரையாடிக் கொண்டிருந்தன அல்லது சாதிய எதிர்ப்பு என்கிற பெயரில் அதை ரொமான்டிசைஸ் செய்து கொண்டிருந்தன. இந்த மாதிரியான சூழலில் தூய கலைப்படைப்பு பாணியையும் ஜனரஞ்சக வடிவத்தையும் கச்சிதமாக இணைக்கும் 'மாற்று சினிமாக்களில்'

சாதியத்தின் வலி திறமையாக பேசப்பட்டது. இவ்வகையான திரைப்படங்களை உருவாக்கும் படைப்பாளிகளில் மராட்டி திரைப்பட இயக்குநரான நாகராஜ் மஞ்சுளே குறிப்பிடத்தகுந்தவர்.

வளரிளம் பருவத்துக் காதலின் கோணத்தில் பேசப்பட்ட சாதியம்

2013-ல் வெளியான, நாகராஜ் மஞ்சுளே இயக்கிய 'ஃபன்ட்ரி' திரைப்படம் தேசிய விருது உள்ளிட்டு பல்வேறு சர்வதேச விருதுகளையும் பெற்றுள்ளது. தமிழில் தலித் இலக்கியமானது மராத்தியில் இருந்து தமக்கான உந்துதலைப் பெற்றுக் கொண்டதைப் போலவே இந்த மராத்தி சினிமாவிலிருந்து உத்வேகத்தைப் பெற்று தலித்களின் வாழ்வியலைச் சிறப்பாகவும் நேர்மையாகவும் பதிவு செய்யும் தமிழ் சினிமாக்கள் இப்போது உருவாகி வருவது சாத்தியமாகியுள்ளது. இதன் முன்னோடி படைப்பாளியாக பா. ரஞ்சித்தைச் சொல்லலாம்.

பல்லாண்டுகளாகத் தொடரும் தீண்டாமைக் கொடுமையை ஒரு கலைப்படைப்பின் மூலமாகச் சொல்லும்போது எரிமலை நெருப்பின் தகிப்போடுதான் சொல்ல வேண்டும் என்றில்லை. நகைக்கண்ணில் மெல்லிய ஊசியேற்றியும் சொல்லலாம். ஃபன்ட்ரி திரைப்படம் மேற்பார்வைக்கு எளிமையானதாகவும் உள்ளுக்குள் பல அடுக்குகளில் கடுமையான அரசியல் விமர்சனங்களை ஒளித்து வைத்திருக்கும் ஒரு சிறந்த தலித் சினிமாவாகவும் அமைந்திருக்கிறது. ஒரு பதின்ம வயதுச் சிறுவனின் நிறைவேறாத காதலின் பின்னணியோடும் யதார்த்தமான அழகியலோடும் தலி?த் மக்களின் துயரத்தை இத்திரைப்படம் பதிவு செய்திருக்கிறது.

காதல் என்றவுடனே நீங்கள் நம்தன நம்தன... என்கிற பின்னணியுடனான பாடல் காட்சிகளும் இறுதிக்காட்சியில் தீப்பந்தங்கள் இளம் காதலர்களை கும்மிருட்டில் துரத்தும் தமிழ் சினிமாக்களை நினைவு கூராதீர்கள். அந்த அபத்தங்கள் எல்லாம் இதில் இல்லை. சாதிய, நிற, வர்க்க வேறுபாடுகளினால் ஓர் இளைய மனம் எதிர்கொள்ளும் அவமானங்களின் பெருமூச்சும் கண்ணீரும் இதன் காட்சிகளில் உறைந்துள்ளன. சாதியக் கொடுமைகளைத் தாங்கித் தாங்கி அதை ஏற்றுக்கொண்டு கெட்டிப்பட்டுப் போன ஒடுக்கப்பட்ட மக்களின் முந்தைய தலைமுறையினரிடமிருந்து விலகி இளைய தலைமுறை அதிலிருந்து தன்னை விடுவித்துக்கொள்ளும் போராட்டத்தையும் முயற்சியையும் பற்றி இத்திரைப்படம் உரையாடுகிறது.

சாதியக் குறியீடுகளாக வெளிப்படும் கருங்குயிலும் பன்றியும்

நவீன கைபேசிகளும் ஐபிஎல் கிரிக்கெட் விளையாட்டு தொடர்பான உரையாடல்களும் கூட இருந்தாலும் அடிப்படைக் கழிப்பிட வசதிகள் அற்ற, மஹாராஷ்டிராவில் உள்ள அகோல்நர் என்கிற சிறிய கிராமம். கைக்காடி எனும் வழக்கொழிந்துக் கொண்டிருக்கிற திராவிட வழி மொழி பேசும் ஒரு தாழ்த்தப்பட்ட சமூகத்தின் குடும்பத்தைச் சார்ந்தவன் சிறுவன் ஜாபியா. வறுமையான குடும்பம் என்பதைச் சொல்லத் தேவையில்லை. சாதி இந்துக்கள் ஏவுவதில் கிடைக்கும் வேலைகளைச் செய்து ஜீவிக்கிறார்கள் அவனது குடும்ப உறுப்பினர்கள். பாதி நாட்கள் வேண்டா வெறுப்பாக வேலைக்கு செல்லவும் மற்ற நாட்களில் பள்ளி செல்வதுமாக இருக்கிறான் ஜாபியா. அவன் ஆர்வமுடன் பள்ளி செல்வதற்கு கல்வியின் மீதுள்ள ஈடுபாட்டையும் தவிர இன்னொரு முக்கிய காரணமும் இருக்கிறது. விடலைப் பருவத்துக்கேயுரிய காதல் சக மாணவியான ஷாலுவின் மீது உண்டாகிறது. அல்லும் பகலும் அவள் நினைவாகத் திரிகிறான். அவளோ முற்பட்ட சாதியைச் சார்ந்தவள். வர்க்க வேறுபாடும் உண்டு. தன் நிறத்தைக் குறித்த தாழ்வுணர்வு ஜாபியாவுக்கு உண்டென்றாலும் தன் காதல் என்றாவது உண்மையாகலாம் என்று பகற்கனவு காண்கிறான்.

ஊர் திருவிழா ஒன்றின் சாமி ஊர்வலத்தில் பன்றியொன்று குறுக்கே வந்து இடையூறு செய்ய, அதைத் தீட்டாகக் கருதி ஊரில் உள்ள பன்றிகளையெல்லாம் விரட்டியடிக்கும் பொறுப்பு ஜாபியாவின் தந்தை மீது சுமத்தப்படுகிறது. தன் மகளுக்குத் திருமணம் செய்யும் கவலையோடும் நிதி நெருக்கடியோடும் இருக்கும் அவர் தனது குடும்பத்தோடு பன்றிகளை விரட்டும் செயலைச் செய்கிறார். தான் படிக்கும் பள்ளியின் அருகில் சக மாணவர்களின் முன்னிலையில் அதுவும் தான் விரும்பும் பெண் வேடிக்கை பார்க்க, பன்றிகளைத் துரத்தும் செயலில் ஏற்படும் அவமானத்தில் சிக்கித் தவிக்கிறான் ஜாபியா. சுற்றியுள்ள ஆதிக்க சாதிக்காரர்கள் இந்த குடும்பமே சிரமப்பட்டு பன்றிகளை விரட்டிப் பிடிக்கும் காட்சியை விளையாட்டு போல நின்று ரசிக்கிறார்கள். சாதிய வசைகளையும் கிண்டல்களையும் குதூகலத்துடன் எறிகிறார்கள். ஒரு கட்டத்துக்கு மேல் பொறுக்க இயலாமல் மிகுந்த ஆக்ரோஷத்தோடு அவர்களை ஜாபியா தாக்கத் துவங்கும் புள்ளியில் படம் நிறைகிறது.

மிகச்சிறந்த நடிப்பைத் தந்திருக்கும் சிறுவன் சோம்நாத் அக்வாட்

ஒரு தலித்தால்தான் ஒரு சிறந்த தலித் படைப்பை உருவாக்க முடியுமா என்பது ஆய்வுக்குரியது என்றாலும் இந்த சமூகத்தைச்

சேர்ந்த இயக்குநர் நாகராஜ் மஞ்சுளே 2011-ல் உருவாக்கிய குறும்படமொன்று ஏற்கெனவே தேசிய விருது பெற்றிருக்கிறது. ஃபன்றியில் நிகழும் சம்பவங்கள் ஏறத்தாழ அவரது சுயஅனுபவங்களே. இவர்தான் அந்த சிறுவன் ஜாபியா என்பதைச் சொல்லித்தான் அறிய வேண்டுமென்பதில்லை. ஜாபியாவின் தந்தையாக நடிக்கும் நபரைத் தவிர மற்ற அனைவரும் தொழில்முறை சாராத நடிகர்களே. இதில் சிறிய பாத்திரத்தில் நடித்திருக்கும் இயக்குநர் நாகராஜ் மஞ்சுளே உள்ளிட்ட மற்ற அனைவருமே அத்தனை இயல்பாக நடித்துள்ளனர்.

குறிப்பாக ஜாபியா எனும் பிரதான பாத்திரத்தில் சிறப்பாக நடித்திருக்கும் சிறுவன் சோம்நாத் அக்வாடை இதில் நடிக்க ஒப்புக் கொள்ளவே மூன்று மாதங்களுக்கும் மேலாக முயற்சி செய்திருக்கிறார் இயக்குநர். தனது அற்புதமான நடிப்புக்காக இந்தச் சிறுவன் தேசிய விருதை வாங்கினான். பொதுவாக சிறுமுதலீட்டில் உருவாகும் கலை சார்ந்த திரைப்படங்களின் உருவாக்கம் அழுது வடியும் ஒளிப்பதிவோடு மந்தமாக நகரும். ஆனால் இதன் ஒளிப்பதிவாளரான விக்ரம் அம்லாடியின் அபாரமான திறமையினால் காட்சிகள் மிகுந்த அழகியலோடு பதிவாகியிருக் கின்றன. அவசியமான இடங்களில் மாத்திரம் ஒலிக்கும் அலோக்நந்தாவின் பின்னணி இசை காட்சியின் அர்த்தங்களைக் கூட்டுகிறது. அஜய்-அடுல் கூட்டணியின் பாடல்கள் சிறப்பாகப் பொருந்தியுள்ளன. இத்திரைப்படம் விருது விழாக்களைத் தவிர வணிக ரீதியான வெற்றியையும் பெற்றிருக்கிறது என்பது குறிப்பிடத்தக்கது.

நிறைவேறாத காதலின் வலியும் துயரமும்

இந்து புராணத்தின்படி மஹாவிஷ்ணு எடுத்த பத்து அவதாரங்களில் மூன்றாவது வராக அவதாரம். பன்றியைக் குறிப்பது. ஆனால் இத்திரைப்படம் முழுவதும் பன்றி என்பது தீண்டாமையின் குறியீட்டுடன் இயங்குகிறது. அந்தக் கிராமத்தின் ஆதிக்கசாதி மக்கள் அங்கு மேயும் பன்றிகளை வெறுக்கிறார்கள். தாழ்த்தப்பட்ட மக்களையும் அதே சொல்லினால் கிண்டலடிக்கிறார்கள். மேலே பட்டாலே தீட்டு என்று அலறுகிறார்கள்.

இயக்குநர் நாகராஜ் மஞ்சுளே திரைக்கதையை அடுக்கியிருக்கும் விதமே மிகுந்த நுண்ணுணர்வுடன் சிறப்பாக அமைந்திருக்கிறது. ஒரு காட்சியில் சிறுவன் ஜாபியா புத்தகம் கேட்கும் சாக்கில் ஷாலுவிடம் பேசலாமா என்று தயங்கி வருகிறான். அவள் சக

தோழிகளுடன் விளையாடிக் கொண்டிருக்கிறாள். அந்தச் சமயத்தில் பன்றி ஒன்று குறுக்கே ஓடிவந்து ஒரு மாணவி மீது தீண்டிச் செல்கிறது. ஷாலு சிரிப்புடன் பன்றி தீண்டிய மாணவியை யாரும் தொடாதீர்கள் தீட்டு' என தடுக்கிறாள். இதைப் பார்க்கும் ஜாபியா முகம் சுருங்கிப் போய் திரும்புகிறான். பன்றி ஏற்படுத்திய தீட்டை பசுமாட்டின் சிறுநீர் கொண்டு கழிக்கிறார்கள். பன்றியை வெறுக்கும் ஷாலு ஓர் ஆட்டுக்குட்டியை பிரியத்துடன் தடவிக் கொடுக்கிறாள். இது போன்ற காட்சிகளில் உள்ள நுட்பமான சாதிய முரண்களை இயக்குநர் எந்த அண்மைக் கோணமும் கொண்டு பிரத்யேகமாக பார்வையாளர்களுக்கு கவனப்படுத்துவதேயில்லை. இவை இயல்பாகவே நகர்கின்றன. பார்வையாளர்களுக்குத்தான் இளம் தலைமுறையினரிடமும் தன்னிச்சையாக பரவியிருக்கும் சாதிய உணர்வின் அழுத்தம் குறித்து அதிர்ச்சி ஏற்படுகிறது.

இன்னொரு காட்சியில் ஷாலுவின் தந்தை ஜாபியாவிடம் அவரது வீட்டு நீர்தொட்டியில் மாட்டியிருக்கும் பன்றிக்குட்டியை எடுத்துப் போடச் சொல்லி ஆணையிடுகிறார். ஜாபியா அந்த வயதுக்கேயுரிய சுயமரியாதையுடன் அதை மறுத்து சென்று விடுகிறான். ஊர் பெரியவர்களை பகைத்துக் கொள்ளாதே என்று ஜாபியாவின் தந்தை கண்டிக்கிறார். அன்றிரவு அவனுக்கு ஒரு கொடுங்கனவு வருகிறது. கிணற்று நீரில் மூழ்கி உயிருக்கு அல்லாடுவதைப்போல. திடுக்கிட்டு எழுகிறான். அந்தப் பன்றிக்குட்டியின் நிலையின் அவனுடைய நிலையும் ஒன்றாகத்தான் இருக்கிறது.

பன்றிகளைப் போலவே கருங்குருவி ஒன்றும் திரைப்படம் நெடுக ஜாபியாவின் நிறைவேறாத காதலின் குறியீடாக வருகிறது. கருங்குருவி ஒன்றை எரித்து அதன் சாம்பலை, தான் விரும்புகிற பெண்ணின் மீது வீசிவிட்டால் அவள் வசியத்தில் மயங்கி, தன்னை விரும்புவாள் என்கிற உபதேசத்தின் காரணமாக படம் பூராவும் கருங்குருவியைத் துரத்திக் கொண்டே இருக்கிறான் ஜாபியா. ஆனால் அதுவும் ஷாலுவைப் போலவே இவனுடைய கைக்குக் கடைசிவரை அகப்படாமல் ஓடிக் கொண்டேயிருக்கிறது. அது அகப்படாது என்பது அவனுடைய உள்ளுணர்வுக்குத் தெரிந்தேயிருக்கிறது. எனவேதான் ஷாலுவுக்கு எழுதும் ஒரு கடிதத்தில் 'என்னைப் பிடிக்கவில்லையென்றால் யாரிடமும் சொல்லி அவமானப்படுத்திவிடாதே' என்கிறான். ஆனால் அந்தக் கடிதம் தரப்படாமலேயே அழிந்துபோகிறது. ஒடுக்கப்பட்ட சமூகத்தின் அறியாமையிலிருந்து பிறக்கும் மூடத்தனங்களின் அடையாளத்துடன் இந்த கருங்குருவி பறக்கிறது.

தலித் இளைஞர்கள் வன்னிய சாதிப் பெண்களை ஜீன்ஸூம் கூலிங்கிளாஸூம் அணிந்து மயக்குகிறார்கள் என்று தமிழகத்தின் சாதிக்கட்சி அரசியல் தலைவர் சொன்ன விஷயம், ஜாபியாவுக்கு எப்படியோ தெரிந்திருக்கிறது. ஜீன்ஸ் வாங்குவது அவனது கனவுகளில் ஒன்றாக இருக்கிறது. அவளது தாயோ இதோ அதோ என்று போக்குக்காட்டி வெறுப்பேற்றுகிறார். சமுதாயத்தின் அடிமட்டத்தில் இருப்பவர்கள் அதற்கு மேலேயுள்ளவர்களைக் கவனித்து அதை அடையும் ஆசையை ஏற்படுத்திக் கொள்வது மிக இயல்பான விஷயம்தான். தன்னுடைய ஜீன்ஸ் கனவை நிறைவேற்றிக்கொள்ள, தானே உழைக்கிறான் ஜாபியா. ஆனால் அவனது அந்த எளிய கனவு கூட நிறைவேறாமல் அழிந்து போகும் கருணையின்மை மிக இயல்பாக நிகழ்கிறது. முன்னரே குறிப்பிட்டபடி காட்சிகளின் மூலம் இயக்குநர் பார்வையாளர்களின் கண்களில் எதையுமே திணிப்பதில்லை.

சாதிய மனங்களின் மீது ஜாபியா எறியும் கல்

ஒரு சிறந்த சிறுகதையின் இறுதி வரியைப்போல, அதன் முற்றுப்புள்ளியைப்போல இத்திரைப்படத்தின் இறுதிக் காட்சியின் சட்டகம் மிகச் சிறப்பாக உறைந்து நிற்கிறது. ஜாபியாவின் குடும்பம் பன்றிகளைத் துரத்தி இங்குமங்குமாக ஓடுகிறது. ஜாபியாவோ அவமானத்தில் குறுகி அவ்வப்போது ஒளிந்து கொள்கிறான். சக மாணவர்களின் கண்களில், குறிப்பாக ஷாலுவின் பார்வையில் பட்டுவிடக்கூடாது என்கிற பதற்றத்தில் ஒளிந்து கொள்கிறான். அவனை ஒரு பன்றியைப் போலவே கல்லால் அடித்து வேலையைத் தொடரச் செய்கிறார் அவனது தந்தை. பன்றிகள் போக்குக் காட்டிக் கொண்டு ஓடுகின்றன. அவை அருகே வந்து அகப்படும் நேரத்தில் அருகேயுள்ள ஜாபியாவின் பள்ளியிலிருந்து தேசிய கீதம் ஒலிக்கிறது. அருகே கடந்து செல்லும் பன்றியை பிடிக்க முடியாத எரிச்சலுடன் ஜாபியாவின் குடும்பம் உறைந்து அப்படியே நிற்கிறது. சாதியங்களால் கட்டப் பட்டிருக்கும் இந்தியச் சூழலையும் தேசபக்தியையும் அவல நகைச்சுவையுடன் இந்தக் காட்சி கிண்டலடிக்கிறது.

பன்றிகளைத் துரத்திப் பிடிக்க ஜாபியாவின் குடும்பம் படும் சிரமத்தைப் பார்த்து அதை நகைச்சுவைக் காட்சியாக கண்டு ஷாலு உட்பட அவனின் சக மாணவர்கள் சிரிக்கிறார்கள். ஒரு விளையாட்டுப் போட்டியை பார்க்கும் சுவாரசியத்துடன் ரசிக்கிறார்கள். ஆதிக்கசாதி இளைஞர்கள் இவர்களை சாதிய

வசைகளுடன் கிண்டலடிக்கிறார்கள். தந்தையிடம் அடிவாங்கிய ஜாபியா அந்த முரட்டுக் கோபத்துடன் ஆவேசத்துடன் இயங்கி ஒரு பன்றியைப் பிடித்துவிடுகிறான். ஒடுக்கப்பட்ட சமூகத்தின் விடுதலைக்காக அரசியல் ரீதியாக போராடிய அம்பேத்கர் உள்ளிட்ட தேசிய தலைவர்களின் சுவர் ஓவியங்களின் பின்னணியில், கட்டப்பட்ட பன்றி எடுத்துச் செல்லப்படுவது ஒரு குரூரமான நகைச்சுவை.

தனது குடும்பத்தைச் சாதியரீதியில் தொடர்ந்து கிண்டலடித்துக் கொண்டிருக்கும் இளைஞர்களில் ஒருவனை ஆவேசத்துடன் தாக்கத் துவங்குகிறான் ஜாபியா. தாக்கப்பட்டவன் இவனை அடிப்பதற்காக வரும் போது ஜாபியா எறியும் கல் பார்வையாளர்களை நோக்கி வருவதுடன் காட்சி உறைந்து படம் நிறைகிறது. காலம் காலமாக ஒடுக்கப்பட்டுக் கொதிந்தெழும் ஒரு சாதியின் இளைய தலைமுறையினரிடமிருந்து எறியப்படும் அந்தக் கல் நம்முடைய அகத்தில் ஏற்படுத்தும் வலியையும் மீறி நம்முடைய சாதிய மனங்கள் தொடர்ந்து இயங்கும் என்றால் நாம் மனிதர்களாக வாழவே தகுதியில்லை என்றுதான் பொருள்.

திரைப்படம் 10

பாண்டிட் குயின்

பூலான் தேவி ஒரு கொள்ளைக்காரியாக மையச் சமூகத்தால் நினைவுகூரப்படுகிறார். ஆனால் அவர் கொள்ளைக்காரியாக, கொலைகாரியாக மாறியதற்குப் பின்னால் கொடூரமான சாதியமும் ஆணாதிக்கமும் பிரதான காரணிகளாக இருந்தன என்பதுதான் உண்மை. தன் வாழ்நாள் பெரும்பான்மையும் சாதிய ரீதியிலான அவமானம், அவமதிப்பு, கூட்டு வன்புணர்வு போன்ற அவலங்களால் தொடர்ந்து பாதிப்பை அடைந்தார். இந்தியக் கிராமத்தில் பிறந்த, ஓர் அடித்தட்டு சமூகத்தைச் சேர்ந்த எளிய பெண் என்னென்ன துயரங்களையெல்லாம் அடைவாரோ, அவற்றையெல்லாம் அளவுக்கு மீறி அனுபவிக்க நேர்ந்தது.

காலம் அவரை ஒரு கொள்ளைக்குழு பக்கம் நகர்த்திச் சென்றது. அங்கு பெற்ற பயிற்சி மற்றும் அனுபவத்தின் மூலம் தனக்கு பாதிப்பை ஏற்படுத்தியவர்களைப் பழிவாங்கினார். சாதியத் திமிர் பிடித்த, முற்பட்ட சமூகத்தைச் சேர்ந்த ஆண்களைக் கடுமையாகத் தண்டித்தார். இதனாலேயே ஒடுக்கப்பட்ட சமூகத்தின் பெண்கள் பூலான் தேவியை துர்க்கையின் அவதாரமாகப் பார்த்தனர். 'இந்திய ராபின்ஹூட்' என்று ஊடகங்கள் அவரை வர்ணித்து எழுதின.

பூலான் தேவியின் வாழ்க்கையையொட்டி மாலா சென் எழுதிய 'The True Story of Phoolan Devi' என்னும் நூலை அடிப்படையாகக் கொண்டு சேகர் கபூர் இயக்கிய 'Bandit Queen' என்னும் திரைப்படம் 1994-ல் வெளியானது. இது வெளியான பிறகு பூலான் தேவியின்

புகழ் சர்வதேச அரங்குகளை அடைந்தது. ஆனால், 'இந்தப் படம் என் வாழ்க்கையைப் பிரதிபலிக்கவில்லை. உண்மைக்கு மாறாக சித்தரிக்கிறது' என்று கடுமையாக ஆட்சேபித்தார் பூலான் தேவி. படத்துக்குத் தடை கோரினார். பிறகு தயாரிப்பு நிறுவனத்திடம் நடந்த பேச்சு வார்த்தைக்குப் பிறகு ஒரு கணிசமான நிதியைப் பெற்றுக்கொண்டு புகாரைத் திரும்பப் பெற்றுக் கொண்டார். சேகர் கபூரின் திரைப்படத்தை மிக கடுமையாக விமர்சித்து எழுதினார் அருந்ததி ராய். "The Great Indian Rape Trick', என்று தலைப்பிடப்பட்ட அந்த விமர்சனக் கட்டுரையில் 'சேகர் கபூர் எடுத்த திரைப்படத்தில் வன்புணர்வுக் காட்சிகள் மட்டுமே பிரதானப்படுத்தப்பட்டுள்ளன. பூலான் தேவி அடைந்த சாதிய அவமானங்களோ அவரது போராட்டங்களோ சரியாக சித்திரிக்கப்படவில்லை' என்று காரசாரமான வார்த்தைகளில் எழுதியிருந்தார்.

'சிறந்த இந்தி திரைப்படத்துக்கான' தேசிய விருது, 'பாண்டிட் குயின்' படத்துக்குக் கிடைத்தது. பூலான் தேவியாக நடித்த சீமா பிஸ்வாஸ், சிறந்த நடிகைக்கான தேசிய விருதைப் பெற்றார். ஆடை வடிவமைப்புக்காகவும் விருது கிடைத்தது. இவற்றைத் தாண்டி பல்வேறு சர்வதேச திரைப்பட அரங்குகளிலும் அங்கீகாரமும் விருதும் 'பாண்டிட் குயின்' படத்துக்குக் கிடைத்தன.

ஓர் அறியாச் சிறுமி, கொள்ளைக்காரியாக மாறிய பயணம்

வருடம் 1968. உத்தரப்பிரதேச மாநிலம், ஜலான் மாவட்டத்திலுள்ள கோர்ஹா கா புர்வா என்னும் கிராமம். பதினொரு வயதேயான பூலான் தேவி என்னும் சிறுமிக்கு அவளை விடவும் மூன்று மடங்கு கூடுதல் வயதுள்ள ஆசாமியுடன் திருமணம் நடைபெறுகிறது. மணப்பெண் வயதுக்கு வந்த பிறகுதான், மணமகனின் வீட்டுக்கு அனுப்பப்பட வேண்டும் என்கிற வழக்கத்தை மீறி. அதற்கு முன்பாகவே வலுக்கட்டாயமாக அழைத்துச் செல்கிறான், பூலான் தேவியின் கணவன். அங்கு முரட்டுத்தனமான வன்புணர்வுக்கும் மாமியார் கொடுமைக்கும் ஆளாகிறாள். அங்கிருந்து தப்பித்து பிறந்த வீட்டுக்கே திரும்பும் அவளை பூலான் தேவியின் தந்தை கண்டிக்கிறார். கணவனைவிட்டு திரும்பி வந்த அவளை ஊரும் அவமதிப்பாக பேசுகிறது.

முற்பட்ட சாதியைச் சேர்ந்த இளைஞர்கள் பூலான் தேவியின் மீது பாலியல் பலாத்காரம் செய்ய முற்படுகிறார்கள். அதைக் கடுமையாக எதிர்க்கிறாள் பூலான். நிலவுடைமை அதிகாரத்தை

வைத்திருக்கும் தாக்கூர் சாதியினரின் கட்டுப்பாட்டில் இருக்கும் பஞ்சாயத்தில் பூலான் தேவிக்கு எதிரான தீர்ப்பு வழங்கப்பட்டு ஊரைவிட்டுத் தள்ளி வைக்கப்படுகிறாள். அவளது மாமாவின் வீட்டில் அடைக்கலம் புகுபவருக்கு அங்கும் தடை ஏற்படுகிறது. கோபத்துடன் அங்கிருந்து கிளம்பும் பூலான் தேவி, காவல்துறையால் கைது செய்யப்பட்டு லாக்கப்பில் கூட்டு வன்புணர்வுக்கு ஆளாக்கப்படுகிறார். தாக்கூர்கள் அவளை ஜாமீனில் எடுக்கிறார்கள். பாபு குஜ்ஜார் என்னும் கொள்ளையனிடம் ஒப்படைக்கிறார்கள்.

தன்னுடைய இரையாக பூலானை இழுத்துச் செல்லும் பாபு குஜ்ஜார், நினைத்த போதெல்லாம் மிருகம்போலப் பாய்ந்து வன்புணர்வில் ஈடுபடுகிறான். அந்தக் கொள்ளைக்கூட்டத்தில் இரண்டாம் நிலையில் உள்ள விக்ரம் என்கிற இளைஞன் மனிதாபிமானம் உள்ளவன். பூலான் பிறந்த அதே மல்லா என்கிற அடித்தட்டு சமூகத்தைச் சேர்ந்தவன். பூலானுக்கு ஆதரவாக நிற்கும் விக்ரம், ஒரு கட்டத்தில் பாபுவைக் கொன்று கூட்டத்துக்குத் தலைமை யேற்கிறான். பூலானுக்கும் விக்ரமுக்கும் இடையில் காதல் ஏற்படுகிறது.

இந்த கொள்ளைக் கூட்டத்தின் மூத்த தலைவனான தாக்கூர் ஸ்ரீராம் சிறையிலிருந்து வெளியே வருகிறான். இது பூலானின் வாழ்க்கையில் இருந்த தற்காலிக மகிழ்ச்சிகரமான வாழ்க்கையை நாசமாக்குகிறது. விக்ரமைக் கொன்றுவிட்டு பூலானைக் கைப்பற்றும் ஸ்ரீராம், பெஹ்மாய் என்னும் கிராமத்தில் பூலானை, கூட்டு வன்புணர்வுக்கு ஆளாக்குகிறான். ஊரார் முன்னிலையில் பூலானை நிர்வாணப்படுத்தி சாதியக் கொடுமை செய்கிறான். அவனிடமிருந்து தப்பித்து இன்னொரு கொள்ளைக்கூட்ட தலைவனான பாபா முஸ்தகிம் என்பவரின் உதவியைக் கோருகிறாள் பூலான். தனக்கென ஒரு படைக்குழுவை அமைக்கிறாள். விக்ரமின் நண்பனான மான் சிங், பூலானின் தளபதியாக உடன் நிற்கிறான்.

தனக்கென ஒரு படை அமைந்ததும் பூலானுக்குள் பழிவாங்கும் உணர்வு பெருகுகிறது. பணக்காரர்களிடமிருந்து கொள்ளையடித்து ஏழை மக்களுக்கு வழங்குகிறாள். இதனால் அவளுடைய புகழ் பரவுகிறது. ஊருக்கு நடுவில் தன்னை நிர்வாணப்படுத்திய ஸ்ரீராம் சகோதர்களைக் கொல்வதற்காக பெஹ்மாய் கிராமத்துக்குச் செல்கிறாள். அங்கு அவர்கள் இல்லையென்பதால், அங்குள்ள தாக்கூர் சமூகத்தின் ஆண்கள் அனைவரையும் நிற்க வைத்து

துப்பாக்கியால் சுட்டுக் கொல்ல வைக்கிறாள். இந்தப் படுகொலைச் சம்பவம் தேசிய அளவில் கவனத்துக்கு உள்ளாகிறது. பூலான் தேவியை கைது செய்ய இந்திய அரசு உத்தரவிடுகிறது. சம்பல் பள்ளத்தாக்கில் மறைந்திருக்கும் பூலானுக்கு நெருக்கடி அதிகமாகிறது. அவளுடைய குழுவின் பெரும்பான்மையான ஆட்கள், காவல்துறை வேட்டையில் கொல்லப்படுகிறார்கள். நெருக்கடி தாங்காமல் துப்பாக்கியை கீழே வைக்கும் பூலான், சில நிபந்தனைகளுடன் இந்திய அரசாங்கத்திடம் சரண் அடைகிறாள். மக்கள் அவளைப் புகழ்ந்து கோஷம் இடும் காட்சியோடு படம் நிறைகிறது.

சாதியக் கொடுமைகளின் உக்கிரமான சாட்சியம் பூலான் தேவி

'மிருகங்கள், பறைகள், படிக்காதவர்கள், தாழ்த்தப்பட்ட சாதியினர் மற்றும் பெண்கள் அடிக்கத் தகுதியானவர்கள்' என்னும் மனு ஸ்மிருதியின் வாசகங்களை மேற்கோள் காட்டுவதோடு படம் துவங்குகிறது. நிர்வாணக் காட்சிகள் இருப்பதால் இந்தப் படம் இந்தியாவில் தடை செய்யப்படுவதாகச் சொல்லப்பட்டாலும், இங்குள்ள சாதிய அவலத்தை படம் அழுத்தமாகச் சித்திரித்திருப்பதால்தான் படத்துக்கு தடை என்னும் கருத்தை இயக்குநர் சேகர் கபூர் கொண்டிருந்தார்.

சக சிறுமிகளுடன் ஆற்றில் ஆனந்தமாக விளையாடி குளித்துக் கொண்டிருக்கும் பூலான் தேவியை அவளது தந்தை அழைப்பதாக தோழி சொல்கிறாள். அறியாச் சிறுமியான அவளை அழைத்துப் போவதற்காக மாப்பிள்ளை வந்திருக்கிறார். இங்கு ஆரம்பிக்கும் பூலான் தேவியின் துயரம் படம் பூராவும் நீள்கிறது. இது தொடர்பான காட்சிகளை வயிற்றைப் பிசையும் சங்கடத்துடன் உருவாக்கி யிருக்கிறார் சேகர் கபூர்.

தன் வாழ்க்கையின் பெரும்பாலும் மோசமான, ஆணாதிக்க மனோபாவம் பெருகியுள்ள, தன்னை உடலாக மட்டுமே பார்த்த பூலான் தேவியின் வாழ்க்கையில் கிடைத்த ஒரே ஆறுதல், காதலன் விக்ரம் மட்டுமே. அவன் மட்டும்தான் பூலான் தேவிக்கு காதலையும் அரவணைப்பையும் அளிக்கிறான். சராசரிப் பெண்ணாக இருந்தவளுக்கு பயிற்சிகள் அளித்து 'பாண்டிட் குயினாக' மாற்றுகிறான். துரோகத்தால் வீழ்த்தப்படும் விக்ரம், இறக்கும் தறுவாயில் 'யாரையும் நம்பாதே. எதிர்த்துப் போராடு' என்று சொல்லிவிட்டு இறக்கிறான். இந்தச் சம்பவமும் உபதேசமும் பூலான் தேவியை தலைகீழாக மாற்றுகின்றன.

மிருகங்கள் வேட்டையாடுவது போல இதர ஆண்கள் பூலான் தேவியின் மீது பாய்ந்து தங்களின் வெறியைத் தீர்த்துக் கொள்வார்கள். அவளைக் காதலுடன் அணுகுபவன் விக்ரம் மட்டுமே. அவன் தொட வரும்போது அவன் கையைத் தள்ளிவிட்டு, தானே ஆக்கிரமிப்பாள் பூலான். இது போன்ற நுட்பமான காட்சிகளின் மூலம் பூலானின் சித்திரத்தை படம் முழுவதும் திறமையாக வரைந்து காட்டியிருப்பார் இயக்குநர். சிறுமியாக இருந்தபோது தன்னை பாலியல் ரீதியாக கொடுமைப்படுத்திய கணவனை கட்டிப் போட்டு கொலைவெறியுடன் பூலான் தேவி அடிக்கும் காட்சி சிறப்பானது. இதன் காரணமாகவே சிறுமிகளைத் திருமணம் செய்யும் ஆண்களை பிறகு கடுமையாக தண்டிக்கத் துவங்கினார் பூலான்.

உன்னதமான கலைஞர்களால் உயிர் பெற்ற திரைப்படம்

இந்தியாவின் மிகச் சிறந்த ஒளிப்பதிவாளர்களுள் ஒருவரான அசோக் மேத்தா, இந்தத் திரைப்படத்தில் பணிபுரிந்தார். அந்த நிலவெளியை அழகியல்ரீதியில் காட்சிப்படுத்திய அதேநேரத்தில் பூலான் தேவியின் துயரத்தையும் போராட்டத்தையும் உணர்வு பூர்வமான திரைமொழியில் பதிவு செய்திருந்தார். பூலான் தேவி பொதுவெளியில் நிர்வாணப்படுத்தப்படும் காட்சி முதற்கொண்டு பல காட்சிகள், மனதைப் பிசையும் வகையில் படமாக்கப் பட்டிருந்தன.

ஒரு திரைப்படத்துக்குப் பின்னணி இசை எப்படியிருக்க வேண்டும் என்பதற்கு 'பாண்டிட் குயின்' ஒரு சிறந்த உதாரணம். உஸ்தாத் நுஸ்ரத் ஃபதே அலி கான் மிகச் சிறந்த இசையைத் தந்திருந்தார். பாரம்பரிய ராஜஸ்தானி இசையைப் பயன்படுத்தியிருந்த நுஸ்ரத், அவலம் நிறைந்த காட்சிகளுக்கு, ஓலமிடுதலைப் போன்ற ஆலாபனைகளின் மூலம் துயரச் சுவையைப் பதிவு செய்திருந்தார்.

பூலான் தேவியாக சிறப்பாக நடித்திருந்தார் சீமா பிஸ்வாஸ். 'பாண்டிட் குயின்'தான் அவரது அறிமுகப்படம் என்று பொதுவாகக் கருதப்பட்டாலும் 1988-ல் வெளியான 'அம்ஷிணி' என்கிற படத்தில் ஏற்கெனவே நடித்திருந்தார். தேசிய நாடகப் பள்ளியில் இவர் நடித்திருந்ததைப் பார்த்த சேகர் கபூர், இந்தப் படத்தின் பிரதான கதாபாத்திரத்தில் நடிக்க வைக்க முடிவு செய்தார். பூலான் தேவியின் சித்திரத்துக்குக் கச்சிதமாகப் பொருந்தினார் சீமா.

நெருக்கடியான நேரங்களில் பூலானுக்கு ஆதரவாக நிற்கும் மாமா பாத்திரத்தில் நெகிழ்வான நடிப்பைத் தந்திருந்தார் செளரஃப்

சுக்லா. விக்ரமாக நடித்திருந்த நிர்மல் பாண்டேவின் பங்களிப்பும் குறிப்பிடத்தகுந்தது. தாக்கூர் ஸ்ரீராமாக கொடூரமான மனம் படைத்த கொள்ளைக்காரனாக கோவிந்த் ராம்தேவ் மிரட்டியிருந்தார். தளபதி மான் சிங் பாத்திரத்தில் நடித்திருந்த மனோஜ் பாஜ்பயீயின் நடிப்பு கவனிக்கத் தகுந்ததாக இருந்தது.

சாதியத்தால் படுகொலை செய்யப்பட்ட பூலான் தேவி

நிபந்தனைகளுடன் சரண் அடைந்தாலும் உடல் உபாதைகள், தாக்கூர்களால் ஏற்படக்கூடிய உயிராபத்தின் அச்சம் போன்ற வற்றுடன் சுமார் பத்து வருடங்களை சிறையில் கழித்தார் பூலான். 1994-ல் ஏற்பட்ட அரசியல் மாற்றம் காரணமாக, சமாஜ்வாதி கட்சியின் முலாயம் சிங் யாதவ் முதல் அமைச்சராகப் பொறுப்பேற்றார். பூலான் தேவியின் மீதுள்ள வழக்குகள் திரும்பப் பெறப்பட்டு பூலான் விடுதலையானார். அரசியலில் இணைந்து நாடாளுமன்ற உறுப்பினராகச் செயல்பட்டார். 2001-ல் நாடாளுமன்றத்தின் வாசலில் ஷேர் சிங் ராணா என்பவனால் படுகொலை செய்யப்பட்டார். 'பெஹ்மாய் கிராமத்தில் தாக்கூர் ஆண்கள் கொலை செய்யப்பட்ட சம்பவத்துக்குப் பழிவாங்கவே இந்தக் கொலையைச் செய்தேன்' என்று ஷேர் சிங் ராணா கூறினாலும் இதற்குப் பின்னால் சாதிய ரீதியிலான சதி இருப்பதாகத் தெரிகிறது. தாக்கூர் ஆண்களால் தனக்கு உயிராபத்து ஏற்படும் என்று பூலான் தேவி கொண்டிருந்த அச்சம் உண்மையாயிற்று.

இந்தியக் கிராமத்தில், ஒடுக்கப்பட்ட சமூகத்தில், ஏழைக் குடும்பத்தில் பிறந்த ஓர் எளிய சிறுமி, இங்குள்ள சாதியக் கொடுமைகள், ஆணாதிக்க அவலங்கள் உள்ளிட்ட பல்வேறு கீழ்மைகள் காரணமாக தன் வாழ்நாள் பெரும்பான்மையும் துயரத்தையும் அவமானத்தையும் எதிர்கொண்டார். ஒரு கட்டத்தில் வீறு கொண்டு எழுந்து கொள்ளைக்காரியாகவும் கொலைகாரியாக வும் மாறினார். காலங்காலமாக ஆணாதிக்க சமூகத்தால் அடிமைப்பட்டிருக்கும் பெண்களில் பெரும்பாலானோர் பூலான் தேவியாக மாறினால் என்னவாகும்?

திரைப்படம் 11

படா

1996-ம் வருடம். அக்டோபர் நான்காம் தேதி. பாலக்காடு மாவட்டத்தின் கலெக்டருக்கு அன்று சோதனை நாளாக அமைந்தது. நான்கு ஆசாமிகள் கலெக்டரை அவரது அலுவலக அறையில் வைத்து பணயக் கைதியாகப் பிடித்தனர். ஊரே அல்லோகல்லோலமானது. அரசு இயந்திரங்கள் அனைத்தும் ஒன்று திரண்டு கலெக்டரை விடுவிக்க முயன்றன. கடத்தல்காரர்களிடம் பேச்சு வார்த்தை நடத்தின. ஏறத்தாழ பத்து மணி நேரம் நடந்த போராட்டத்துக்குப் பிறகு ஒருவழியாக கலெக்டர் விடுதலையானார். கலெக்டரைப் பணயக் கைதியாக வைத்திருந்தவர்களிடம் இருந்த வெடிகுண்டு, துப்பாக்கி அனைத்தும் போலியானது என்பது இந்த நாடகத்தின் இறுதியில் தெரிய வந்தது.

கலெக்டரை சிறைப்படுத்தியவர்கள் யார்?
அவர்களின் நோக்கம் என்ன?

1975-ம் ஆண்டின் ஆதிவாசி நிலச் சட்டத்தில், ஒரு திருத்த மசோதாவைக் கொண்டு வருவதற்காக அப்போதைய கேரள அரசு உத்தேசித்தது. ஈ.கே.நாயனார் முதலமைச்சராக இருந்த, இடது ஜனநாயக முன்னணி தலைமையிலான அரசு கொண்டு வர தீர்மானித்த இந்தத் திருத்த மசோதாவைத் திரும்பப் பெறக் கோருவதுதான் அந்தப் போராளிகளின் ஒரே நோக்கம். ஓர் அரசு அதிகாரியை சிறை பிடிப்பதின் மூலம், இந்தப் பிரச்னையைப் பொதுமக்கள் மற்றும் அரசின் கவனத்துக்குக் கொண்டு வர

விரும்பினார்கள். இந்த நெடுங்கால அரசியல் பிரச்னையை தேசிய அளவில் கவனப்படுத்தவும் அதற்கு தீர்வு காணவும் விரும்பினார்கள்.

'அய்யன்காளி படை'யைச் சேர்ந்தவர்கள் என்று தங்களை அடையாளப்படுத்திக் கொண்ட அந்த நால்வரின் பின்னணியில் மாவோயிஸ்ட்களின் ஆதரவும் இருந்தது.

ஆதிவாசிகள் அயல்கிரகத்தினர் அல்ல

இந்த உலகின் பூர்வகுடிகள் ஆதிவாசிகள் மற்றும் பழங்குடியினர் தான். 'நாகரிக' உலகின் முன்னோர்கள் அவர்கள்தான். இயற்கையிலிருந்து துண்டித்துக் கொள்ளாமல் வனத்தை வழிபட்டு அதனுடன் இயைந்து வாழ விரும்புபவர்கள். ஆனால் 'நாகரிகப்படுத்துகிறோம்' என்கிற பெயரில் காலங்காலமாக வாழ்ந்து வந்த வசிப்பிடங்களில் இருந்து அரசு இயந்திரங்கள் அவர்களை வலுக்கட்டாயமாக அப்புறப்படுத்துகின்றன. அதன் பின்னே இருப்பது ஆதிவாசிகளின் மீதான நலன் அல்ல. இயற்கை வளங்களைச் சுரண்டுவதும், வனத்தை அழித்து ஆக்ரமிப்பதும்தான் நோக்கம். கொழுத்த லாபத்தைக் குறிவைக்கும் கார்ப்பரேட் நிறுவனங்கள் பின்னணியில் இருக்க அரசியல்வாதிகளும் அரசு இயந்திரங்களும் கூட்டணி அமைத்துக்கொண்டு பழங்குடியினரைக் காட்டிலிருந்து விரட்டியடிக்கும் அரசியல் உலகம் முழுவதும் தொடர்ந்தவண்ணம்தான் இருக்கிறது.

ஆதிவாசிகளுக்கு நிலஉரிமை தரும் சட்டத்தில் திருத்தம் கொண்டு வர உத்தேசிக்கும் கேரள அரசின் தீர்மானத்தைக் கண்டித்தும், அதைத் திரும்பப் பெறக் கோரியும் பாலக்காடு மாவட்ட கலெக்டரை சிறைப்பிடித்த உண்மைச் சம்பவத்தை அடிப்படையாகக் கொண்டு 2022-ல் ஒரு மலையாளத் திரைப்படம் வெளியானது, 'படா'. 'படை' என்று பொருள்படும் இந்த பொலிட்டிக்கல் திரில்லரை இயக்கியவர் கே.எம்.கமல்.

உண்மையாக நடந்த சம்பவங்களைக் கொண்டு உருவாக்கப்படும் திரைப்படங்கள் பொதுவாக இருவகைப்படும். ஒன்று, சாகசம் மற்றும் குற்றச் சம்பவங்களை அடிப்படையாகக் கொண்டவை. இரண்டு, அரசியல் ரீதியிலான போராட்டச் செயல்களை அடிப்படையாகக் கொண்டவை. 'படா' திரைப்படத்தை இரண்டாவது வகையில் சேர்க்கலாம். இவ்வகையான திரைப்படங ்களை ஹாலிவுட்டில் உருவாக்கும் போது, அடிப்படையான சம்பவங்களுடன் புனைவுச் சுதந்திரத்தைப் பயன்படுத்தி, சற்று

கற்பனையைக் கலந்து நேர்க்கோட்டு கச்சிதத்துடன் இயக்குவார்கள். இவை பெரும்பாலும் மையத்திலிருந்து விலகாத தன்மையைக் கொண்டிருக்கும். ஆனால் இந்த வகையிலான திரைப்படங்கள் இந்தியாவில் உருவாகும்போது கணிசமான வித்தியாசத்தைக் கொண்டிருக்கும். கற்பனையை ஏராளமாகக் கலப்பதோடு ஏராளமான ஜனரஞ்சக அம்சங்களையும் கொண்டிருக்கும். ஒரு பரபரப்பான காட்சிக்கோர்வையை அப்படியே நிறுத்திவிட்டு மனச்சாட்சியே இல்லாமல் ஒரு பாடல் காட்சியை இணைப்பார்கள்.

இது போன்ற தவறுகள் எல்லாம் செய்யாமல் அயல்திரைப் பாணிக்கு நிகராக ஹாலிவுட் தன்மையுடன் 'படா' திரைப்படத்தை இயக்கியுள்ளார் கே.கே.கமல். படத்தினுள் மிகைத்தன்மையோ செயற்கையான பரபரப்போ எதுவுமில்லை. பொதுவாக அரசியல் போராளிகள் என்றால் அவர்களை வலிமையான சூப்பர் ஹீரோ போல எத்தகைய வன்முறைக்கும் அஞ்சாதவர்கள் போலச் சித்திரிப்பார்கள். ஆனால் இதில் வரும் போராளிகள் நால்வரும் எளிமையான குடும்பத்தின் பின்னணியில் இருந்து வருபவர்கள். ஒருவர் தன்னுடைய மகளின் கைக்கடிகாரத்தை இரவல் வாங்கிக் கொண்டுவருவார். இன்னொருவர் லாட்டரி வாங்கச் சொல்லி நச்சரிக்கும் பெண்மணியிடம் 'காசு இல்லம்மா' என்று அனுப்பிவிடுவார். உண்மைச் சம்பவத்தில் ஈடுபட்டவர்களிடம் மிக சொற்பான பணமே இருந்ததாகச் சொல்லப்படுகிறது.

இந்த நால்வரும் வறுமைப் பின்னணியில் இருப்பவர்கள். சிலர் சம்பவத்தின் பின்விளைவுகளை உணர்ந்து தங்களின் குடும்பத்தைத் தூரமாக அனுப்பிவிட்டு மனஉறுதியுடன் வருவார்கள். இவர்களின் குடும்பத்தினர் அடையும் மௌனத் துயர்களும் படத்தில் இயல்பாகப் பதிவாகியிருந்தன. கலெக்டரைப் பிணைக்கைதியாக பிடிக்கும் சம்பவம் கூட நம்பகத்தன்மையுடன் காட்சிப்படுத்தப் பட்டிருந்தது. இவர்களின் முதல் முயற்சி எதிர்பாராதவிதத்தில் பரிதாபமாக தோற்றுவிடும். சாகசப்படம் போல அதிரடிக் காட்சியாக எதுவும் இருக்காது. இரண்டாவது முயற்சிதான் வெற்றி பெறும்.

இயல்பும் நம்பகத்தன்மையும் கலந்த காட்சிகள்

உண்மையான நபர்களின் பெயர்களைச் சற்று மாற்றி அமைத்த கதாபாத்திரங்களில் குஞ்சாக்கோ போபன், ஜோஜு ஜார்ஜ், விநாயகன் மற்றும் திலீப் போத்தன் ஆகிய நால்வரும் இயல்பான

நடிப்பைத் தந்திருந்தார்கள். தலைமைச் செயலாளர் பாத்திரத்தில் கச்சிதமாகப் பொருந்தியிருந்தார் பிரகாஷ் ராஜ். சீனியர் காம்ரேடாக எளிய தோற்றத்தில் இந்திரன்ஸ் நடித்திருந்தார். கலெக்டராக அர்ஜுன் ராதாகிருஷ்ணன் பொருத்தமான நடிப்பைத் தந்தார். அரசாங்கத்துக்கும் போராளிக்கும் இடையில் பேச்சு வார்த்தை நடத்தும் மீடியேட்டராக டி.ஜி.ரவி சிறப்பாக நடித்திருந்தார்.

கலெக்டருக்கும் போராளிகளுக்கும் இடையில் நடக்கும் அரசியல் உரையாடல்கள் கூட அதிக ஆவேசமில்லாமல் இயல்பாக அமைக்கப் பட்டிருந்தன. 'என் கைகளை அவிழ்த்து விடுங்கள். உங்களுக்கு தெரியுமா?, 1979-ம் ஆண்டு ஐ.நா. அறிக்கையின்படி பிணைக் கைதிகளின் கோரிக்கை மதிக்கப்பட வேண்டும்' என்று கலெக்டர் சொல்வார். 'உங்களுக்குத் தெரியுமா சார்? அதற்கும் முன்பே அதாவது 1957-ல் ஆதிவாசிகளின் நிலஉரிமை பாதுகாக்கப்பட வேண்டும் என்று உறுப்பினர் நாடுகளுக்கு ஐ.நா. அறிவுறுத்தியிருக்கிறது என்று?' என்று பதிலுக்கு கேட்பார் திலீப் போத்தன். தாங்கள் கையில் எடுத்திருக்கும் பிரச்னையின் ஆழத்தை அறிந்து இறங்கியிருக்கும் போராளிகளின் அரசியல் அறிவை உணர்த்தும் காட்சி இது.

'ஆதிவாசிகளின் நிலவுரிமைக்காக கேரள அரசு 1975-ல் சம்பிரதாயத்துக்கு ஒரு சட்டம் கொண்டு வந்தது. அது இடதுசாரி அரசோ வலதுசாரி அரசோ, இரண்டுமே சம்பந்தப்பட்ட சட்டத்தை நீர்த்துப் போகச் செய்யும் விஷயங்களைத்தான் தொடர்ந்து செய்து கொண்டிருக்கின்றன' என்று சொல்வார் விநாயகன். கலெக்டர் மனிதாபிமானம் உள்ளவர். 'நீங்கள் போராடும் விஷயம் சரிதான். ஆனால் அதற்கான வழிமுறை இதுவல்ல' என்று எச்சரிப்பார்.

எளிய மக்களுக்கு எதிராக அரசு இயந்திரம் கைகோக்கும் அவலம்

ஒடுக்கப்பட்ட மக்களின் அழுகையும் ஓலமும் அதிகார சக்திகளின் காதுகளில் எப்போதும் விழாது. விழுந்தாலும் கேட்காதது போலவே கள்ள மௌனத்துடன்தான் இருக்கும். மையச் சமூகத்துக்கோ அது பற்றிய அக்கறையோ அரசியல் ஆர்வமோ எதுவுமில்லை. இது போன்ற சூழலில் தங்களின் உரிமையைக் கோருவதற்காக அழுத்தமான குரல்களை அவர்கள் எழுப்ப வேண்டியிருக்கிறது. தங்களின் மீது நிகழ்த்தப்படும் அரச வன்முறையை எதிர்கொள்வதற்காக பதிலுக்கு வன்முறையை கையில் எடுக்க வேண்டியிருக்கிறது. இப்படியாகத்தான் அரசியல் போராட்டங்களும் போராளிகளும் இது தொடர்பான வன்முறைகளும் உருவாகின்றன.

கலெக்டரைப் பிணைக்கைதியாகப் பிடித்து வைத்திருக்கும் நால்வரும் மனஉறுதியுடன் தங்களின் கோரிக்கையை முன்வைக்கிறார்கள். இவர்கள் அசந்திருக்கும் சந்தர்ப்பம் பார்த்து உள்ளே புகுந்து அவர்களைக் கொன்றுவிடும் உத்தேசத்துடன் கொலைவெறியுடன் காத்திருக்கிறது, காவல்துறை. தேர்தல் வரவிருப்பதால் தன்னுடைய அரசுக்கு எவ்விதக் கெட்ட பெயரும் வந்துவிடக்கூடாது என்பதை மட்டுமே சுயநலத்துடன் யோசிக்கிறார் மாநில முதல்வர். அத்தனை நெருக்கடிகளையும் பொறுமையுடன் சமாளிக்கிறார் தலைமைச் செயலாளர்.

போராடினாலும் மாறாத அவலம்

ஒரு நேர்மையான வழக்கறிஞர் மீடியேட்டராக இருக்க, மனச்சாட்சியுள்ள நீதிபதியின் முன்னால் கலெக்டரின் அறையிலேயே விசாரணை நடைபெறுகிறது. பத்து மணி நேரம் தாக்குப் பிடிக்கும் போராளிகள், ஒரு கட்டத்துக்குப் பிறகு இந்த பேச்சு வார்த்தைக்கு ஒப்புக் கொள்கிறார்கள். அவர்களுக்கு வேறு வழியும் இல்லை. ஆனால் மரணத்தை எதிர்கொள்ளவும் அவர்கள் தயாராக இருந்தவர்கள்தான். மசோதா திருத்தத்தை திரும்பப் பெற்றுக் கொள்வது பற்றி அரசின் கவனத்துக்கு எடுத்துச் செல்வதோடு எவ்வித இடையூறும் இல்லாமல் தங்களை விடுதலை செய்ய வேண்டும் என்று கோரிக்கை வைக்கின்றனர்.

'பிணைக்கைதியாக இருந்தபோது அவர்கள் தன்னை மரியாதையுடன் நடத்தினார்கள்' என்று மனச்சாட்சியுடன் கலெக்டர் சாட்சி சொல்கிறார். யாருக்கும் எவ்வித தீங்கும் நிகழவில்லை. எந்த உயிரிழப்பும் இல்லை. இதுவொரு அரசியல் போராட்டம். அனைத்தையும் கருத்தில் கொண்டு போராளிகளை நீதிபதி விடுவிக்கிறார். பத்திரிகையாளர்களைச் சந்திக்கும் போராளிகள் தங்களின் அரசியல் அறிக்கையை வாசித்துவிட்டு வெளியேறுகிறார்கள். பயணிப்பதற்கு கூட காசில்லாத அவர்களை, வழக்கறிஞர் தன்னுடைய காரில் அழைத்துச் செல்கிறார்.

என்னதான் நீதிபதி விடுவித்தாலும் இது அரசாங்கத்துக்கு விடப்பட்ட சவால். எனவே அரசு இயந்திரம் சும்மா இருக்குமா? சில நாட்களிலேயே காவல்துறை அந்த நால்வரையும் வேட்டையாடத் துவங்குகிறது. துரத்திப் பிடித்து சிறையில் அடைக்கிறது. சில வருட சிறைத் தண்டனைக்குப் பிறகு அவர்கள் வெளியே வருகின்றனர்.

இதெல்லாம் சரி. தங்களின் உயிரை பணயம் வைத்து அவர்கள் நிகழ்த்திய போராட்டத்துக்கு ஏதேனும் பலன் இருந்ததா? இல்லை. முன்னை விடவும் மோசமாகத்தான் ஆனது. அரசு தன்னுடைய இரும்புக்கரத்தைப் பயன்படுத்தி ஆசிவாசிகளை வலுக்கட்டாயமாக வெளியேற்றியது. தங்களின் நிலவுரிமைக்காகவும் வாழ்வாதாரத்துக்காகவும் போராடிய ஆதிவாசிகளில் சிலர் கொல்லப்பட்டார்கள். பலர் படுகாயமுற்றார்கள்.

கலெக்டரைப் பிணைக்கைதியாகப் பிடித்துவைத்திருந்த சம்பவத்தில் ஈடுபட்ட உண்மையான நபர்களின் புகைப்படங்கள் படத்தின் இறுதியில் காட்டப்படுகின்றன. தங்களை வெளியேற்ற முயலும் காவல்துறையை எதிர்த்து ஆதிவாசிகள் நிகழ்த்தும் போராட்டக் காட்சிகளும் அதில் நிகழும் பரிதாபமான விளைவுகளும் பின்னிணைப்பு வீடியோக் காட்சிகளாக இணைக்கப்பட்டிருக்கின்றன.

'மக்கள் நலன்' என்கிற பெயரில் ஒடுக்கப்பட்ட மக்களுக்கு எதிராகவே எப்போதும் இயங்கும் அதிகார வர்க்கத்தின் கொடுமை இப்போதைக்கு நிற்பதாக இல்லை. இந்தச் செய்தியை எவ்வித ஆர்ப்பாட்டமும் செயற்கைத்தனமும் இன்றி, இயல்பான குரலில் பதிவு செய்தவிதத்துக்காக 'படா' ஒரு முக்கியமான அரசியல் திரைப்படமாகியிருக்கிறது.

திரைப்படம் 12

சௌரங்கா

ஒடுக்கப்பட்ட சமூகத்தைச் சேர்ந்த சிறுவனின் வழியாக சாதியத்தின் கொடுமையை பதிவு செய்திருக்கும் மராத்தி மொழித் திரைப்படம் 'ஃபன்ட்ரி'. அதே பாணியில் உருவாக்கப்பட்டிருக்கும் இந்தித் திரைப்படம் 'சௌரங்கா' (Chauranga, 2016).

இந்தப் படத்தில் இந்தியக் கிராமங்களில் உறைந்துள்ள சாதியப் படிநிலைகளின்மூலம் நிகழும் அவலங்கள், விளிம்பு நிலையிலுள்ள சிறார்களின் கோணங்களின் வழியாகப் பதிவு செய்யப்பட்டிருக்கின்றன. சாதியத்தைப் பற்றி உரையாடும் படம் என்றாலும் எவ்வித செயற்கையான ஆர்ப்பாட்டமும் ஆவேசமும் இன்றிக் கலையமைதியுடன் படைக்கப்பட்டுள்ளது.

அறிமுக இயக்குநரான பிகாஸ் ரஞ்சன் மிஸ்ரா உருவாக்கியுள்ள இந்தத் திரைப்படம், 16வது மும்பை பிலிம் ஃபெஸ்டிவலில் 'சிறந்த படத்துக்கான' விருதைப் பெற்றது. லோகார்னோ ஃபிலிம் நடத்திய திரைக்கதையாளர்களுக்கான பயிற்சிப் பட்டறையில் தயாராகி, என்.எஃப்.டி.சியால் தேர்வு செய்யப்பட்டது.

ஒரு முதிராத சிறுவனின் ரகசியக் காதல்

பெயர் அறியாத ஓர் இந்தியக் கிராமம். பெயர் எதுவாக இருந்தால்தான் என்ன? ஏறத்தாழ எல்லா இந்தியக் கிராமங்களும் சாதிய நோக்கில் ஒரே மாதிரிதான் இயங்குகின்றன. தலித் குடும்பத்தைச் சேர்ந்தவன் சந்து. 14 வயது சிறுவன். வறுமை

காரணமாக அவனது மூத்த சகோதரனை மட்டும்தான் வெளியூரில் அனுப்பிப் படிக்க வைக்க முடிகிறது. தானும் கல்வி கற்க வேண்டும் என்கிற ஏக்கம் சந்துவுக்கு இருந்தாலும் பன்றியைப் பாதுகாக்கும் வேலைதான் அவனுக்கு நிதர்சனமாக இருக்கிறது.

சந்துவுக்குள் ஒரு ரகசிய உலகமும் கிளர்ச்சியும் இருக்கிறது. அந்தக் கிராமத்தின் செல்வாக்குள்ள பிரமுகரின் பெண்மீது உள்ளூரக் காதலை வளர்த்துக் கொள்கிறான். முற்பட்ட சாதியைச் சேர்ந்த அவள் பள்ளிக்குச் செல்லும் போதெல்லாம் மரத்தில் ஏறி அமர்ந்து அவளை ரகசியமாகப் பார்த்து மகிழ்கிறான். அவனுடைய வறட்சியான உலகத்தில் இது மட்டுமே மகிழ்ச்சியான விஷயமாக இருக்கிறது.

தனது இளைய மகனும் கல்வி கற்க வேண்டும் என்கிற ஆசை அந்த ஏழைத் தாய்க்கு இருக்கிறது. ஒரு பிராமணப் பிரமுகரின் வீட்டில் பணி புரியும் அவள், அவருடைய மிருகத்தனமான உடலிச்சைக்காக தன்னையே தருகிறாள். மூத்த மகனின் கல்விச் செலவையும் இப்படித்தான் அவள் சமாளிக்கிறாள் என்பது தெரிகிறது. விடுமுறையையொட்டி மூத்த மகனான பஜ்ரங்கி கிராமத்துக்கு வருகிறான். தம்பியின் முதிராத காதலை அறிந்து கொள்கிறான். முதலில் கிண்டலடித்தாலும் பிறகு அதற்கு உதவ முன்வருகிறான். இதன் பயங்கரமான எதிர்விளைவுகள் பற்றி அவர்கள் அறிந்திருந்தாலும் விடலை வயதுக்குக்கே உரிய துணிச்சலுடன் செயல்படுகிறார்கள். அண்ணன் எழுதிக் கொடுத்த காதல் கடிதத்தை எடுத்துக் கொண்டு அந்தப் பெண்ணிடம் பதற்றத்துடன் தந்துவிடுகிறான் தம்பி.

இதற்கு இடையில் பிரமுகரின் மிருகத்தனமான உடலுறவைத் தாங்க முடியாமல் தாய் இறந்து போகிறாள். காதல் கடிதம் பிரமுகரின் கண்ணில் தன்னிச்சையாகப் படுகிறது. அந்த ஊரிலேயே எழுதப் படிக்கத் தெரிந்தவன் பஜ்ரங்கி என்பதால் அவனை அழைத்து வந்து காலில் போட்டு மிதிக்கிறார். தப்பியோடும் பஜ்ரங்கியை அவரது ஆட்கள் கொலைவெறியுடன் துரத்துகிறார்கள். மலையுச்சியில் பிடிபடும் அவனைக் கொல்லும் உத்தேசத்துடன் ஒரு பெரிய பாறையைத் தூக்குகிறான் ஒருவன். இவர்களிடம் தானும் பிடிபடாமல் இருக்கக் கடும் வேகத்தில் ஓடி ரயிலில் ஏறி தப்பிக்கிறான், தம்பி சந்து. படம் நிறைகிறது.

என்னது... அவ்வளவுதானா? பிரமுகரின் காம வெறியால் இறந்து போன அம்மாவிற்கு நீதி கிடைத்ததா? அடியாட்களால் பெரிய

தலித் திரைப்படங்கள் | 119

பையன் கொல்லப்பட்டானா? ரயிலில் தப்பித்த சின்னப் பையன் என்னதான் ஆனான்? எதையுமே சொல்லாமல் படம் முடிந்து விடுகிறது. யதார்த்தத்தில் நிகழும் சாதியக் கொடுமை களுக்கெல்லாம் நடைமுறையில் குறைந்தபட்ச நீதியாவது கிடைத்துவிடுகிறதா என்ன?

நடைமுறையில் இயங்கிக் கொண்டேயிருக்கும் சாதியம்

ஃபோர்வெல் போடும் லாரியில் ஏறி கிராமத்துக்குள் வருகிறான் பஜ்ரங்கி. பள்ளி விடுமுறைக் கொண்டாட்டத்தின் மகிழ்ச்சி அவனது முகத்தில் தெரிகிறது. ஆனால் அது தற்காலிகமான மகிழ்ச்சிதான். 'நீ எப்படியடா வண்டியில் ஏறி வரலாம்?' என்று முற்பட்ட சாதியைச் சேர்ந்த இளைஞர்கள் பஜ்ரங்கியை அடிக்கிறார்கள். அவனது டிரங்க் பெட்டியைத் தூக்கி எறிகிறார்கள். படத்தின் ஆரம்பத்திலேயே இப்படியொரு காட்சி வந்துவிடுகிறது. அண்ணன் அடிபடுவதைத் திகைப்புடன் வேடிக்கை பார்க்கிறான் சந்து.

அவர்களில் ஒருவன், சந்துவை அடிக்க வரும் போது திரும்பக் கன்னத்தில் அடித்து விட்டு ஓடி விடுகிறான். அண்ணனிடம் கோழைத்தனம் இருக்க தம்பியிடம் சற்று தன்மான உணர்ச்சி இருக்கிறது. அண்ணனுக்குள் தன்னிச்சையான கோழைத்தனத்தை ஏற்படுத்தியது எது? சாதியம்தான். தன் மீது தவறே இல்லை யென்றாலும் சாதியம் தாக்கும் போதெல்லாம் மௌனமான அலறலுடன் சகித்துக் கொள்ளவேண்டும் என்றே ஒடுக்கப்பட்ட மக்களுக்குக் காலம் காலமாகப் புகட்டப்பட்டிருக்கிறது.

பிரமுகரைச் சந்திக்க நேரும் போதெல்லாம் 'அவருடைய காலில் விழுந்து ஆசிர்வாதம் வாங்குங்கள்' என்று தன்னுடைய மகன்களுக்கு உபதேசித்துக் கொண்டேயிருப்பாள், தாய். கல்விச் செலவுக்கு அவர் உதவுவார் என்கிற எண்ணம்தான். பஜ்ரங்கி அவருடைய காலில் விழுவதற்காக குனியும் போது, அவனுடைய கை பட்டு விடக்கூடாது என்பதற்காக விலகி நிற்பார், பிரமுகர். இத்தனை ஆச்சாரம் பார்க்கும் அவர், சிறுவர்களின் ஏழைத் தாயை மட்டும் ரகசிய இரவுகளில் ஆவேசமாக தழுவிக் கொள்வார். பிரமுகரிடம் உதவியாளராக வேலை செய்யும் சாதியத் திமிர் கொண்ட இளைஞன் கூட சிறுவர்களை முரட்டுத்தனமாக அடித்து துரத்துவானே ஒழிய, அவர்களின் அம்மாவை காம இச்சையுடன் பார்த்துக் கொண்டேயிருப்பான். உடல் இச்சைக்கு முன்னால் மட்டும் சாதியும் ஆச்சாரமும் காணாமல் போய் விடும் விந்தையை இது தொடர்பான காட்சிகள் பதிவு செய்திருக்கின்றன.

விளையாட்டுப் போக்கில் கோயிலுக்குள் நுழைந்துவிடும் ஒரு தலித் சிறுவனை, முற்பட்ட சாதியைச் சேர்ந்த இளைஞர்கள் துரத்திப் பிடிக்கிறார்கள். அவனை கிணற்றுக்குள் தள்ளி விடுவது போல பயமுறுத்துகிறார்கள். ஒரு நிலையில் சிறுவன் கிணற்றுக்குள் விழுந்து விடுகிறான். உதவி ஏதும் செய்ய முன்வராமல் அவர்கள் பயந்து ஓடி விடுகிறார்கள். அதிர்ஷ்டவசமாக சிறுவனின் உயிர் போகாமல் கால் மட்டும் உடைந்துவிடுகிறது. அதைப் பற்றி அலட்டிக் கொள்ளாத பிரமுகர், கிணற்றுக்கு தீட்டு கழிக்கும் சடங்கை மட்டும் செய்யச் சொல்கிறார். கண்ணுக்குத் தெரியாத சாதிக்கு முன்னால் மனித உயிர் எத்தனை மலினமாக பார்க்கப்படுகிறது என்பதற்கான உதாரணக்காட்சி இது.

ஆர்ப்பாட்டம் அல்லாத இயல்பான திரைக்/கதை

'கதையிலிருந்து கதையை வெளியே எடுத்துவிடவேண்டும். அதுதான் நல்ல படைப்பு' என்பார் எழுத்தாளர் சா. கந்தசாமி. அது போல இந்தத் திரைப்படத்தில் நிதானமாக நகரும் காட்சிகள், எந்தவொரு செய்தியையும் வலிந்து நமக்குள் கடத்தவில்லை. செயற்கைத்தனமாக எதையும் புகட்டவில்லை. தன்னாலேயே நகர்ந்து போகும் காட்சிகளின் மூலம் நாமாகவே சாதியத்தின் கொடுமையை உணர்ந்து கொள்ளும் வகையில் நுட்பமான திரைக்கதை அமைக்கப்பட்டிருக்கிறது.

பிராமணப் பிரமுகராக சஞ்சய் சூரி அற்புதமாக நடித்திருந்தார். சாதியத் திமிர் கொண்டவர் என்பதற்காக இவர் கொடூரமான வில்லன் போல சித்தரிக்கப்படவில்லை. தலித் சிறுவர்களைக் கண்டதும் அருகில் அழைத்து அன்பாக விசாரிக்கிறார். 'போய் இனிப்பு சாப்பிடுங்கள்' என்று பாசத்துடன் உபசரிக்கிறார். நீர்க்குழாய் நிறுவப்பட்டதற்காக ஊர் மக்களுக்கு விருந்து அளித்து திரைப்படத்தைக் காண்பிக்கிறார். புறச் செயல்பாடுகளில் 'பெரிய மனிதராக' தோற்றமளித்தாலும் அவரது அகம் சாதியத் திமிரும் பெருமிதமும் கொண்டிருப்பதை உணர முடிகிறது.

தாளத்துக்காக நடனமாடும் சுயசாதி இளைஞனை தடுத்து நிறுத்தி 'தெருவில் ஆடுவதா... உன் வேலை?' என்று கண்டிக்கும் பிரமுகர், பஜ்ரங்கியை அன்புடன் அழைத்து பாடச் சொல்கிறார். தெருவில் ஆடிப்பாடுவதெல்லாம் குறிப்பிட்ட சமூகத்தினருக்கானது என்று அவருக்குள் இருக்கும் மனப்பதிவு நுட்பமாக உணர்த்தப்படுகிறது.

அண்ணன் பஞ்ரங்கியாக ரித்தி சென், தம்பி சந்துவாக சோஹம் மைத்ரா என்று இரு சிறுவர்கள் அற்புதமாக நடித்திருக்கிறார்கள்.

குறிப்பாக சன்ட்டுவாக நடித்த சிறுவனின் முகபாவங்கள் அற்புதமாக இருக்கின்றன. நகர்ந்து செல்லும் ரயில் பெட்டிகளை எண்ணுவதில் தன் கல்வியறிவின்மையைக் காட்டும் தம்பியை அண்ணன் கிண்டலடிக்கிறான். ஆனாலும் தம்பியும் கல்வி கற்க வேண்டும் என்கிற செய்தியை மறைமுகமாக உபதேசித்தபடியே இருக்கிறான். தான் விரும்பும் பெண்ணுக்குக் காதல் கடிதம் எழுத விரும்பும் தம்பிக்கு 'நான்கு நிற மை' உள்ள பேனாவின் மூலம் கடிதம் எழுதித் தந்து உதவுகிறான்.

பிரமுகரின் கண்பார்வையற்ற தந்தையும் சாதியப் பிடிமானம் கொண்டவராக இருக்கிறார். ஆசையாக வளர்க்கும் ஆட்டுக்கு இரவு நேரத்தில் தட்டுத் தடுமாறிச் சென்று உணவு அளித்து மகிழ்கிறார். உடல்பலம் குன்றி அங்கு ஒடுங்கியிருக்கும் பன்றியைக் கைத்தடியால் ஆத்திரத்துடன் அடித்து காயப்படுத்துகிறார். பன்றி குட்டி போட்டால் தனது வருமானத்துக்கு ஆகுமே என்று எதிர்பார்க்கும் தாய், பன்றி அடிபட்டிருக்கும் செய்தி கேட்டு அழுகிறாள். கண்பார்வையற்ற முதியவரைப் பின்னாலேயே தொடர்ந்து செல்லும் சந்து, அவரை அறைக்குள் வைத்து தாழிட்டு விட்டு கோயிலுக்கு முன்னால் உள்ள நந்தியின் மீது ஏறி அமர்ந்து மகிழ்கிறான்.

மௌனமாக நகரும் காட்சிகளை அடுக்குவதின் மூலம் கிராமங்களில் உறைந்துள்ள சாதியத்தின் கொடூரத்தை உணர்த்திய படியே செல்கிறார் இயக்குநர் பிகாஸ் ரஞ்சன் மிஸ்ரா. ஒளிப்பதிவு, ஒலிப்பதிவு போன்ற தொழில்நுட்பங்கள் சிறப்பாகப் பயன்படுத்தப் பட்டிருக்கின்றன. தன்னுடைய அமைதியான குரலின் வழியாக சாதியத்துக்கு எதிரான வலிமையான போர்க்குரலை எழுப்பி யிருக்கிறது 'சௌரங்கா'. இந்தியக் கிராமங்களில், பிராமண - தலித் உறவுகளில் தலித் மக்கள் எவ்வாறெல்லாம் சுரண்டப்படுகிறார்கள் என்பதைக் கலையமைதியுடன் பதிவு செய்திருக்கும் இந்தத் திரைப்படம், தலித் சினிமாக்களின் வரிசையில் ஒரு முக்கியமான ஆவணம்.

திரைப்படம் 13

பெயர் அறியாதவர்

இந்தியாவில், 7.8 கோடி மக்கள் வசிப்பதற்கு வீடற்றவர்களாக இருக்கிறார்கள்; அதில் குழந்தைகளின் எண்ணிக்கை மட்டும் ஒரு கோடிக்கும் மேலாக இருக்கிறது என்கிற தகவல் இந்தத் திரைப்படத்தின் இறுதியில் வரும் டைட்டில் கார்டில் தெரிவிக்கப்படுகிறது. 'பெயர் அறியாதவர்' என்கிற தலைப்பிலான இந்த மலையாளத் திரைப்படம், விளிம்பு நிலை மக்களின் வாழ்க்கைப் பிரச்னைகளை இயல்பான தொனியில் பதிவு செய்திருக்கிறது. டாக்டர் பிஜ்ஜு இயக்கத்தில், 2015-ல் வெளிவந்த இந்தப் படம், சர்வதேச அளவில் பல விருதுகளையும் பாராட்டுக்களையும் பெற்றிருக்கிறது.

மலையாள நகைச்சுவை நடிகராக அறியப்படும் சூரஜ் வெஞ்சரமூடு, தனது குணச்சித்திர நடிப்புக்காக, 'சிறந்த நடிகருக்கான' தேசிய விருதை இந்தப் படத்தின் மூலம் பெற்றார். சுற்றுச்சூழல் பாதுகாப்புக்கான சிறந்த படம் என்கிற பிரிவிலும் தேசிய விருது கிடைத்தது.

உதிரி மனிதர்களின் அவலமான வாழ்க்கை

'பெயர் அறியாதவர்' என்கிற படத்தின் தலைப்புக்கு ஏற்ப, இதில் வரும் பிரதான பாத்திரத்துக்குப் பெயர் இல்லை. மனைவியை இழந்தவர். தனது ஒரே மகனை, பொருளாதார சிரமத்துக்கு இடையிலும் பாசமாக வளர்த்து வரும் தகப்பன். கொல்லம்

முனிசிபல் கார்ப்பரேஷனில் துப்புரவுப் பணியாளராக இருப்பவர். அது தற்காலிகப் பணி மட்டுமே.

தற்காலிகப் பணியாக இருந்தாலும் அதை அர்ப்பண உணர்வுடன் செய்கிறார். பணி நேரத்தைத் தாண்டியும், குப்பைகளை எங்கு கண்டாலும் உடனே அப்புறப்படுத்துகிறார். மற்றவர்கள் அருவருப்புடன் கடந்துசெல்லும் போது சாலையில் கிடக்கும் பூனையின் சடலத்தை எடுத்து, குப்பைத் தொட்டியில் போடுகிறார். நீர்நிலையை அடைத்துக் கொண்டிருக்கும் பழைய துணிகளை எடுத்து வெளியில் போடுகிறார்.

அதிகாலையில் தந்தை பணிக்குச் செல்லும் போதெல்லாம் அவரின் கூடவே செல்வது மகனுக்கு விருப்பமான விஷயம். 'ஏம்ப்பா.. இங்க எல்லாம் அவனைக் கூட்டிட்டு வரே?' என்று சக பணியாளர்கள் தந்தையை அக்கறையுடன் ஆட்சேபிக்கிறார்கள். சிறுவனுக்கு அதெல்லாம் பிரச்னையில்லை. தந்தையுடன் ஒட்டிக் கொண்டு நடப்பதில்தான் அவனுக்கு இன்பம். விலை அதிகமான பொம்மையை வாங்க விருப்பம் என்றாலும் பொருளாதாரச் சூழலைப் புரிந்துகொண்டு அதற்கேற்ப நடந்து கொள்பவன். வானத்தை நோக்கி, இறந்து போன அம்மாவிடம் 'நாங்க.. இன்னிக்கு எங்கல்லாம் போனோம் தெரியுமா' என்று மனதோடு பேசிக் கொண்டிருப்பவன்.

ரயில் அடிக்கடி தடதடத்துச் செல்லும் தண்டவாளத்துக்கு அருகிலுள்ள வறுமையான பகுதியில் உள்ள ஒரு வீட்டில் வாடகைக்கு இருக்கிறார்கள். அன்றாட மதுவுக்கு சம்பாதித்தவுடன் நிறைவு கொள்ளும் வொர்க் ஷாப் முதலாளி, 'பிராக்டிஸ் பண்ணுங்கடா' என்று தன்னிடம் பணிபுரிபவர்களைக் கடிந்து கொள்ளும் பேண்ட் மாஸ்டர், 'அடியேய் கதவைத் திறடி' என்று நள்ளிரவில் கத்திக் கொண்டே வந்து மனைவியை அடிக்கும் குடிகாரன், தொலைக்காட்சித் தொடரை தவற விட விரும்பாத இல்லத்தரசி என்று விதம் விதமான நபர்கள் சுற்றத்தில் இருந்தாலும் அவர்கள் அனைவரையும் இணைப்பது ஒரே விஷயம்தான்: அது ஏழ்மை.

நகர வளர்ச்சிப் பணிக்காக அவர்கள் இருக்கும் குடிசைப்பகுதியை விட்டுச் செல்லுமாறு அரசாங்கம் அறிவுறுத்துகிறது. குப்பையைப் போலவே நகரத்துக்கு வெளியே அவர்களை அள்ளி வீசுகிறது. வாடகை வீட்டில் வசித்துக் கொண்டிருந்தவன், அரசு ஏற்பாடு செய்யும் தற்காலிக வசிப்பிடத்துக்குக்கூட தகுதியில்லாமல்

நடுத்தெருவில் நிற்கிறான். சக பணியாளர் உதவுவதால் இன்னொரு இடம், அப்போதைக்குத் தங்குவதற்குக் கிடைக்கிறது.

நகருக்கு வெளியே கொட்டப்படும் குப்பை காரணமாக, அந்தப் பகுதியைச் சேர்ந்த மக்கள், எதிர்ப்பு தெரிவித்து போராட்டம் நடத்துகிறார்கள். இதனால் வேலை நிறுத்தம் நடைபெறுகிறது. இவனுடைய தற்காலிகப் பணி, பறிபோகிறது. தனக்கு ஆதரவாக இருக்கும் சக பணியாளரான சாமி என்பவரின் ஊருக்கு அவரோடு பயணப்படுகிறான். பழங்குடியினத்தவரான அவரது வீடு தொலை தூரத்தில் காட்டையொட்டி இருக்கிறது. அங்கு நிலவுரிமைக்கான போராட்டத்தை ஆதிவாசி மக்கள் நிகழ்த்திக் கொண்டிருக்கிறார்கள். தந்தையும் மகனும் சில நாட்களை அங்கு கடத்துகிறார்கள்.

போராட்டம் தீவிரமடையவே காவல்துறை துப்பாக்கிச் சூடு நடத்துகிறது. வேடிக்கை பார்க்கச் சென்ற மகன் அதில் பலியாகும் பரிதாபத்தோடு படம் நிறைகிறது.

சிறந்த நடிப்புக்காக தேசிய விருது பெற்ற சூரஜ் வெஞ்சரமூடு

'பெயர் அறியாதவராக', சிறுவனின் தந்தையாக சூரஜ் வெஞ்சரமூடு மிகச் சிறப்பாக நடித்திருக்கிறார். சிறந்த நடிகருக்கான விருது அவருக்குக் கிடைத்தது முற்றிலும் நியாயமே. நகைச்சுவை நடிகர்கள், சோகமான பாத்திரத்தை ஏற்றால் கூடுதலாக பிரகாசிப்பார்கள் என்பதற்கு நாகேஷ் முதல் பல உதாரணங்கள் இருக்கின்றன.

நகைச்சுவை நடிப்பில் சிறந்து விளங்கிய சூரஜ் வெஞ்சரமூடு, அதன் எதிர்முனையில் குணச்சித்திர நடிப்பிலும் அசத்தியிருக்கிறார். துயரத்தின் நிரந்தர சாயலை முகத்தில் தேக்கிக் கொண்டு விளிம்புநிலை மக்களின் பிரதியாகவே படம் முழுவதும் வலம் வருகிறார். மகனோடு இருக்கும் நேரங்களில் மட்டும்தான் இவரது முகத்தில் புன்னகை வருகிறது.

மகனாக நடித்திருக்கும் மாஸ்டர் கோவிந்தனின் நடிப்பும் அருமையாக இருக்கிறது. சினிமாத்தனமான சிறுவனாக அல்லாமல், நாம் அன்றாடம் பார்க்கும் ஓர் எளிய சிறுவனின் சித்திரத்தை அதன் வெள்ளந்தித்தனத்தோடு திரையில் பிரதிபலித் திருக்கிறான். வொர்க் ஷாப் உரிமையாளராக நெடுமுடி வேணு, பேண்ட் மாஸ்டராக சசி கலிங்கா, சாமியாக இந்திரன்ஸ் போன்ற நடிகர்கள் இந்தப் படத்தை உயிரோட்டமுள்ளதாக மாற்றியிருக்கிறார்கள்.

படத்தை இயக்கியிருக்கும் டாக்டர் பிஜ்ஜு அடிப்படையில் ஒரு ஹோமியோபதி மருத்துவர். சினிமாவின் மீதுள்ள விருப்பம் காரணமாக திரைத்துறைக்குள் வந்திருக்கிறார். சிறந்த இயக்குநராகவும் திரைக்கதையாசிரியராகவும் இருக்கும் இவரது படங்கள் சர்வதேச அரங்குகளில் பரவலான கவனத்தையும் அங்கீகாரத்தையும் பெற்றிருக்கின்றன.

'பெயர் அறியாதவர்' படத்தை ஆவண நாடகப் பாணியில் (docudrama) உருவாக்கியிருக்கிறார் பிஜ்ஜு. வீடற்ற மக்கள், சாலையோர வணிகர்கள், புலம் பெயர்ந்த தொழிலாளிகள், பழங்குடியின மக்கள் என்று பல்வேறு தரப்பு விளிம்புநிலை மக்களின் வாழ்வாதாரப் பிரச்னைகளை, செயற்கையான ஆர்ப்பாட்டங்கள் இன்றி கலையமைதியுடனான காட்சிகளாக ஆக்கியிருக்கிறார்.

சாமியின் வீடு அழகான இயற்கையின் சூழலில் இருக்கிறது. அங்குள்ள நீர்நிலையில் மதுபாட்டில்கள், பிளாஸ்டிக் டப்பாக்கள் இருப்பதைக் கண்டு வெளியில் எடுத்துப் போடுகிறார். 'நகரத்துல இருந்து வர்றவங்க பண்ணிட்டுப் போற அநியாயம் இது' என்று அந்த ஊரைச் சேர்ந்தவர் சொல்கிறார்.

விளிம்புநிலைச் சமூகத்தினரின் பல்வேறு தரப்பு பிரச்னைகள்

தாயில்லாத சிறுவனை, பாசமும் அன்பும் கொண்டு பொத்திப் பொத்தி வளர்க்கும் ஒரு தகப்பனின் சித்திரத்தைச் சிறப்பாக வெளிப்படுத்தியிருக்கிறார் சூரஜ் வெஞ்சரமூடு. வீட்டுக்குள் மழைநீர் ஒழுகுவது, மகன் சாப்பிடாமல் மிச்சம் வைப்பது போன்ற கடினமான சூழல்களில், அதை ஒரு கொண்டாட்டத் தருணமாக ஆக்கி மகிழ்கிறார்.

இவர்களது வீடே ஒழுகும்போது 'இந்த மழைல அவங்கள்லாம் எங்க படுப்பாங்க?' என்று புலம் பெயர்ந்த தொழிலாளர்களைப் பற்றி கரிசனத்துடன் கேட்கிறான் சிறுவன். வடமாநில தொழிலாளர்களின் அவலமும் கூடவே சொல்லப்பட்டிருக்கிறது.

வறுமையான வீட்டுக்குள் தொட்டியில் மீன் வளர்ப்பதுதான் சிறுவனின் பொழுதுபோக்காக இருக்கிறது. எங்கோ கடலில் இருந்த மீன்கள், சிறிய தொட்டிக்குள் அடைக்கப்பட்டிருப்பதைப் போலவே விளிம்புநிலை மக்கள், நகரத்தின் மூலைகளில் ஒண்டிக் கொண்டிருப்பதைக் குறியீடாகச் சொல்வது போலவே இருக்கிறது.

பெரும்பான்மையான காட்சிகள் இயல்பாகப் பயணம் செய்தாலும் சில காட்சிகள் மட்டும் வலிந்து திணிக்கப்பட்டதாகத்

தோன்றுகிறது. கட்டடப் பணிக்காக வடமாநில தொழிலாளர்களுடன் இணைந்து லாரியில் அமர்ந்து செல்கிறார் தந்தை. அதே சமயத்தில் இன்னொரு லாரியில் எருமை மாடுகள் பயணப்படுவதும் ஒரே ஷாட்டில் காண்பிக்கப்படுகிறது. ஆனால் விளக்கப் படாமலேயே அந்த மக்களின் துயரம் நமக்குப் புரிந்து விடுகிறது என்பதால் அதைத் தவிர்த்திருக்கலாம்.

பழங்குடியின மக்கள் தங்களின் நிலத்துக்காகப் போராட்டம் நடத்துகிறார்கள். ஆனால் அதைப் பற்றி பேசவே அஞ்சுகிறார் சாமி. ஏனெனில் அவர் ஓர் அரசாங்கப் பணியாளர். 'என் மகன் கம்யூனிஸ்ட்டு. அதான் ஆக்ரோஷமா இருக்கான்' என்று சொல்கிறார். இப்படியாக இயல்புத்தன்மையுடன் பயணிக்கும் பல காட்சிகள், இந்தப் படததை யதார்த்தத்துக்கு அருகில் இட்டுச் செல்கின்றன. பிரதமரின் வருகைக்காக சாலையோர வணிகர்கள் துரத்தப்படும் காட்சி அவல நகைச்சுவையுடன் இருக்கிறது.

துப்புரவு பணியாளரின் பெயரை நாம் அறிவோமோ?

எம்.ஜே.ராதாகிருஷ்ணனின் ஒளிப்பதிவும், ஐசக் தாமஸ் கொட்டுகப்பள்ளியின் பின்னணி இசையும் மிக இயல்பான தொனியில் இயங்குகின்றன. தங்களின் அடிப்படை உரிமைகளைக் கூடப் போராடிப் பெறுவது அல்லது பெற இயலாமல் போவதுதான் எளிய மக்களுக்கு எப்போதும் விதிக்கப்பட்டிருக்கிறது.

நகரத்திலுள்ள விளிம்புநிலை மக்கள் தங்களின் இருப்பிடத்துக்காகப் போராடுவதைப் போலவே, பழங்குடியின மக்கள் தங்களின் நிலவுரிமைக்காகவும் காட்டின் மீதான உரிமைக்காகவும் போராடுகின்றனர். அவர்கள் கடுமையாகப் போராடினாலும், சில உயிர்களை இழந்தாலும், மூர்க்கமான அரசு இயந்திரம் போராட்டங்களை எளிதாக நசுக்கிப்போட்டுவிடுகிறது. படத்தின் இறுதியில் பின்னிணைப்பாக காட்டப்படும் வீடியோக் காட்சிகளும் புள்ளிவிவரங்களும் மனதைப் பிசைகின்றன.

நகரத்து வீடுகளில் வந்து குப்பைகளை எடுத்துச் செல்லும் தூய்மைப் பணியாளரின் பெயரை நம்மில் பெரும்பாலோர் அறிவதில்லை. 'குப்பைக்காரர்' என்றோ 'குப்பைக்காரன் வந்துட்டு போயிட்டானா?' என்றோதான் அன்றாட உரையாடலில் பயன்படுத்துகிறோம். அவர்கள் செய்யும் பணியின் முக்கியத்துவம் பற்றி ஒரு வார்த்தைகூட பாராட்டிச் சொல்ல நமக்குத் தோன்றுவதில்லை.

உதிரி மனிதர்களாகவே தங்களின் வாழ்வைக் கழித்து மடியும் விளிம்புநிலைச் சமூகத்தினருக்கு 'பெயர் அறியாதவர்' என்கிற தலைப்பு மிகப் பொருத்தம்தான். எளிய மக்களின் பல்வேறு தரப்பு பிரச்னைகளை மிக இயல்பான தொனியிலும் அதே நேரத்தில் மனதில் அழுத்தமாகப் பதியும்விதத்திலும் சித்திரித்திருக்கும் இந்தத் திரைப்படத்தை 'சிறந்த தலித் சினிமா' வரிசையில் நிச்சயம் இணைக்கலாம்.

திரைப்படம் 14

C/o Kancharapalem

'**சா**தியை ஒழிக்கவேண்டுமென்றால் அகமண முறையை ஒழிக்க வேண்டும்' என்றார் அம்பேத்கர். ஒரே குழு அல்லது சாதிக்குள்ளேயே திருமணம் செய்யும் அகமண வழக்கம்தான், சாதி தோன்றுவதற்கும் அது தொடர்ந்து நீடிப்பதற்கும் இறுகி கெட்டி தட்டிப் போயிருப்பதற்கும் காரணம் என்பது அம்பேத்கரின் பார்வை. 'இந்தியாவில் சாதிகள்', 'சாதியை அழித்தல்' தொடர்பான கட்டுரைகளில் இந்தக் கருத்தை அவர் விரிவான ஆய்வு மற்றும் தரவுகளுடன் எழுதியிருக்கிறார்.

அகமண முறை குறையவேண்டுமென்றால் காதல் திருமணங்கள் நிறைய நடைபெற வேண்டும். அவை சமூகத்தால் இயல்பாக ஏற்றுக் கொள்ளப்பட வேண்டும். இந்த நோக்கில் நாம் கடந்து வந்திருக்கும் பாதை மிகக் குறைவு. இந்த நவீன நாகரிக காலத்திலும் நமக்குள் புறவயமான மாற்றங்கள் கணிசமாக நிகழந்துள்ளதே தவிர அகவயமான மாற்றங்கள் அதிகம் நிகழவில்லை. நவீனமான ஆடைகளை அணிந்துள்ளோமே தவிர உள்ளுக்குள் பழமை வாதிகளாகவே இருக்கிறோம்.

இன்றைக்கும் கூட காதல் என்பது கெட்ட வார்த்தையாகவும் அதிர்ச்சி தரும் விஷயமாகவும் பார்க்கப்படுகிறது. காதல் திருமணங்களுக்கு சாதி, மதம், வர்க்கம், நிறம், தோற்றம், சமூக அந்தஸ்து என்று எத்தனையோ விஷயங்கள் தடைக்கற்களாக இருக்கின்றன. நமக்குள் உறைந்திருக்கும் பழமைவாதம் காரணமாக

எத்தனையோ காதல்கள் நிறைவேறாமலேயே மடிந்துபோகின்றன. அல்லது ஆணவக் கொலைகளாக மாறி சாகடிக்கப்படுகின்றன. பல தடைகளுக்குப் பிறகு காதல் திருமணம் செய்தவர்கள், அவர்களின் சுற்றத்தார்களால் நிராகரிக்கப்பட்டுத் தனிமைப்படுத்தப் படுகிறார்கள்.

காதலுக்குத் தடையாக நிற்கும் சாதியம்

சாதியும் மதமும் காதலுக்கு எதிராக நிற்பதை பல இந்திய சினிமாக்கள் தொடர்ந்து உரையாடி வந்திருக்கின்றன. உண்மையில் பெரும்பாலான திரைப்படங்களின் அடிப்படைக் கச்சாப்பொருளே காதல்தான். இதில் பல படைப்புகள் வணிகநோக்குடன் ஜனரஞ்சக அம்சங்களால் நிறைந்திருந்தாலும், சில திரைப்படங்கள் சமூகத்தின் மீதான உண்மையான கரிசனத்துடன் உருவாக்கப்பட்டிருக்கின்றன.

2018-ல் வெளியான C/o Kancharapalem என்கிற தெலுங்குத் திரைப்படம் வெவ்வேறு வயதுகளில், நிலைகளில் உள்ள நான்கு காதல்களை அடிப்படையாகக் கொண்டு உருவாக்கப்பட்டுள்ளது. இவற்றில் இதர காதல்கள் சாதி, மதம் உள்ளிட்ட காரணங்களால் கருகிப் போய் விடுகின்றன. மிகுந்த போராட்டத்துக்குப் பிறகு ஒன்று மட்டும் நிறைவேறுகிறது. இந்தப் பயணத்தை மிக மிக இயல்பான தொனியில், யதார்த்தமான மனிதர்களை வைத்து காட்சிப்படுத்தியுள்ளார் அறிமுக இயக்குநரான வெங்கடேஷ் மஹா. பல திரைப்பட விழாக்களில் பங்கேற்று விருதுகளைப் பெற்றதோடு வணிகரீதியான வெற்றியையும் இந்தப் படம் அடைந்திருக்கிறது.

சினிமாவுக்கோ நடிப்புக்கோ அறிமுகமே இல்லாத எண்பது நடிகர்கள் இதில் பயன்படுத்தப்பட்டிருக்கிறார்கள். சாதி, மதம் உள்ளிட்ட பல காரணிகள் காதலுக்கு தடையாக நிற்பது மிக நுட்பமாகவும் இயல்பாகவும் சித்திரிக்கப்பட்டுள்ளது. எந்தவொரு காட்சியிலும் மிகையோ, முகத்தில் அறைந்து செய்தி சொல்லும் ஆவேசமோ இல்லை. இந்த இயல்பான தொனியே இந்தப் படத்துக்கு வசீகரமானதொரு நிறத்தைத் தந்திருக்கிறது.

நான்கு காதல்கள் - தடையாக நிற்கும் சமூகக் கருவிகள்

காதல் ஒன்று: பள்ளிக்கூடத்தில் படிக்கும் சிறார்களின் முதிராத காதல் இது. முதிராதது என்றாலும் அதுவும் காதல்தானே? தன்னுடன் படிக்கும் மாணவியான சுனிதாவின் மீது இனம் புரியாத

நேசத்தை வளர்த்துக் கொள்கிறான் சுந்தரம். தன்னுடைய அன்பைச் சொல்வதற்கு மிகவும் தயங்குகிறான். ஒரு கட்டத்தில் இருவருக்கும் இடையே களங்கமற்ற நட்பு வளர்கிறது. ஆனால் பழமைவாத மனம் கொண்ட சிறுமியின் தந்தையால் இவர்களுக்குள் பிரிவு நேர்கிறது. மனம் உடைந்து போகும் சுந்தரம் செய்யும் செயல், அவனுடைய குடும்பத்தின் ஆணி வேரையே அசைத்துப் போடுகிறது.

காதல் இரண்டு: அடியாளாக இருக்கும் இளைஞன் ஜோசப். சுயமரியாதையும் துணிச்சலும் கொண்ட பெண் பார்கவி. வழக்கம் போல் இவர்களின் உறவு மோதலில்தான் துவங்குகிறது. ஜோசப்பின் ரவுடித்தனத்தை ஆவேசமாகக் கண்டிக்கிறாள் பார்கவி. ஆனால் ஜோசப்பின் உதவியைப் பெற வேண்டிய சூழல் பார்கவிக்கு ஏற்படுகிறது. இருவருக்குமான நட்பு துவங்கி காதலில் முடிகிறது.

பிராமணப் பெண்ணும் கிறிஸ்துவ இளைஞனும் காதல் கொண்டால் என்னவாகும்? அதேதான். பார்கவி தன்னுடைய காதலில் உறுதியாக நின்றாலும் 'தற்கொலை செய்வேன்' என்கிற தந்தையின் உணர்ச்சிகரமான மிரட்டல் காரணமாகத் தன்னுடைய காதலுக்கு தானே சமாதி கட்டுகிறாள். பார்கவிக்காக ரவுடித்தொழிலை விட்டு விட்டுத் திருந்தி வாழ ஆரம்பித்திருக்கும் ஜோசப்புக்குக் கண்ணீர் மட்டுமே துணையாக மாறுகிறது.

காதல் மூன்று: மதுக்கடையில் பணிபுரிபவன் கத்தம். முகத்தை மறைத்தபடி தினமும் மதுவாங்க வரும் ஒரு பெண்ணிடம் அவளுடைய கண்களைப் பார்த்தே காதல் கொள்கிறான். முகமே அறியாத அவளின் மீது காதலை தீவிரமாக வளர்த்துக் கொள்கிறான். தன்னுடைய காதலைப் பரிசுத்தமானதாகவும் புனிதமானதாகவும் கருதுகிறான். தன்னால் காதலிக்கப்பட்டவள், ஒரு பாலியல் தொழிலாளி என்பதை பிறகு அறிந்தாலும் கூட இவனுடைய காதலில் மாற்றமில்லை. இந்தக் காதலை முதலில் மறுக்கிறாள் சலீமா. ஆனால் உடலாக மட்டுமே தன்னைப் பார்க்கும் ஆண்களுக்கு மத்தியில் உள்ளத்தை மட்டும் பார்ப்பவனின் மீது பதிலுக்கு காதல் கொள்கிறாள். இருவரும் மணம் புரிய உத்தேசிக்கிறார்கள். வேறென்ன? அதேதான். மதம் என்கிற காரணி இவர்களின் காதலை மிகக் கொடூரமாக நசுக்கிப் போடுகிறது.

காதல் நான்கு: ஐம்பது வயதைக் கடந்து கொண்டிருப்பவர் ராஜு. இன்னமும் திருமணம் ஆகவில்லை. இதனாலேயே ஊராரின் கிண்டல்களை, மலினமான கேலிகளை தினமும் எதிர்கொள்கிறவர்.

அரசு அலுவலகத்தில் பியூனாகப் பணிபுரிகிறவர். ராதா என்று ஒரு புதிதான மேலதிகாரி வருகிறார். ஒடிசாவைச் சேர்ந்தவர். ராஜுவின் நல்லியல்புகள், வெள்ளந்தியான தன்மை போன்றவை ராதாவை மிகவும் கவர்கின்றன. கணவனை இழந்த ராதா, தன் திருமண விருப்பத்தை ராஜுவிடம் தெரிவிக்கிறார். முதலில் குழம்பும் ராஜு பிறகு சம்மதிக்கிறார். 'என்னது, ஐம்பது வயதில் காதல் திருமணமா?' என்று இதற்கும் பழமைவாத சமூகம் தடையாக நிற்கிறது. பல போராட்டங்களுக்குப் பின்பு இந்தக் காதலால் மட்டுமே இணைய முடிகிறது.

'நீங்கள் ஏன் இத்தனை வயது வரை திருமணமே செய்து கொள்ளவில்லை?' - ஊரார் அதுவரை கேட்டு வந்த அதே கேள்வியை ராதாவும் திருமணத்துக்குப் பிறகு இயல்பாக கேட்கிறாள். வழக்கமாக இந்தக் கேள்வி ராஜுவுக்கு எரிச்சலைத்தான் தரும். ஆனால் கேட்பது ஆசை மனைவியாயிற்றே? ராஜு சொல்லும் அந்தப் பதில்தான், நான்கு காதல்களையும் ஒன்றிணைத்து இநதத் திரைப்படத்தை முழுமையாக்குகிறது.

இயல்பான மனிதர்களின் கதையில் உருவான திரைப்படம்

கஞ்சரபாலம் என்பது விசாகப்பட்டினத்திலுள்ள ஒரு பழமையான குடியேற்றப் பிரதேசம். வெவ்வேறு சமூகத்தினர்கள் வாழும் பகுதிகளாக இது பிரிந்திருக்கிறது. தொன்மையின் வாசனை இன்னமும் மாறாமலிருக்கும் இந்த இடத்தின் பின்னணி மற்றும் மனிதர்களைக் கொண்டுதான் இந்தத் திரைப்படம் முழுமையாக உருவாகியிருக்கிறது.

பட்டப்படிப்பைத் தொடர முடியாமல் வேலை தேடுவதற்காக விசாகப்பட்டினம் சென்ற மஹாவுக்கு, காஞ்சரபாலத்தில் சில மாதங்களுக்கு தங்கும்படியான சூழல் நேர்ந்திருக்கிறது. உள்ளூர் மக்களின் கலாசாரம், நடவடிக்கை, உடல்மொழி போன்றவற்றைத் தன்னிச்சையாக அவர் கவனித்துப் பார்த்திருக்கிறார். ஏழு வருடங்கள் கழித்து தன் பழைய நண்பர் ஒருவரைப் பார்ப்பதற்காக மீண்டும் அங்கு சென்ற மஹா, அங்குள்ள மக்களிடம் பேசி சில கதைகளைக் கேட்டறிகிறார். இந்த அனுபவம் ஒரு சினிமாவை உருவாக்கும் எண்ணத்தை அவரிடம் விதைத்திருக்கிறது.

அமெரிக்க வாழ் இந்தியரான பிரவீணா, தயாரிப்புப் பொறுப்பினை உற்சாகமாக ஏற்றுக்கொண்டதால் இந்தத் திட்டம் வெற்றிகரமாக நிறைவேறுகிறது. சுருக்கமான பட்ஜெட்டில் மஹா

திட்டமிட்டாலும், படத்தின் தொழில்நுட்பத் தரம் சிறப்பாக அமைவதற்கான பச்சைக்கொடியை பிரவீணா காட்டியிருக்கிறார். இந்தப் படத்தில் 'சலீமா' என்கிற பாலியல் தொழிலாளி பாத்திரத்தையும் பிரவீணா ஏற்றிருக்கிறார். டப்பிங் செய்தால் உள்ளூர் மொழியின் அசலான தன்மை ஒலிக்காது என்பதால் லைவ் சவுண்ட் நுட்பம் பயன்படுத்தப்பட்டிருக்கிறது.

சினிமா வாசனையே இல்லாத இயல்பான முகங்கள், காட்சிகள், சித்திரிப்புகள்தான் இந்தப் படத்தின் பெரிய பலம் எனலாம். இந்த நான்கு காதல்களில் ராஜு - ராதாவின் நடுத்தர வயதுக் காதல் பயணம் மிக சுவாரசியமாக உருவாக்கப்பட்டுள்ளது. ஐம்பது வயதைக் கடந்தும் திருமணம் ஆகாத ராஜு ஊராரின் கேலிக்கு ஆளானாலும் மனிதர்களைத்தான் நம்புகிறார். இவரும் ராதாவும் கோயிலுக்குச் செல்லும் போது 'உள்ளே வாருங்கள்' என்று ராதா அழைக்க, 'எனக்கு கடவுள் நம்பிக்கையில்லை. மாறாக மனிதர்களை நம்புகிறேன். என்னுடைய நல்ல மற்றும் கெட்ட தருணங்களில் துணை நிற்பவர்கள் அவர்களே' என்று ராஜு சொல்லும் காட்சி சிறப்பானது.

நடுத்தர வயது மனிதராக ராஜுவின் நடிப்பு சிறப்பாக இருக்கிறது. ராதாவாக நடித்த பெண்மணியின் நடிப்பு அத்தனை இயல்பாக இருக்கிறது.

சுந்தரத்துக்கும் சுனிதாவுக்கும் இடையிலான பள்ளி வயதுக் காட்சிகளும் மிக சுவாரசியமாக அமைக்கப்பட்டுள்ளன. ஒரு பெண்ணின் கண்களைப் பார்த்து, புனிதமான காதலை வளர்த்துக் கொள்ளும் இளைஞனின் காதல் திகைக்க வைக்கிறது. தந்தையின் உணர்ச்சி சார்ந்த மிரட்டல் காரணமாக, தன் காதலின் மீது மௌனமான தீயை வளர்த்துக் கொள்ளும் பார்கவியின் துயரம் நமக்குள்ளும் பரவுகிறது. ஜோசப்பின் நிலைமையைப் பார்த்து பரிதாபம் ஏற்படுகிறது.

சுந்தரத்தின் தந்தை பொம்மைகள் செய்யும் கலைஞனாக இருக்கிறார். சரியாகப் பேச்சு வராவிட்டாலும் தன்னுடைய தொழிலில் அசாதாரணமான திறமையைக் கொண்டிருக்கிறார். சுயமரியாதையுணர்ச்சியுடன் பணியிடத்தில் இருந்து வெளியேறி, தன் சேமிப்பு அத்தனையையும் பணயம் வைத்து இவர் செய்யும் ஒரு முயற்சி கலைந்துபோனதைக் கண்டு வாய் விட்டு அழுகிறார். இந்தப் பாத்திரத்தில் நடித்த ராம்குமாரின் நடிப்பு அருமையாக இருக்கிறது.

காதல் திருமணங்கள் நிகழாமல் இருப்பதற்கு சாதி, மதம் உள்ளிட்ட சமூகத்தின் பல பழமைவாதக் கருவிகள் எத்தனை பெரிய தடையாக இருக்கின்றன என்பதை இந்தப் படம் மிக நுட்பமாகவும் மெல்லிய நகைச்சுவையுடனும் இயல்பான தொனியிலும் விவரிக்கிறது. அந்த வகையில் ஒரு கவனிக்கத்தக்க 'சாதியெதிர்ப்புத்' திரைப்படமாக C/o Kancharapalemஐச் சொல்லலாம்.

திரைப்படம் 15

அங்கூர்

இந்தியாவில் மாற்றுச் சினிமா இயக்கத்தை உருவாக்கிய முன்னோடிகளில் ஒருவர் ஷியாம் பெனகல். அவர் இயக்கிய முதல் திரைப்படம் 'அங்கூர்'. அனந்த் நாக், ஷபனா ஆஸ்மி, பிரியா டெண்டுல்கர் ஆகியோர் அறிமுகமான திரைப்படமும் கூட. வணிகச் சினிமாக்களுக்கு மாற்றாக, புதிய அலை திரைப்படங்கள் இந்தியாவில் உதயமாகிக் கொண்டிருப்பதின் முக்கிய அடையாளமாக விளங்கிய 'அங்கூர்' திரைப்படம், 1974-ல் வெளியானது.

நிலப்பிரபுத்துவ மனோபாவத்துக்குள் சாதியம், அதிகாரம், ஒடுக்குமுறை, ஆணாதிக்கம், உழைப்புச் சுரண்டல், பெண்ணுடல் மீதான பாலியல் அத்துமீறல் போன்ற அத்தனை அடையாளங்களும் உறைந்துள்ளன. ஒரு நவீன இளைஞனுக்கு சாதி மீது நம்பிக்கை இல்லாவிட்டாலும் அவனுக்குள் உறைந்துள்ள ஆதிக்க மனோபாவம் எப்படி தன்னிச்சையாக வெளிப்படுகிறது என்பதை இந்தத் திரைப்படம் நுட்பமாகவும் கலையமைதியுடனும் பதிவு செய்திருக்கிறது.

நிலப்பிரபுத்துவ மனோபாவமும் பெண்ணுடல் மீதான சுரண்டலும் அதுவரை கறுப்பு வெள்ளையாகவே சினிமாக்களில் சித்திரிக்கப் பட்டுக் கொண்டிருந்தன. ஒரு கொடுமைக்கார ஜமீன்தாரிடம், அடித்தட்டு மக்கள் அவதிப்பட்டுக் கொண்டிருக்கும் நிலைமை மிகையுணர்ச்சியுடன் பதிவாகிக் கொண்டிருந்தது. இந்தப்

பாணியிலிருந்து முற்றிலும் விலகி இந்த கருப்பொருளுக்குள் மனித உணர்ச்சிகள் எவ்வாறு விலகியும் இயைந்தும் இயங்குகிறது என்பதை 'அங்கூர்' திரைப்படம் மிக நுட்பமாகவும் கலைநயத்துடனும் பதிவாக்கியிருக்கிறது.

அங்கூர் - தலித் சினிமாவின் முன்னோடித் திரைப்படம்

கிராமத்தில் வசிக்கும் ஒடுக்கப்பட்ட சமூகத்தைச் சேர்ந்த இளம்பெண் லஷ்மி. அவளுடைய கணவனுக்கு வாய் பேச முடியாது; காதும் கேட்காது. எடுபிடி வேலைகளைச் செய்து கொண்டிருக்கிறான். நல்லவன்தான் என்றாலும் குடிதான் அவனுக்கு இருக்கிற பெரிய கெட்ட பழக்கம். குடும்பம் வறுமையில் தள்ளாடிக் கொண்டிருந்தாலும் அதைப் பற்றி கவலைப்படாமல் தொடர்ந்து குடிக்கும் அவனை, லஷ்மி அவ்வப்போது கடிந்து கொள்கிறாள். லட்சுமிக்குள் இருக்கும் பெரிய மனக்குறை குழந்தை இல்லாததுதான். இதற்காகப் பல வேண்டுதல்களை நிறைவேற்றுகிறாள்.

நிலச்சுவான்தாரின் மகன் சூர்யா. ஹைதராபாத்தில் உள்ள பள்ளியில் படிப்பை முடித்து விட்டு மேற்படிப்பைத் தொடர நினைக்கிறான். கண்டிப்பான தந்தையிடமிருந்து விலகியிருப்பதுதான் அவனுடைய நோக்கமே ஒழிய, படிப்பில் பெரிதாக ஆர்வமில்லை. அவனைச் சரியாகப் புரிந்து வைத்திருக்கும் தந்தை, கிராமத்திலுள்ள நிலங்களைக் கவனித்துக் கொள்வதற்காக அனுப்பிவைக்கிறார். வேண்டாவெறுப்பாக கிராமத்துக்கு வரும் சூர்யா, தனது அதிகாரத்தை நிலைநாட்டத் துவங்கி ஊர் மக்களின் மறைமுக வெறுப்பைச் சம்பாதிக்க ஆரம்பிக்கிறான்.

சூர்யாவின் வீட்டில்தான் லஷ்மி பணிபுரிகிறாள். அவள் மீது மெள்ள ஈர்ப்பு கொள்ள ஆரம்பிக்கிறான் சூர்யா. லஷ்மியின் கணவன் இல்லாத நேரத்தில் அவளை நெருங்கித் தன் விருப்பத்தைத் தெரிவிக்கிறான். முறைப்புடன் அதை மறுத்து விலகுகிறாள் லஷ்மி. மரத்திலிருந்து கள்ளைத் திருடி குடிக்கும்போது லஷ்மியின் கணவன் பிடிபட்டு விடுகிறான். தலையை மொட்டையடித்து கழுதை மேல் ஊர்வலமாகச் செல்லும் தண்டனையை ஊரார் அவனுக்குத் தருகிறார்கள். அவமானமாக உணரும் லஷ்மியின் கணவன், ஊரை விட்டு ஓடி விடுகிறான்.

லஷ்மியின் கணவன் ஊரை விட்டுஓடுவது சூர்யாவுக்கு வசதியாகப் போய்விடுகிறது. தன்னுடைய விருப்பத்தை லஷ்மிக்கு இன்னமும்

அழுத்தமாகத் தெரிவிக்கிறான். கணவன் ஓடி விட்டது, குழந்தை இல்லாத நிலை, வருங்காலம் குறித்த அச்சம் ஆகிய குழப்பங்களால் இருக்கும் லஷ்மி, சூர்யாவின் விருப்பத்துக்குத் தன்னிச்சையாக இணங்குகிறாள். இதனால் கர்ப்பமும் அடைகிறாள். அந்தப் பொறுப்பை ஏற்க விரும்பாத சூர்யா, 'குழந்தையை கலைத்து விடு' என்கிறான்.

இந்த நிலையில் சூர்யாவின் புது மனைவி கிராமத்து வீட்டுக்குள் வருகிறாள். லஷ்மியின் இருப்பு, ஊராரின் புறணி போன்ற காரணங்களால் லஷ்மியை வெறுக்கிறாள். லஷ்மியை அங்கிருந்து அப்புறப்படுத்த முயற்சித்து ஒரு கட்டத்தில் வெற்றி பெறுகிறாள். சில மாதங்கள் கழித்து லஷ்மியின் கணவன் எங்கிருந்தோ திரும்பி வருகிறான். குடிப்பழக்கத்தை விட்டு சிறிது பணம் சம்பாதித்திருக்கிறான். லஷ்மி கர்ப்பிணியாக இருப்பதை அறிந்து மகிழ்ச்சியடைகிறான். ஆனால் லஷ்மியோ குற்றவுணர்வில் அழுகிறாள். 'முதலாளியிடம் மீண்டும் வண்டியோட்டும் வேலையைக் கேட்கிறேன்' என்று மனைவியிடம் சொல்லி விட்டு சூர்யாவை நோக்கி வேகமாக வருகிறான், லஷ்மியின் கணவன்.

தனக்கும் லஷ்மிக்கும் உள்ள தொடர்பையொட்டி அவளுடைய கணவன் தன்னை அடிக்கத்தான் வருகிறான் என்று தவறாகப் புரிந்து கொள்ளும் சூர்யா, ஆட்களை வைத்துக் கட்டிப் போட்டு சாட்டையால் அவனைப் பலமாகத் தாக்குகிறான். இதைக் கண்டு பதறியோடி வரும் லஷ்மி, சூர்யாவைக் கண்ணீருடன் சபித்துவிட்டு கணவனைத் தாங்கியபடி திரும்பிச் செல்கிறாள். இதையெல்லாம் பார்த்துக் கொண்டிருக்கும் ஓர் அடித்தட்டுச் சிறுவன், சூர்யாவின் வீட்டின் மேல் கல்லெறிந்து விட்டு ஓடும் காட்சியோடு படம் நிறைகிறது.

வறுமையும் நிலப்பிரபுத்துவ மனோபாவமும்

இந்தத் திரைப்படத்தில் பிரதான பாத்திரங்களான சூர்யா மற்றும் லஷ்மி ஆகிய இரண்டும் மிகச் சிறப்பாக வடிவமைக்கப் பட்டுள்ளன. சூர்யா நகரத்தில் படித்த நவீன இளைஞன். 'எனக்கு சாதியில் நம்பிக்கையில்லை' என்று சொல்லும் சூர்யா, வீட்டு வழக்கத்துக்கு மாறாக லஷ்மி தயார் செய்யும் உணவை மறுக்காமல் ஏற்கிறான். பிராமணர் வீட்டில் தயாரிக்கப்படும் உணவு வருவதுதான் அதுவரையான வழக்கம்.

'சாதியில் நம்பிக்கையில்லை' என்று சொன்னாலும் ஊறியிருக்கும் நிலப்பிரபுத்துவ மனோபாவம் அவனுடைய உடல்மொழியிலும்

செயல்களிலும் பொங்கி வழிந்தபடியே இருக்கிறது. சூர்யாவின் அப்பாவுக்கு இன்னொரு குடும்பம் கிராமத்தில் இருக்கிறது. அவர்களின் வாழ்வாதாரத்துக்காக விவசாய நிலத்தைத் தந்திருக்கிறார். அந்த நிலத்துக்குப் பாயும் நீரைத் தடுத்துவிடுகிறான் சூர்யா. அப்பாவின் மீது அச்சம் இருந்தாலும் அவருடைய இரண்டாவது குடும்பத்தை அடியோடு வெறுக்கிறான்.

ஒடுக்கப்பட்ட சமூகத்தைச் சேர்ந்த லஷ்மி தயாரித்து தரும் உணவை தயக்கமின்றி சூர்யா ஏற்பது, சாதியின் மீதான நம்பிக்கையின்மையினாலா... லஷ்மியின் மீதான காமம் கண்ணை மறைக்கிறதா என்கிற கேள்வியும் எழுகிறது. முறையான திருமணத்தைத் தாண்டி, வேறு பல உறவுகளை வைத்திருப்பது நிலச்சுவான்தார்களின் சமூக அந்தஸ்தாகவே ஒரு காலத்தில் கருதப்பட்டிருக்கிறது. என்றாலும், தன்னுடைய இரண்டாவது குடும்பத்துக்குச் சொத்து தருவதின் மூலம் அதற்கான மறைமுக அங்கீகாரத்தையும் பொறுப்பையும் ஏற்றுக் கொண்டிருக்கிறார், சூர்யாவின் அப்பா. ஆனால் சூர்யாவோ லஷ்மியின் மீதான நேசத்தையும் அதன் விளைவையும் பொதுவில் ஒப்புக் கொள்ளத் தயாராக இல்லை. லஷ்மி கர்ப்பம் என்பதை அறிந்தவுடன் 'குழந்தையைக் கலைத்து விடு. நீ வெளியில் சொன்னாலும் அந்தப் புகாரை நான் மறுத்து விடுவேன்' என்று கெஞ்சலும் மிரட்டலுமாகச் சொல்கிறான் சூர்யா.

சிறந்த நடிப்பைத் தந்திருக்கும் அனந்த் நாக் மற்றும் ஷபனா ஆஸ்மி

லஷ்மியின் பாத்திரமும் கச்சிதமாக வடிவமைக்கப்பட்டிருக்கிறது. வறுமையான குடும்பத்தைச் சேர்ந்தவள். வரதட்சணை தரமுடியாத காரணத்தால், ஏதோ ஒரு ஆண்மகன் கிடைத்தால் போதும் என்கிற நோக்கில், வாய் பேச முடியாத, காது கேட்காத ஒருவனுக்கு அவளை திருமணம் செய்துவைத்துவிட்டார்கள். அதைக் கூட லஷ்மி அனுசரித்துச் செல்கிறாள். அவளுக்குப் பிரச்னையாக இருப்பது கணவனின் குடிப்பழக்கம்தான்.

லஷ்மியின் வாழ்க்கையில் எத்தனையோ துயரங்கள் இருந்தாலும் அவளின் பெருங்கனவு என்பது தன்னுடைய குழந்தையை கையில் ஏந்துவதுதான். அதற்காக பல வேண்டுதல்களை நிகழ்த்துகிறாள். சூர்யாவின் அணுகலை முதலில் மறுக்கும் லஷ்மி, கணவன் ஊரை விட்டு ஓடிய பிறகு, சூர்யாவை மெள்ள அனுமதிக்கிறாள். குடிமயக்கத்தில் உறங்கும் சூர்யாவின் தலையை குழந்தையைப் போல வருடிக் கொடுக்கிறாள். பிரச்னை என்று வந்தால்

கோழையான சூர்யா, தன்னை கை விட்டுவிடுவான் என்பது லஷ்மிக்குத் தெரிந்திருக்கிறது. என்றாலும் அவள் சூர்யாவை அனுமதிப்பது, எதிர்காலம் குறித்த அச்சம் என்பதைவிடவும் குழந்தையைப் பெற்றுக் கொள்வதற்குத்தானோ என்றும் தோன்றுகிறது.

சூர்யாவாக அனந்த் நாக் மற்றும் லஷ்மியாக ஷபனா ஆஸ்மியும் தங்களின் சிறந்த நடிப்பைத் தந்திருக்கிறார்கள். தோற்றத்தில் நவீன இளைஞனாக இருந்தாலும் உள்ளுக்குள் பழமைவாதியாகவும் கோழையாகவும் இருக்கும் சித்திரத்தை அனந்த் நாக் திறம்பட வெளிப்படுத்தியிருக்கிறார். லஷ்மியின் கணவனை ஆத்திரத்துடன் அடித்துவிட்டு வீட்டுக்குள் சென்று குற்றவுணர்வில் அழும் காட்சி ஒரு நல்ல உதாரணம்.

முதல் திரைப்படத்திலேயே தான் ஒரு சிறந்த நடிகை என்பதை ஷபனா ஆஸ்மி பதிவு செய்திருக்கிறார். குடும்பத்தின் வறுமை, குடிப்பழக்கமுள்ள கணவனின் மீதான கோபம் மற்றும் சகிப்புத்தன்மை, குழந்தைக்கான வேண்டுதல், சூர்யாவின் அணுகலை மெல்லிய கோபத்துடன் புறக்கணித்தல், நிராதரவான சூழலில் பிறகு அதை ஏற்றுக் கொள்ளுதல், சூர்யாவின் மீது உருவாகும் நேசம் போன்ற உணர்ச்சிகளை அமைதியான நடிப்பின் மூலம் சிறப்பாக வெளிப்படுத்தியிருக்கிறார். சிறந்த நடிகைக்கான தேசிய விருது அவருக்கு இந்தப் படத்தின் மூலம் கிடைத்தது.

லஷ்மியின் பாத்திரத்துக்கு வஹீதா ரஹ்மான், சாரதா போன்ற நடிகைகளைத்தான் இயக்குநர் முதலில் அணுகியிருக்கிறார். அவர்கள் மறுத்துவிடவே, புனே திரைப்படக் கல்லூரியில் பட்டப்படிப்பை முடித்து விட்டு வந்திருக்கும் ஷபனா ஆஸ்மியை உதவி இயக்குநர்கள் பரிந்துரைத்திருக்கிறார்கள். மாடலாக இருக்கும் பெண், ஓர் எளிய கிராமத்துப் பெண்ணின் பாத்திரத்துக்குப் பொருந்துவாரா என்று ஷியாம் பெனகல் ஆரம்பத்தில் தயங்கியிருக்கிறார்.

லஷ்மியின் கணவர் கிஷ்டைய்யாவாக சாது மெஹர் இயல்பாக நடித்திருந்தார். இவருடைய நடிப்புக்காகவும் தேசிய விருது கிடைத்தது. சிறந்த குயவராக இருந்த கிஷ்டைய்யா, மண்பானை களை விட்டு மக்கள் அலுமினியப் பாத்திரங்களை உபயோகிக்கும் கால மாற்றம் காரணமாக எந்தப் பணிக்கும் பொருத்தமில்லவராக ஆகிப் போகிறார். எளிய குடும்பங்களின் வறுமைக்குக் கால மாற்றமும் ஒரு காரணமாக இருக்கிறது என்பது ஒரு வசனத்தின் மூலம் உணர்த்தப்படுகிறது.

தலித் திரைப்படங்கள் | 139

சூர்யாவின் மனைவி சாருவாக பிரியா டெண்டுல்கர். தனது கணவருக்கும் லஷ்மிக்கும் உள்ள உறவைப் பற்றி ஊரார் பேசும் புறணியை அறிந்திருக்கும் சாரு, வீட்டுக்குள் நுழைந்த அடுத்த கணமே லஷ்மியை வெளியேற்றி தனது இருப்பை நிலைநாட்டத் தொடங்கும் பணிகளை மேற்கொள்கிறார். தனது கணவனுடன் உறவு வைத்திருக்கும் லஷ்மியின் மீது வெறுப்பு இருக்கிறது. அதே நேரத்தில் நிராதரவாக இருக்கும் லஷ்மியின் மீது உள்ளூற இரக்கமும் இருக்கிறது.

ஷியாம் பெனகல் - மாற்றுச் சினிமாவின் முன்னோடி

ஹைதராபாத் நகருக்கு அருகேயுள்ள ஒரு கிராமத்தில் இதன் படப்பிடிப்பு நடந்தது. இந்தியும் உருதும் கலந்த தகானி மொழியை நடிகர்கள் பெரும்பாலும் பேசி நடித்தார்கள். படத்தில் ஒளிப்பதிவாளராகப் பணியாற்றியவர் கோவிந்த் நிஹ்லானி. வெளிப்புறக் காட்சிகளை அழகியல் உணர்ச்சியுடனும் அரசியல் பொருளுடனும் பதிவு செய்திருக்கிறார். வன்ரஜ் பாட்டியாவின் பின்னணி இசை உறுத்தாமல் அமைதியாக ஒலிக்கிறது.

இந்தியாவின் மிகச் சிறந்த இயக்குநர்களில் ஒருவராக ஷியாம் பெனகல், முதல் திரைப்படத்திலேயே தனது வருகையை அழுத்தமாக அறிவித்திருக்கிறார். மாற்றுச் சினிமாவுக்கான சிறந்த உதாரணமாக 'அங்கூர்' உருவாக்கப்பட்டிருக்கிறது. பல விருதுகள், அங்கீகாரங்கள், விமர்சன ரீதியான பாராட்டுக்களைத் தாண்டி வணிக ரீதியாகவும் இந்தப் படம் வெற்றி பெற்றது.

அதுவரை சூர்யாவுக்கு உதவிகரமாக இருந்த ஒரு சிறுவன், அப்பாவியான கிஷ்டைய்யா சூர்யாவினால் கொடூரமாக தாக்கப்படுவதைக் கண்டு, சூர்யாவின் வீட்டின் மீது கல்லெறிந்து விட்டு ஓடும் காட்சியுடன் படம் நிறைகிறது. எளிய மக்கள் ஒடுக்குமுறையை எப்போதும் சகித்துக் கொண்டிருக்கமாட்டார்கள் என்கிற அரசியலோடு நிறையும் காட்சி, பிறகு வந்த சில திரைப்படங்களில் பிரதிபலித்திருப்பதைக் காண முடிகிறது. நாகராஜ் மஞ்சுளே இயக்கிய 'பண்ட்ரி' திரைப்படத்தின் கடைசிக் காட்சியும் இதே தன்மையைக் கொண்டதுதான்.

நிலப்பிரபுத்துவம், சாதியம், அதிகாரம் போன்றவற்றால் ஒடுக்கப்பட்ட சமூகத்தினர் அனுபவித்து வரும் மௌனத் துயரத்தை கலைநயத்துடன் பதிவு செய்திருக்கும் 'அங்கூர்', தலித் திரைப்படங்களின் வரிசையில் ஒரு சிறந்த முன்னோடி படைப்பு.

திரைப்படம் 16

மாடத்தி

'இந்தியத் துணைக்கண்டமானது பல்லாயிரக்கணக்கான துணை தெய்வங்களின் நிலம்; இந்த தெய்வங்களில் பலவற்றின் பின்னால் அநீதியின் கதை உள்ளது' என்கிற வரியுடன் இந்தத் திரைப்படம் துவங்குகிறது. தேவதைக் கதைகளை 'Fairy Tale' என்பார்கள். ஆனால் இந்தப் படத்தின் உபதலைப்பு 'An unfairy tale' என்பதாக இருக்கிறது.

வன்கொடுமையாலோ, அநீதியாலோ கொல்லப்பட்ட இளம்பெண்களை சிறுதெய்வமாக்கி வழிபடுவதென்பது இந்திய மரபில் மட்டுமல்ல, உலகமெங்கிலும் வழக்கில் உள்ளது. இது சார்ந்த தொன்மக் கதைகளும் வழிபாட்டுச் சடங்குகளும் கணிசமாக உள்ளன. அப்படியொரு சிறுதெய்வத்தின் கதைதான் 'மாடத்தி'. பல ஆவணப் படங்களை இயக்கி சர்வதேச அரங்குகளில் சிறந்த அங்கீகாரத்தைப் பெற்றுள்ள லீனா மணிமேகலை இயக்கியிருக்கும் தமிழ்த் திரைப்படம். கிரௌட் ஃபண்டிங் முறையில் பல நடைமுறைச் சிரமங்களை எதிர்கொண்டு உருவான 'மாடத்தி' திரைப்படம் விமர்சனரீதியாக நிறைய பாராட்டுக்களைப் பெற்றுள்ளது.

ஒடுக்கப்பட்ட சமூகமே, இன்னொரு சமூகத்தை ஒடுக்கும் அவலம்

முற்பட்ட சாதிகளால் சாதிய ஒடுக்குமுறைகளுக்கு ஆளாகும் பட்டியலின சமூகத்தைப் பற்றி அறிந்திருக்கிறோம். ஆனால்

அத்தகைய ஒடுக்கப்பட்ட சமூகமே ஒதுக்கி வைக்கிற, விளிம்பு நிலையின் கடைசிப்படியில் இருக்கிற சமூகத்தைப் பற்றி அறிந்திருக்கிறோமா? தீண்டாமைக்குள்ளே இருக்கிற இன்னொரு தீண்டாமையின் கொடுமை இது.

இப்படியாக இரட்டைத் தீண்டாமையை அனுபவிக்கும் சமூகங்களுள் ஒன்று 'புதிரை வண்ணார்'. இந்த சமூகத்தின் மக்கள் தென்தமிழகத்தில் அதிகம் வாழ்கிறார்கள். இவர்களை நேரில் கண்டு உரையாடி களஆய்வுக்குப் பிறகு திரைக்கதையை எழுதியிருக்கிறார் லீனா. யவனிகா ஸ்ரீராமும் ரஃபிக் இஸ்மாயிலும் திரைக்கதை உருவாக்கத்துக்கு உறுதுணையாக இருந்திருக்கிறார்கள்.

தானே ஒரு அடிமைச் சமூகமாக இருந்தாலும், சாதியத்தின் வலிகளை நன்கு அறிந்திருந்தாலும் தனக்கும் கீழே ஒரு சமூகத்தை ஒதுக்கி வைப்பது மனித மனோபாவத்தின் கொடூரமான விந்தைகளுள் ஒன்று. தலித் மக்களின் துணிகளைத் துவைப்பது, சவரம் செய்வது, தீட்டுத் துணிகளை சுத்தம் செய்வது, சாவுச் சடங்குகளை மேற்கொள்வது போன்றவை புதிரை வண்ணார் சமூகத்தினருக்கு விதிக்கப்பட்ட பணிகள். இதற்கென்று சம்பளம் எதுவும் கிடையாது. தலித் மக்களின் வீடுகளுக்குச் சென்று அவர்கள் தரும் பழைய உணவுகளை வாங்கி உண்ண வேண்டும். இவர்கள் பகலில் நடமாட முடியாது. 'காணக்கூடாத சாதி' என்று அழைக்கப்படுகிற இவர்கள் இரவு நேரத்தில் மட்டும்தான் நடமாட முடியும். பனையோலையைப் பின்னால் கட்டிக்கொண்டு வருகிற வழக்கமும் உண்டு.

தலித் மக்கள் நூறு குடும்பம் இருக்கிற இடத்தில் இவர்கள் ஒன்றிரண்டு குடும்பங்களாக அமர்த்தப்படுவார்கள். சூன்யம் வைப்பது உள்ளிட்ட மந்திர தந்திரங்களையும் இவர்கள் செய்வதுண்டு. இந்த சமூகத்தின் பெண்கள், 'மேல் சாதியினரால்' தொடர்ச்சியான பாலியல் வன்முறைகளுக்கு ஆளாவதால் பெண் குழந்தைகள் பிறந்தவுடன் கொல்லப்படுவதுண்டு அல்லது மறைத்து வளர்க்கப்பட்டு மிகச் சிறிய வயதிலேயே திருமணம் செய்து கொடுக்கப்படுவதுண்டு.

இப்படியாக ஒடுக்கப்பட்ட சமூகத்தாலேயே ஒடுக்கப்பட்டு சாதியக் கொடுமையை அனுபவிக்கும் 'புதிரை வண்ணார்' சமூகத்தினரின் வாழ்வியல் அவலத்தைத் திரையில் பதிவு செய்திருக்கிறார் லீனா மணிமேகலை.

ஓவியங்களின் பின்னணியில் விரியும் மாடத்தியின் கதை

சமீபத்தில் மணம் புரிந்த ஒரு புதிய தம்பதியினர் அதற்குண்டான கிளுகிளுப்புடன் இருசக்கர வாகனத்தில் பயணிக்கும் காட்சியோடு படம் துவங்குகிறது. மாடத்தி கோயிலுக்கு அவர்கள் சென்று கொண்டிருக்கிறார்கள். திடீரென்று வழியில் ஏற்படும் மாதவிடாய் காரணமாக பெண்ணுக்குத் துணி தேவைப்படுகிறது. அருகிலிருக்கும் குடிசையொன்றை நோக்கிச் செல்லும் கணவன் நெடும் நேரமாகியும் திரும்புவதில்லை. பதற்றமாகும் பெண், குடிசைக்குள் சென்று பார்க்கிறாள். அங்கு நிறைய ஓவியங்கள் இருக்கின்றன. அங்கிருக்கும் ஒரு சிறுவன், ஓவியங்களுக்குப் பின்னிருக்கும் கதையை விளக்க ஆரம்பிக்கிறான். இப்படியாக ஒரு தொன்மக்கதையை நாம் அறிந்துகொள்ளும் பாணியில் விரிகிறது 'மாடத்தி'யின் கதை.

ஆற்றுக்கு அருகில் இருக்கிற ஒரு பிரதேசம். புதிரை வண்ணார் சமூகத்தின் குடும்பம் ஊரை விட்டுத் தள்ளி வாழ்கிறது. சுடலை, வேணி என்கிற தம்பதியினருக்கு யோசனா என்கிற மகள். பகல் நேரத்தில் யார் கண்ணிலும் படக்கூடாது என்கிற கட்டுப்பாட்டைத் தாண்டி காடு, மேடு, ஆறு என்று வனதேவதை போல சுதந்தரமாகச் சுற்றுகிறாள், யோசனா. இதற்காக தாயின் திட்டுகளையும் சூடுகளையும் அடிக்கடி பெறுகிறாள். அவளுக்கு ஆதரவாக இருப்பது பாட்டிதான். தாய் திட்டும்போதெல்லாம் பாட்டியிடம் தஞ்சம் அடைகிறாள் யோசனா.

காட்டில் சுற்றித் திரியும்போது ஆற்றில் குளிக்கும் ஓர் இளைஞனைக் கண்டு ஈர்ப்பு கொள்கிறாள். அவனிடமிருந்து வழி தவறிவிடும் ஒரு கழுதைக்குட்டியை செல்லமாகப் பராமரித்து பத்திரமாகத் திருப்பிக்கொடுக்கிறாள். இளைஞனின் சட்டையைத் திருடி அணிந்துகொள்வதில் இன்பம் காண்கிறாள். ஊருக்குள் அம்மன் கோயில் திறப்பு விழா நடக்கிறது. அதைக் காணும் ஆசையில் ஒளிந்து ஒளிந்து நடக்கிறாள் யோசனா. குடி போதையில் இருக்கும் நான்கைந்து இளைஞர்கள், அவளை இருட்டில் தள்ளி ஒருவர் பின்னர் ஒருவராகச் சென்று வன்புணர்வு கொள்கிறார்கள். இதில் யோசனாவின் மனத்துக்குள் ரகசியமான பிரியத்தைச் சம்பாதித்திருக்கும் இளைஞனும் அடக்கம்.

'நெருப்பை வயித்துல சுமந்துட்டிருக்கேனே' என்று ஒவ்வொரு கணமும் பயந்தபடியே வாழும் தாயின் அச்சம் உண்மையாகி விடுகிறது. சிதைந்து கிடக்கும் தன் மகளின் உடலைப் பார்த்துக்

தலித் திரைப்படங்கள் | 143

கதறியழுகிறாள். அப்போதும் ஊர் மக்கள் சாதியைச் சொல்லி இவர்களைத் திட்டுகிறார்கள். வயிற்றெரிச்சலோடு அவர்கள் மீது மண்ணைத் தூற்றி சாபம் விடுகிறாள் வேணி. ஆத்திரம் கொள்ளும் இளைஞர்கள் இவர்கள் மீது கல்லெறிகிறார்கள். கனத்த துயரத்துடன் யோசனாவின் உடலைத் தூக்கிக் கொண்டு அந்தக் குடும்பம் நடக்க, பின்னால் கழுதையும் செல்கிறது.

புது மணப்பெண்ணுக்கு சிறுவன் விவரிக்கும் கதை முடிவுக்கு வருகிறது. அந்த ஓவியத்தில் உள்ளவர்கள் அனைவரும் கண்ணிழந்தவர்களாக இருக்கிறார்கள். 'கண்டாலே தீட்டு என்று தன்னை ஒதுக்கிய ஊர் மக்களின் கண்களை மாடத்தி பறித்துக் கொண்டாள்' என்று சொல்கிறான் சிறுவன். யோசனா என்கிற அந்தச் சிறுமிதான் 'மாடத்தி' என்கிற சிறுதெய்வமாக ஆகியிருக்கிறாள். ஓவியத்தை நெருங்கிப் பார்க்கும் மணப்பெண் திகைப்படைகிறாள். கணவனின் உருவமும் அதில் இருக்கிறது. புல்வெளியின் நடுவே ஒரு பழைய சிற்பம் போல யோசனா நிற்கும் காட்சியுடன் படம் நிறைகிறது.

நேர்த்தியான சினிமாவைத் தந்திருக்கும் லீனா மணிமேகலை

பெருலாபத்தை மட்டுமே நோக்கமாக கொண்ட வணிகத் திரைப்படங்கள் பெருகிவழியும் சூழலில், மாற்று சினிமாக்களை உருவாக்கும் சுயாதீனப் படைப்பாளிகளால்தான் சினிமா என்னும் கலை இன்னமும் உயிர் வாழ்கிறது. அப்படிப்பட்ட தமிழ்த்திரைப் படைப்பாளிகளில் லீனா மணிமேகலை முன்னணி இடத்தை வகிக்கிறார். இதன் சாட்சியமாக 'மாடத்தி' திரைப்படத்தைச் சொல்லலாம். தலித் சமூகத்தின் பிரச்னைகளைப் பற்றி தமிழ் சினிமாக்கள் சமீபத்தில்தான் ஆழமாகப் பேசத் துவங்கியிருக் கின்றன. ஆனால் தலித் சமூகத்தாலும் ஒடுக்கப்பட்டு வாழும் விளிம்புநிலைச் சமூகத்தினரைப் பற்றி 2019-ல் ஒரு படைப்பை உருவாக்கியிருக்கும் லீனாவின் தனித்துவம் பாராட்டப்பட வேண்டியது.

மிக நேர்த்தியான திரைமொழியில் இந்தப் படத்தை இயக்கியிருக்கிறார் லீனா மணிமேகலை. ஒரு தொன்மக்கதையை விவரிக்கத் துவங்கும் ஆரம்பக்காட்சி ஆவலைத் தூண்டுகிறது. தாய்க்கும் மகளுக்கான அன்பை நாடகத்தனமாக மிகையாக்கும் செயற்கையான சித்திரங்கள்தான் நிறைய இருக்கின்றன. ஆனால் இதில் வரும் அம்மா, தன் மகளைப் பெரும்பாலும் ஆத்திரத்துடன் திட்டிக்கொண்டே இருக்கிறாள். அதற்குப் பின்னேயிருப்பதும்

அன்புதான். பதின்ம வயதை நெருங்கிக் கொண்டிருக்கும் தன் மகள், பாலியல் அத்துமீறலுக்கு ஆளாகி விடக்கூடாது என்கிற அச்சம், மூச்சுக்காற்று போல அவளிடம் படர்ந்திருக்கிறது.

வேணியின் இந்த அச்சத்துக்கு நியாயமான காரணமுண்டு. அவளுமே அந்த வன்முறையை அவ்வப்போது எதிர்கொள்கிறவள் தான். அவளது கணவனுக்கு கள் வாங்கிக் கொடுத்து விட்டு, வேணியை முரட்டுத்தனமாக கீழே தள்ளி பாலியல் வன்புணர்வு செய்வதை அந்த ஊரின் ஆண்கள் மிக இயல்பாகச் செய்து விட்டுப் போகிறார்கள். 'கண்ணால் கூட பார்க்கக்கூடாத சாதி' என்பது பாலியல் அத்துமீறலில் மட்டும் வழக்கம் போல் காணாமல் போகிறது.

'ஏம்மா உனக்கு என்னைப் பிடிக்கவேயில்ல?' என்று பரிதாபத்துடன் கேட்கும் மகளை தாய் அணைத்துக் கொள்வது, யோசனாவுக்கு செல்லம் தரும் மாமியாரை வேணி திட்டுவது, 'அவளை என்ன பண்றேன் பாரு' என்று வீறாப்பாகச் சொல்லிவிட்டு தாயின் வீட்டுக்குச்சென்று கறிச்சோறு சாப்பிடும் சுடலையின் பாவனை போன்ற காட்சிகள் மிக இயல்புத்தன்மையுடனும் சுவாரசியாகவும் பதிவாகியிருக்கின்றன.

இயற்கையால் நிரம்பியிருக்கும் யோசனாவின் பிரத்யேக உலகமும், சாதியக் கட்டுப்பாட்டை மீறி சுதந்தரமாகப் பறக்கத் துடிக்கும் அவளது விருப்பமும் அழகியல்தன்மை நிறைந்த காட்சிகளாக உருவாக்கப்பட்டிருக்கின்றன. படையலுக்கு வைக்கப்படும் பழங்களை குரங்குகளுடன் யோசனா பகிர்ந்துண்ணும் காட்சி அருமையானது.

பகலில் நடமாடக்கூடாது என்கிற கட்டுப்பாடு காரணமாக, விடிவதற்கு முன் வீடு திரும்பும் அவசரம், பகலில் எவரேனும் எதிர்பட்டு விட்டால் அருகிலுள்ள புதரில் மறைய வேண்டிய அவலம், எதிர்கொள்ள நேரும் சாதிய வசைகள் என்று புதிரை வண்ணார் சமூகத்தின் வாழ்வியல் துயரங்கள் அதிக ஆர்ப்பாட்டமில்லாமல் இயல்பாகப் பதிவாகியிருக்கின்றன.

விளிம்புநிலையின் கடைசிப்படிகளின் சாதியத் துயரம்

இளைஞர்களுக்கிடையே உள்ள நட்பு, விரிசல், இணைப்பு, அவர்களின் பாலியல் கிளுகிளுப்பான தொடர்பான உரையாடல்கள், சைகைகள் போன்றவை தொடர்பான காட்சிகள் யதார்த்தத்துக்கு மிக நெருக்கமாக உருவாக்கப்பட்டுள்ளன.

இவர்களுக்கு இடையே உருவாகும் தகராறு காரணமாக பஞ்சாயத்தில் அபராதம் விதிக்கப்படும் போது 'அய்யா... தாங்காதுய்யா' என்று குடும்பத்தோடு பஞ்சாயத்தார் காலில் விழுகிறார்கள். ஆனால் இவர்களே தனக்குக் கீழேயுள்ள சமூகத்தைப் பற்றி ஆதிக்க மனோபாவத்துடன் பேசுகிறார்கள். வன்கொடுமைகளில் ஈடுபடுகிறார்கள்.

அப்பாவிச் சிறுமியான யோசனாவின் உடல், காம இச்சை கொண்ட இளைஞர்களால் சீரழிக்கப்படும் காட்சி மனம் பதைக்க வைக்கும் வகையில் பதிவாகியுள்ளது. வரிசையாக வரும் இளைஞர்களில் தனக்குப் பிரியமானவனும் இருப்பதைக்கண்டு யோசனாவின் கண்கள் திகைக்கும்போது அவளது வலியும் வேதனையும் நமக்குள்ளும் பரவுகிறது.

யோசனாவாக அஜ்மினா தனது மிகச் சிறந்த நடிப்பைத் தந்திருக்கிறார். களங்கமற்ற விழிகளின் வழியாக இயற்கையின் அழகை விழுங்க முயலும் தருணங்களில் இவரது வெள்ளந்தியான முகபாவம் சிறப்பாக வெளிப்பட்டிருக்கிறது. வயிற்றில் நெருப்பைக் கட்டிக்கொண்டிருக்கும் தாய் வேணியாக செம்மலர் அன்னத்தின் பங்களிப்பு அருமையாக இருக்கிறது. பெண் குழந்தைகளைப் பெற்றிருக்கும் ஒவ்வொரு தாயின் பதைபதைப்பையும் உளவியல் அச்சத்தையும் சிறப்பாக வெளிப்படுத்தியிருக்கிறார். தன்னைச் சீரழித்த ஆணின் மீதுள்ள கோபத்தை துவைக்கும் துணிகளின் மீது இவர் காட்டும் காட்சி ஆங்காரத்துடன் இருக்கிறது.

பொருளாதாரச் சிரமங்களுக்கு இடையில் உருவானாலும், இந்தத் திரைப்படத்தின் உருவாக்கத் தரம் மிக நேர்த்தியாக இருக்கிறது. ஒளிப்பதிவு கனகச்சிதம். கார்த்திக் ராஜாவின் பின்னணி இசை கூடுதல் சிறப்பை அளித்திருக்கிறது. ஏறத்தாழ அனைத்து நடிகர்களுமே தங்களின் இயல்பான பங்களிப்பைத் தந்திருக்கிறார்கள்.

ஒருபுறம் பெண்களை பல்வேறு வழிகளில் இழிவு செய்து கொண்டு, இன்னொரு பக்கம் அவர்களை தெய்வமாக்கித் தொழும் சமூகத்தின் அபத்தமான முரணை கலையமைதியுடனும் அவசியமான உக்கிரத்துடனும் உரையாடுகிறாள் 'மாடத்தி'.

திரைப்படம் 17

Writing with Fire

'Writing with Fire' என்பது 2021இல் வெளியான ஓர் ஆவணப்படம். முழுக்க முழுக்க இந்தியத் தயாரிப்பு. ஆஸ்கர் விருதுக்காக இந்தியாவின் சார்பில் பரிந்துரைக்கப்பட்ட பெருமையைக் கொண்டது. பல்வேறு சர்வதேச அரங்குகளில் திரையிடப்பட்டு, பல அங்கீகாரங்களையும் விருதுகளையும் பெற்றது. சுஷ்மித் கோஷ் மற்றும் ரிண்ட்டு தாமஸ் ஆகிய இருவரும் இணைந்து இயக்கியுள்ளனர்.

'செய்தி அலைகள்' என்று பொருள்படும் 'Khabar Lahariya' என்கிற வாராந்திரச் செய்தித்தாள், இந்தி மற்றும் பல உள்ளூர் மொழிகளில் தயாராகிறது. இதன் சிறப்பம்சம் என்னவெனில் ஆசிரியர் முதல் நிருபர் வரை அனைவரும் பெண்களே. அதிலும் தலித் பெண்கள். ஆம், இந்தியாவிலேயே முழுக்க முழுக்க தலித் பெண் பத்திரிகையாளர்களால் நடத்தப்படும் ஒரே பத்திரிகை 'Khabar Lahariya'.

தலித் பெண்களால் நடத்தப்படும் ஒரே இந்தியப் பத்திரிகை

2002டில் துவங்கப்பட்ட இந்த உள்ளூர் பத்திரிகை, 6000 பிரதிகளையும் 80000 வாசகர்களையும் கொண்டது. உத்தரப்பிரதேச மாநிலத்தில் உள்ள பல சிறிய நகரங்கள், கிராம மக்களால் வாசிக்கப்படுகிறது. 2013ஆம் ஆண்டு இந்தப் பத்திரிகை டிஜிட்டல் வடிவத்திற்கு மாறுகிறது. அதுவரை எழுத்துக்களாக இருந்த

உள்ளூர் செய்திகள், வீடியோக்களாக மாறி இளைய தலைமுறையை கவர ஆரம்பிக்கின்றன. ஆண்டுக்கு ஆண்டு இதன் பார்வையாளர்களின் எண்ணிக்கை உயர்ந்துகொண்டே போகிறது.

பத்திரிகையில் ஏற்பட்ட டிஜிட்டல் மாற்றத்தை அங்கு பணிபுரியும் பெண்கள் ஆரம்பக்கட்ட தடுமாற்றங்களுடன் எதிர்கொள்ளும் விதம், வீடியோ செய்திகளுக்கேற்ப தங்களை தகவமைத்துக் கொள்ளும் பாணி, ஆண் பத்திரிகையாளர்களுக்கு நிகராக செய்தி சேகரிக்கும் விதம், அவர்களின் குடும்பப் பிரச்சினைகள், பெண்களின் மீது நிகழ்த்தப்படும் வன்முறை, உத்தரப்பிரதேசத்தில் நிகழும் பாஜகவின் அசுரத்தனமான வளர்ச்சி, மதமும் கடவுளும் இணைந்து மதவெறியாக்கப்படும் பயங்கரம், பசு என்கிற விலங்கு அரசியல் குறியீடாக மாற்றப்படும் விதம் போன்ற பல விஷயங்கள் இந்த ஆவணப்படத்தில் காட்சிகளாக விரிகின்றன.

94 நிமிடங்களுக்கு ஓடும் இந்த ஆவணப்படம், உத்தரப்பிரதேசத்தின் 2016ஆம் ஆண்டின் காலகட்டத்தோடு துவங்குகிறது. மீரா என்கிற சிறப்பு நிருபர், சாதிய வெறியர்களால் தொடர்ச்சியாக பாலியல் வன்கொடுமைக்கு ஆளான ஒரு பெண்ணையும் அவரது கணவரையும் நேர்காணல் செய்கிறார். 'ஏன் வழக்கைப் பதிவு செய்யவில்லை?' என்று காவல் நிலையத்திற்குச் சென்று அதிகாரியைக் கேள்வி கேட்கிறார். அரசு இயந்திரம் வழக்கம் போல் திகைத்து பிறகு சம்பிரதாயமான பதிலை கிளிப்பிள்ளைபோல் ஒப்பிக்கிறது.

ஊடகப் பணியில் பெண்கள் எதிர்கொள்ளும் சவால்கள்

இந்தப் பத்திரிகையில் பணிபுரியும் பெரும்பாலான பெண்கள் அடித்தட்டு சமூகத்தைச் சேர்ந்தவர்கள். குறைவான கல்வியைக் கொண்டவர்கள். தங்களுக்குத் தரப்பட்ட செல்போனை திகைப்பும் உற்சாகமுமாக தடவிப் பார்க்கிறார்கள். பள்ளி மாணவர்கள் போல ஒருவரையொருவர் சிரிப்பும் புன்னகையுமாக பார்த்துக் கொள்கிறார்கள். மெல்ல மெல்ல வீடியோ எடுக்கவும் செய்தி சேகரிக்கவும் கற்றுக் கொள்கிறார்கள். மலைப்பாங்கான இடங்கள், குண்டும் குழியுமாக நீர் தேங்கியிருக்கும் இடங்கள் போன்ற வற்றிற்கு நடந்தே சென்று செய்தி சேகரிக்கிறார்கள்.

நகரத்திலுள்ள பத்திரிகையாளர்களைப் போல இவர்களால் எளிதில் செய்தி சேகரிக்க முடியாது. கல்வியறிவு, பொருளாதாரம் ஆகிய இரண்டையும் முந்திக் கொண்டு நிற்பது சாதியம். முற்பட்ட சாதியினர் வசிக்கும் இடங்களுக்கு இவர்களால் செல்ல முடியாது.

மேலும் ஒடுக்கப்பட்ட சமூகத்தினர் வசிக்கும் பகுதிகளில் கூட 'பெண்கள்தானே. இவர்களால் என்ன செய்ய முடியும்?' என்றே அலட்சியமாக பதில் சொல்கிறார்கள்.

சமூகத்தில் மட்டுமல்ல, சொந்த வீடுகளிலும் கூட இவர்களுக்கு பல எதிர்ப்புகள் வருகின்றன. 'செய்தியாளர் பணி என்று சொல்லிக் கொண்டு நடு இரவில் கூட எங்கெங்கோ சுற்றி விட்டு வருகிறாய். ஒரு பெண்ணுக்கு இது அழகா?' என்று ஒரு கணவர் கேள்வி கேட்கிறார். இன்னொரு பெண்ணின் கணவன் குடிக்காக பணத்தைப் பறித்துக் கொண்டு அடிக்கிறான். வீட்டுப் பணிகளையும் செய்து விட்டு ஊடகப் பணியையும் செய்ய வேண்டிய நிலைமை. இப்படியான பல தடைகளையும் மீறி இந்தப் பெண்கள் அற்புதமாக சாதிக்கிறார்கள். தங்களின் பணியை விட்டு வெளியேறுவதில்லை. ஏனெனில் வீட்டை விட்டே வெளியே வருவதற்கே அச்சம் நிலவும் சூழலில், இவர்கள் செய்யும் சாதனை அவர்களுக்கே பெருமிதத்தையும் மகிழ்ச்சியையும் அளிக்கிறது.

சட்டவிரோதமாக இயங்கும் சுரங்கங்களுக்குச் செல்கிறார்கள். சுரங்கத் தொழிலில் ஈடுபடுத்தப்படும் ஏழைத் தொழிலாளர்கள் விபத்தில் இறந்து போகும் அவலத்தையும், மிரட்டல்களின் மூலம் அதை மாஃபியா மூடிமறைப்பதையும் காவல்துறை இதற்கு உடந்தையாக இருப்பதைப் பற்றியும் இந்தப் பெண்கள் தங்களின் ஊடகத்தில் அம்பலப்படுத்துகிறார்கள். காசநோய்க்கான மருந்து என்பதையே அதுவரை கண்ணால் பார்த்திருக்காத பகுதிகளுக்குச் சென்று பிரச்னைகளை பதிவு செய்வதின் மூலம் அரசாங்கத்தின் கவனத்திற்குச் சென்று தீர்வுகளைக் கொண்டு வருகிறார்கள். சாலைப் பிரச்சினை, மின்சாரம், ஆணவக் கொலை என்று இவர்கள் செய்தியாக்கும் பல்வேறு உள்ளூர் பிரச்னைகளுக்குத் தீர்வுகள் கிடைக்க ஆரம்பிக்கின்றன.

உத்தரப்பிரதேசத்தின் அரசியல் மாற்றம்

இவர்களின் ஊடக அனுபவத்திற்கு இடையே உத்தரப்பிரதேச மாநிலத்தில் பாஜக அடைந்து வரும் அசுரத்தனமான வளர்ச்சியும் பதிவாகிக்கொண்டே போகிறது. 'ஏழு வயது சிறுமி முதல் எண்பது வயது மூதாட்டி வரை பாலியல் அத்துமீறலுக்கு ஆளாகாத பெண்களே இங்கு இல்லாத நிலைமை. இதற்கு பதில் என்ன?' என்று தேர்தலில் நிற்கும் ஒரு பாஜக வேட்பாளரிடம் கேள்வி கேட்கப்பட, அவர் சில நிமிடங்கள் திகைத்துவிட்டு எதிர்க்கட்சியை கை காட்டிவிட்டு 'நாங்கள் ஆட்சிக்கு வந்தால் பெண்களுக்கு முழு

தலித் திரைப்படங்கள் | 149

பாதுகாப்பு இருக்கும்' என்று சம்பிரதாயமான பல்லவியைப் பாடுகிறார்.

2017இல் யோகி ஆதித்யநாத் உத்தரப்பிரதேச முதல்வராக பொறுப்பேற்கும் காட்சிகள் வருகின்றன. தேர்தலுக்கு முந்தைய கூட்டத்தில் மத வன்முறையைத் தூண்டும் வகையில் அப்பட்டமாக பேசும் இவர், இன்னொரு தொலைக்காட்சி நிகழ்ச்சியில் 'நான் வன்முறைக்கு எதிரானவன். எப்படி அதைத் தூண்டுவேன்?' என்று பூசி மெழுகுகிறார். யோகி ஆதித்யநாத்தால் தோற்றுவிக்கப்பட்ட 'இந்து யுவ வாகினி' என்கிற இளைஞர் அமைப்பைச் சேர்ந்த இளைஞனொருவன் கையில் வாளுடன் சாலைகளில் சுற்றுகிறான். 'ஒரு பசு மாட்டில் அனைத்துத் தெய்வங்களும் அடங்கியுள்ளன. அதை வழிபடுவது அவசியமானது' என்று பசு அரசியலை நியாயப்படுத்துகிறான். கையில் வாளை உயர்த்தி பெருமிதத்துடன் வீடியோவுக்கு போஸ் தருகிறான். கல்வியறிவு இன்மையும், வேலையில்லாத் திண்டாட்டமும் இளைஞர்கள் தவறான பாதைக்குச் செல்வதற்கான காரணங்களாக இருப்பதை ஊடகப் பெண்கள் பதிவு செய்கிறார்கள்.

மதத்தை முன்னிருத்தி மூர்க்கமாக பயணிக்கும் இந்துத்துவ அரசியலின் வளர்ச்சி, இந்தப் பெண்களுக்கே கவலையையும் பதட்டத்தையும் ஏற்படுத்துகிறது. 'மிகவும் பின்தங்கிய இடங்களில் பெண்கள் இப்போதுதான் வெளியேவந்து சற்று முன்னேற்றத்தைக் காணத் துவங்கியிருக்கிறார்கள். இத்தகைய அரசியல் சூழல் அதில் பின்னடைவை ஏற்படுத்தி விடும்' என்பது இவர்களின் நியாயமான பார்வை.

ஊடகப் பணியானது இந்தப் பெண்களுக்குத் தரும் தார்மீக பலத்தையும் வளர்ச்சியையும் இந்த ஆவணப்படம் சிறப்பாகப் பதிவு செய்திருக்கிறது. இவர்களின் அன்றாட நடவடிக்கைகள் முதல் ஒருவருக்கொருவர் ஆதரவாக நின்று பணிபுரியும் காட்சிகள் இயல்புத்தன்மையுடன் இருக்கின்றன. ஸ்ரீநகர், இலங்கை என்று வெளியுலகை எட்டிப் பார்க்கும் வாய்ப்புகள் கிடைக்கின்றன. மீரா தேவி, சுனிதா பிரஜாபதி, ஷியாம்கலி தேவி என்று மூன்று பெண்களின் ஊடக அனுபவம் இதில் பிரதானமாகப் பதிவாகியிருக்கிறது. இதில் மீரா தேவி முன்னணியில் நின்று மற்றவர்களை சிறப்பாக வழிநடத்துகிறார். மெல்ல கற்றுக் கொள்ளும் சுனிதாவின் வளர்ச்சி அபாரமானதாக இருக்கிறது. கைபேசியின் இயக்கத்தை அறிவதில் ஆரம்பத் தடுமாற்றம்

கொள்ளும் ஷியாம்கலி, பின்னர் தேர்ச்சி பெற்று ஊடகப்பணியில் மிளர்கிறார்.

சவாலும் ஆபத்தும் நிறைந்த ஊடகப்பணி

தங்களின் பணியிலும் குடும்பத்திலும் இந்தப் பெண்கள் எதிர்கொள்ளும் தடைகளும் பிரச்சினைகளும் எதிர்ப்புகளும் இயல்புத்தன்மையுடன் பதிவாகியிருக்கின்றன. இவர்கள் வெளியிடும் வீடியோக்களுக்கு பாராட்டுக்கள் குவியும் அதே நேரத்தில், கமெண்ட்டுகளில் அவதூறுகளும் வசைகளும் குவிகின்றன. இவர்கள் நடத்தும் காட்சியூடகம், ஆண்டுக்கு ஆண்டு அதிகளவு பார்வையாளர்களை எட்டிக்கு விப்பது தொடர்பான தகவலும் இடையில் வருகிறது.

2014க்குப் பின்னர் ஏறத்தாழ 40 பத்திரிகையாளர் கொல்லப் பட்டிருப்பதையும், ஊடகப் பணி என்பது இந்தியா போன்ற பிரதேசங்களில் எப்படி சவால் நிறைந்ததாகவும் ஆபத்து மிகுந்ததாகவும் இருக்கிறது என்கிற தகவலும் டைட்டிலில் வருகிறது. மதவெறியர்களால் கவுரி லங்கேஷ் கொல்லப்பட்டதை யும் இந்தப் பெண்கள் இணையத்தில் சிறப்புச் செய்தியாக்கு கிறார்கள்.

சாதியம், பாலினம், பொருளாதாரம், குடும்பம், ஆணாதிக்கம் போன்று பல தடைகளைத் தாண்டி ஊடகப்பணியில் இந்தப் 'பெண்கள் முன்னேறும் காட்சிகள், காண்பதற்கு மனவெழுச்சியைத் தருவதாக இருக்கின்றன. ஒடுக்கப்பட்ட சமூகத்திலிருந்து கிளம்பி தானும் முன்னேறி, சமூகத்திலும் மாற்றம் ஏற்படுத்தும் இந்த சிங்கப் பெண்களின் பயணத்தைப் பதிவு செய்திருக்கும் இந்த ஆவணப்படம், தலித் படைப்புகளின் வரிசையில் ஒரு முக்கியமான இடத்தைப் பிடிக்கிறது.

திரைப்படம் 18

மான்ஜி

'நான் மலையை உடைத்துக் கொண்டிருப்பதாக அவர்கள் நினைத்துக் கொண்டிருந்தார்கள். அவர்களுக்குத் தெரியாது, நான் சிற்பம் செய்து கொண்டிருந்தேன் என்று' என்கிற வரி ஒன்றுண்டு.

கலையை, கலைஞர்களைப் புரிந்து கொள்ளாத சமூகத்தைக் குறிப்பிடும் வரி இது. ஆனால் உண்மையிலேயே மலையை உடைத்து அசாதாரணமான சாதனையைச் செய்த மனிதனைப் பற்றிய திரைப்படம் இது. தன்னந்தனியாக, ஒற்றை ஆளாக, இரவும் பகலுமாக, தொடர்ந்து 22 வருடங்கள் உழைத்து இந்த அரிய பணியைச் செய்து முடித்துள்ளார்.

'என்னது... மலையை உடைக்கப் போறியா... பைத்தியமா நீ?' என்று ஆரம்பத்தில் ஊர் மக்கள் பரிகசித்தார்கள். நாட்கள் கடக்க கடக்க 'இதெல்லாம் ஆகிற காரியமா?' என்று ஏளனம் அதிகமாகிக் கொண்டே போனது. ஆனால் ஆண்டுகள் பல கடந்தாலும் மனம் தளராமல் உழைத்துக் கொண்டேயிருந்த அந்த மனிதனைப் பார்த்து ஊர் திகைத்தது. 'மலை மனிதன்' என்கிற புகழ் அடையாளம் அவருக்கு உருவானது. அவருடைய தளராத உறுதியையும் பொதுநல நோக்கையும் கண்டுகொண்ட ஊர் அவருடன் பிறகு இணைந்து கொண்டது. பின்னர் அவரை மாமனிதராகவே பார்த்தது. 'தசரத் மான்ஜி' என்கிற சாதாரண மனிதர், 'தசரத் பாபா' என்று பிறகு ஊரால் மதிக்கப்பட்டார்.

பீகார் மாநிலம் கயா மாவட்டத்தில் உள்ள சிறிய ஊர் கெலார். இந்தியாவிலேயே மிகவும் பின்தங்கியிருக்கும் பிரதேசம். சுதந்திரம் பெற்று பதினைந்து ஆண்டுகள் ஆகியும் அதன் சுவடு துளிகூட படியாத கிராமம். பள்ளி, மருத்துவமனை, சாலை என்று எந்தவொரு அடிப்படை வசதியும் கிடையாது. அருகிலுள்ள பக்கத்து ஊருக்குச் செல்வதாக இருந்தாலும் 80 கிலோ மீட்டர் சுற்றிச் செல்ல வேண்டும். ஊர் மக்களின் பயணத்துக்குப் பெரும்தடையாக இருந்தது ஒரு மலை. குடிநீர் எடுத்து வருவதாக இருந்தாலும்கூட அந்த மலையை ஏறிக் கடந்துதான் ஆக வேண்டும். மலையேறும் போது கால் தவறி கீழே விழுந்து இறந்தவர்கள் பலர்.

இப்படியொரு சூழலில் தசரத் மான்ஜியின் அன்பு மனைவியையும் அந்த மலை பலி வாங்கியது. கணவருக்காக உணவு எடுத்து வந்துகொண்டிருந்த பாகுனியா, மலையில் இருந்து கீழே விழுந்து படுகாயமடைந்தார். மருத்துவமனைக்கு உடனே கொண்டு சென்றிருந்தால் ஒருவேளை அவர் பிழைத்திருப்பார். ஆனால் மலையைச் சுற்றிக்கொண்டு சென்றதால் நேரம் கடந்து போனது. உயிரும் போனது.

இந்தச் சம்பவம் தசரத்தின் மனத்தை மிகவும் பாதித்தது. எனவே மலையை உடைத்துப் பாதையை உருவாக்குவதற்காகத் தன்னந்தனி ஆளாகக் கிளம்பினார். ஒரு சுத்தியலும் உளியும் மட்டுமே அவருக்குத் துணை. வெயில், மழை, காயம், பாம்புக்கடி, தனிப்பட்ட பிரச்னைகள் என்று பல்வேறு தடைகள் வந்தாலும் அதையெல்லாம் சகித்துக் கொண்டு தொடர்ந்து 22 வருடங்களாக அந்த மலையுடன் போராடினார். பிறகு நடந்து முடிந்தது அந்த ஒற்றை மனிதரின் சாதனை. 25 அடி உயரம், 30 அடி அகலம், 360 அடி நீளத்துக்கு ஒரு பாதையை உருவாக்கினார். வெடிமருந்தும், இயந்திரங்களும், பலநூறு ஆட்களும் கொண்டு செய்ய வேண்டிய ஒரு பிரம்மாண்டமான பணியை தனியாளாக நின்று செய்ததுதான், தசரத் மான்ஜியின் சாதனை.

மலையை உடைத்த மாமனிதன்

2015-ல் வெளியான 'Manjhi - The Mountain Man' என்கிற திரைப்படம், தசரத் மான்ஜியின் சாதனையை, வாழ்க்கையைச் சிறப்பாகப் பதிவு செய்திருக்கிறது. தாழ்த்தப்பட்ட சமூகத்தில் பிறந்த ஒரு மனிதன், ஊர் நலனுக்காக மிக உயர்ந்ததொரு சாதனையைச் செய்துமுடித்தான். ஊர் மக்களைப் போலவே இந்த

தேசமும் மான்ஜியின் உழைப்பைத் தாமதமாகவே கண்டு கொண்டது. பிறகு அங்கீரித்தது. அவருடைய உருவம் இந்தியத் தபால்தலையில் இடம்பெற்றது.

ரத்தம் படிந்த ஆடைகளுடன் ஒரு மனிதன் ஆங்காரமாக நின்று கொண்டிருக்கும் காட்சியோடு இந்தப் படம் துவங்குகிறது. மலையைப் பார்த்து அவன் கோபமாக கத்துகிறான். 'மிகப் பிரம்மாண்டமாக நின்று கொண்டிருக்கிறோம் என்கிற அகங்காரமா உனக்கு... அதில் உனக்குப் பெருமையா... அதை தூள் தூளாக உடைத்துக் காட்டுகிறேன் பார்... என் வாழ்க்கையையே அழித்து விட்டாயே' என்று ஆத்திரத்துடன் மலையின் மீது கற்களை எறிகிறவன், பிறகு சுயபச்சாதாபத்தில் அழத் துவங்குகிறான்.

யார் அந்த மனிதன்? எதற்காக மலையுடன் நின்று மல்லுக்கட்டிக் கொண்டிருக்கிறான்? தசரத் மான்ஜி என்கிற அந்த நபரின் வாழ்க்கை, பின்னணிக் காட்சிகளாக விரிகிறது.

இந்தியாவிலேயே பின்தங்கியிருக்கும் ஒரு பிரதேசத்தில், சாதிய அமைப்பின் கடைசிப் படிக்கட்டில் இருக்கிற முசாஹர் என்கிற ஒடுக்கப்பட்ட சமூகத்தில் பிறந்தவர் தசரத் மான்ஜி. நிலவுடைமை யாளர்களாலும் முற்பட்ட சாதியினராலும் அந்தச் சமூகம் பல்வேறு இன்னல்களையும் அவமதிப்புகளையும் அடைகிறது. முதலாளியிடம் வாங்கிய கடனுக்காகத் தன் மகனையும் கொத்தடிமையாக்க முடிவு செய்கிறார், தசரத்தின் தந்தை. அதை ஏற்க முடியாமல் ஊரை விட்டு ஓடிவிடும் தசரத், எங்கெங்கோ திரிந்து நிலக்கரி சுரங்கத்தில் பணிபுரிந்து சில வருடங்கள் கழித்து ஊர் திரும்புகிறார். ஆனால் பழமைவாதம் துளியும் மாறாமல் ஊர் அப்படியே இருக்கிறது.

இளம் வயதிலேயே தனக்குத் திருமணம் செய்து வைக்கப்பட்ட பெண்ணைச் சந்திக்கிறார். தசரத்துக்குள் காதல் பெருகுகிறது. ஆனால் 'எந்தவொரு சரியான வேலையும் இல்லாமல் இருக்கிறவனுடன் என் பெண்ணை அனுப்ப மாட்டேன்' என்று பெண்ணின் தந்தை சொல்கிறார். இன்னொரு திருமணம் நடத்தவும் முடிவு செய்கிறார். வெகுண்டெழும் தசரத் வீட்டுக்குள் புகுந்து தன் மனைவியைத் தூக்கிச் செல்கிறார். பாகுனியாவுக்கும் தசரத்துடன் செல்வதுதான் விருப்பம். அவர்களின் இல்லற வாழ்க்கை துவங்குகிறது. காதல் மனைவியின் மீது உயிரையே வைத்திருக்கிறார் தசரத். தனக்கு கிடைத்த அரிய பரிசாக எண்ணி உருகுகிறார்.

காதலும் காமமுமாக அவர்களின் வாழ்க்கை ஆனந்தமாகச் சென்று கொண்டிருக்கிறது. இரண்டாவது குழந்தையைச் சுமந்து கொண்டிருக்கிறாள் பாகுனியா. விவசாயக் கூலியாகச் சென்றிருக்கும் கணவனுக்காக உணவைச் சுமந்து கொண்டு மலையைக் கடக்க முயற்சி செய்கிறாள். கால் சறுக்கி கீழே விழுந்து படுகாயம் அடைகிறாள். உரிய நேரத்தில் மருத்துவம் கிடைக்காமல் இறக்கிறாள்.

காதல் மனைவியின் மரணம் தசரத்தை உலுக்கிப் போடுகிறது. தன்னுடைய வாழ்க்கையே உடைந்து நொறுங்கிப் போனதாக உணரும் தசரத், இனி அந்த ஊரில் வேறு எவருக்கும் இப்படியொரு மரணம் நிகழக்கூடாது என்று உறுதியேற்கிறார். தன்னந்தனியாக நின்று மலையை உடைக்கத் துவங்குகிறார். ஒரு வரலாற்று சாதனையை தன்னந்தனியாக செய்து முடிக்கிறார். பிறகு வரலாறாகவே ஆகிறார்.

தசரத் மான்ஜியாக வாழ்ந்த நவாசுத்தீன் சித்திகி

'கதாபாத்திரமாகவே வாழ்ந்தார்' என்று ஒரு நடிகரின் சிறப்பை சம்பிரதாயமான வார்த்தைகளில் சொல்வார்கள். ஆனால் தசரத் மான்ஜியாக நடித்திருக்கும் நவாசுத்தீன் சித்திகியின் பங்களிப்பை உண்மையாகவே அப்படிச் சொல்லலாம். மனிதர் கேரக்டராகவே வாழ்ந்திருக்கிறார்.

சிவப்பு நிற பேண்ட், மஞ்சள் நிற சட்டை, கூலிங்கிளாஸுடனும் வாய் நிறைய சிரிப்புடனும் ஊருக்குள் கெத்தாக நுழைவது, இளம் வயதில் திருமணம் செய்து வைக்கப்பட்ட மனைவியை தற்செயலாகப் பார்த்து, யாரென்றே தெரியாமல் காதல் வசப்படுவது, நிலவுடைமையாளரிடம் சென்று 'எப்படியிருக்கீங்க..?' என்று விசாரித்து அவரது மகனைக் கட்டியணைத்துக்கொள்வது, தசரத்தின் பின்னணியை அறிந்தவுடன் அவர்கள் போட்டு மிதிக்க 'தீண்டாமையை ஒழிச்சாச்சு... யாரை வேணா யாரும் தொடலாம்ன்னு அரசாங்கம் சொல்லுச்சே' என்று பரிதாபமாக முனகுவது... என்று ஒரு அப்பாவியான கிராமத்து இளைஞரின் சித்திரத்தை தனது அற்புதமான நடிப்பின் வழியாக வழங்கியுள்ளார் நவாசுத்தீன் சித்திகி.

தசரத்தின் காதல் மனைவி பாகுனியாவாக ராதிகா ஆப்தே அருமையாக நடித்துள்ளார். இருவருக்குமான காதலும் ஊடலும் ரசனையான காட்சிகளாகப் பதிவாகியுள்ளன. மனைவியை இழந்த துயரத்தை ஜீரணிக்க முடியாமல் தசரத் தடுமாறுகிறார். ஓ....வென்று

அழுகிறார். அவருடைய துயரம் பார்வையாளர்களுக்கும் கடத்தப்படும் வகையில் இவர்களின் காதல் வாழ்க்கை தொடர்பான காட்சிகள் இயல்புத்தன்மையுடன் சித்திரிக்கப்பட்டிருக்கின்றன.

சுத்தியலும் உளியுமாகக் கிளம்பும் தசரத்தின் உருவம் ஆண்டுக்கு ஆண்டு மாறிக் கொண்டே போகிறது. நீண்ட தலைமுடியும் தாடியுமாக தொடர்ந்து கல்லை உடைத்துக் கொண்டே இருக்கிறார். காலகட்டம் மாறுவதற்கேற்ப நவாசுத்தீன் சித்திகியின் உடல்மொழியும் நடிப்பும் அதற்கேற்ப மாறிக் கொண்டேயிருக்கிறது. 'மலையை உடைக்கறேன்னு உயிரைத்தான் விடப் போறான்... இவன் நிச்சயம் பைத்தியம்தான்...' என்று ஊர் மக்கள் கிண்டல் செய்தாலும் தசரத்தின் மனவுறுதிக்குத் துணையாக நிற்பது காதல் மனைவியின் நினைவுகள்தான். ஆம், அவளுக்கு வாங்கித்தந்த ஒற்றைக் கொலுசின் சத்தம்தான் அவனுடைய வாழ்க்கையின் ஓசையாக இருக்கிறது.

மலையுடன் நிகழும் சண்டையும் சமாதானமும்

வறட்சி காரணமாக ஒட்டுமொத்த ஊரே கிளம்பினாலும், தன் பணியைவிட்டு விலகாமல் இருக்கிறான் தசரத். வெயில் மண்டையைப் பிளக்க, ஒரு சொட்டு நீர்கூட கிடைக்காமல் தவிக்கும் தசரத், பாறைக்கு அடியில் இருக்கும் ஊற்றை தற்செயலாகக் கண்டெடுப்பது, பாம்புக்கடியின் விஷம் ஏறாமல் இருப்பதற்காக கால் கட்டை விரலை உளியால் துண்டித்துக் கொள்வது, பெய்யும் பெருமழையில் மனைவியுடன் இருப்பதாகக் கற்பனை செய்வது போன்ற காட்சிகள் அற்புதமாகப் பதிவாகியுள்ளன.

மலையுடன் கோபித்துக்கொண்டு அதனுடன் ஒரு நெடும் போரைத் துவங்கும் தசரத், ஒரு கட்டத்தில் மலையின் நண்பனாக மாறுவதும், அதைத் தொட்டுக் கும்பிடுவதும், 'இன்னிக்கு விடுமுறை. உன்னைத் தொந்தரவு செய்ய மாட்டேன்' என்று சிரிப்புடன் சொல்வதும் சிறப்பான காட்சிகள்.

தேர்தல் பிரச்சாரத்துக்காக இந்திரா காந்தி வருவது, கூட்டத்தைப் பிளந்து கொண்டு தன்னுடைய கோரிக்கையை தசரத் சொல்வது, மலைப்பாதைக்காக அரசாங்கம் ஒதுக்கும் பணத்தை முதலாளியின் மகன் கையாடல் செய்வது, அதைப்பற்றி விசாரிப்பதற்காக தசரத் டெல்லிக்கு நடந்தே செல்வது, எமர்ஜென்சி சூழலில் தசரத்தின் குரல் யாருக்கும் கேட்காமல்போவது தொடர்பான காட்சிகள் இயல்புத்தன்மையுடன் காட்சிப்படுத்தப்பட்டுள்ளன.

தசரத் மாஞ்ஜி

ஹாலிவுட் திரைப்படங்களின் தரத்துக்கு நிகராக இந்தப் படத்தை இயக்கியுள்ளார் கேத்தன் மேத்தா. 1960 காலகட்டத்து பிஹார் கிராமத்தின் பின்னணி முதல் 1981 வரையிலான காட்சிகளின் பின்னணி சிறப்பாக உருவாக்கப்பட்டுள்ளது. சந்தேஷ் சாண்டில்யாவின் பின்னணி இசையும் பாடல்களும் படத்துக்கு உயிரோட்டத்தைத் தந்திருக்கின்றன. ராஜீவ் ஜெயினின் ஒளிப்பதிவு மிக நேர்த்தியாக அமைந்திருக்கிறது.

தாழ்த்தப்பட்ட சமூகத்தில் பிறந்து, ஊர் நலனுக்காக ஒரு மலைப்பான பணியைத் தன்னந்தனி ஆளாகச் செய்து முடித்து, மக்களின் மனத்தில் மிக உயரத்துக்குச் சென்று நிரந்தரமாக வாழும் ஒரு மனிதரின் கதை இது.

திரைப்படம் 19

மஸான் - மயானம்

காதல் திருமணம், நகரமயமாதல், கல்வி போன்ற சமூக மாற்றங்கள் நிகழ்வது சாதியம் மட்டுப்படுவதற்கான காரணிகளாக இருக்கும் என்பதை 'Masaan' என்கிற 2015இல் வெளியான திரைப்படம் நுட்பமாகப் பதிவு செய்துள்ளது. நீரஜ் கெய்வான் இயக்கிய முதல் திரைப்படமான 'மஸான்' (மயானம்), சர்வதேச அரங்குகளில் திரையிடப்பட்டுப் பல அங்கீகாரங்களையும் பெற்றுள்ளது.

இந்தியாவின் பழமையான நகரங்களுள் ஒன்றான 'வாராணசி'யின் பின்னணியில் இந்தத் திரைப்படம் இயங்குகிறது. இறந்தவர்களின் சடலத்தைக் கங்கையின் படித்துறையில் தகனம் செய்தால் மோட்சம் கிட்டும் என்பது இந்துமத நம்பிக்கை. இங்கு வாழும் இரு தனிநபர்களின் உள்ளார்ந்த மரணத்தையும் அதிலிருந்து கிடைக்கும் மீட்சியின் வழியையும் இந்தத் திரைப்படம் குறியீடாக உணர்த்துகிறது. பழமைவாதத்தின் பிடியிலிருந்து இளைய தலைமுறை எவ்வாறு தன்னைத் துண்டித்து விடுதலை செய்து கொள்ளத் துடிக்கிறது என்பது இயல்பாகச் சொல்லப்பட்டுள்ளது.

இரு தனிநபர்களின் வழியாக விரியும் திரைக்கதை

இளைய தலைமுறையைச் சேர்ந்த இரு தனிநபர்களின் வாழ்க்கையில் நிகழும் சம்பவங்களை அடுத்தடுத்து இணைத்துக் காட்டுவதின் மூலம் இந்தப் படம் நகர்கிறது. முற்பட்ட சமூகத்தைச் சேர்ந்த தேவி, தன் காதலனுடன் ஒரு விடுதியில் பாலுறவு

கொள்ளும்போது காவல்துறை உள்ளே நுழைகிறது. அவர்களை அம்பலப்படுத்தப்போவதாக மிரட்டுகிறது. அச்சமடையும் ஆண் கழிவறையில் நுழைந்து தற்கொலை செய்துகொள்கிறான். தேவியை வீடியோ எடுக்கும் காவல்துறை அதிகாரி, அதை வைத்து தேவியின் தந்தையை மிரட்டி பெரும் தொகையைக் கேட்கிறார். தேவியின் தந்தை படித்துறை அருகே கடை வைத்திருக்கும் சாதாரண பிராமணக் குடும்பத்தைச் சேர்ந்தவர். வறுமையான பின்னணி என்றாலும் குடும்ப கௌரவத்திற்காக வேறு வழியின்றிப் பணம் தரக் கண்ணீருடன் ஒப்புக்கொள்கிறார்.

காதலனின் மரணம், காவலதிகாரியின் பிளாக்மெயில், தந்தையின் உளைச்சல் போன்ற விஷயங்கள் தேவியை மன அழுத்தத்திலும் குற்றவுணர்விலும் ஆழ்த்துகிறது. 'வீடியோ' விஷயம் வெளியில் கசிவதால் அது சார்ந்த பாலியல் மிரட்டல்களும் ஏற்படுகின்றன. ரயில்வேயில் கிடைக்கும் தற்காலிகப் பணி தேவிக்கு ஆசுவாசத்தை ஏற்படுத்துகிறது. காவலதிகாரிக்குத் தர வேண்டிய பணத்தைச் சிறுகச் சிறுகத் தந்து முடித்தவுடன் உயர்படிப்பிற்காக நகரத்திற்கு இடம் பெயர்கிறார். படித்துறையில் அமர்ந்து காதலன் தந்த பரிசுப் பொருளை நதியில் போட்டுவிட்டு கண்ணீருடன் அமர்ந்திருக்கிறார்.

இதுவொரு கதை. அதே வாராணசியில் வாழும் இன்னொரு இளைஞனின் கதையும் இணைக்கோடாகப் பயணிக்கிறது.

ஒடுக்கப்பட்ட சமூக இளைஞனின் காதல்

தீபக் குமார் சிவில் எஞ்ஜினியரிங் படிக்கும் ஒடுக்கப்பட்ட சமூகத்தைச் சேர்ந்த இளைஞன். படித்துறையில் பிணத்தை எரித்துப் பிழைக்கும் குடும்பத் தொழில். கல்விதான் தன்னை விடுதலை செய்யும் என்பதை உணர்ந்திருக்கும் தீபக் ஆர்வமாகப் படிக்கிறான். ஆனால் அந்த வயதுக்கேயுரிய விஷயம் குறுக்கிடுகிறது. ஷாலு என்கிற பெண்ணைப் பார்த்தவுடன் காதல் கொள்கிறான். சமூகவலைத்தளத்தின் மூலம் அறிமுகம் செய்துகொண்டு பழகத் துவங்குகிறான். அவர்களுக்குள் இயல்பான காதல் நிகழ்கிறது. தன்னுடைய பின்னணி பற்றி முற்பட்ட சமூகத்தைச் சேர்ந்த காதலியிடம் சொல்லத் தயங்குகிறான்.

தீபக்கின் வசிப்பிடம் பற்றி ஷாலு இயல்பாக விசாரிக்க, அது குறித்த சங்கடத்தில் இருக்கும் தீபக், எரிச்சலுடன் தன் பின்னணி பற்றிச் சொல்லி விலகி விடுகிறான். 'என்னுடைய குடும்பத்தினர் திருமணத்திற்கு நிச்சயம் ஒப்புக்கொள்ள மாட்டார்கள். நீ நன்றாகப் படித்து வேலையைத் தேடு. உன்னுடன் வருகிறேன்' என்று ஷாலு

சொன்னதும் படிப்பை ஆர்வத்துடன் தொடர்கிறான். ஷாலுவின் குடும்பம் யாத்திரை செல்லும்போது பேருந்து விபத்துக்குள்ளாகி விடுகிறது. தான் எரிக்க வேண்டிய சடலமாக ஷாலுவின் உடல் இருப்பதைப் பார்த்து தீபக் மனம் உடைந்து போகிறான். ஷாலுவின் நினைவாகவே இருக்கிறான். என்றாலும் தன் குடும்ப நிலைமையை உணர்ந்து மீண்டும் கல்வியில் கவனம் செலுத்திப் பணியில் இணைந்து நகரத்திற்கு இடம் பெயர்கிறான்.

படித்துறையில் தீபக் அமர்ந்திருக்கும்போது அங்கு வரும் ஓர் இளம்பெண் பரிசுப்பொருளை நதியில் இட்டு கண்ணீருடன் இருப்பதைப் பார்த்து தண்ணீர் தருகிறான். இருவரும் திரிவேணி சங்கமத்திற்குப் படகில் உரையாடிக் கொண்டே செல்லும் காட்சியோடு படம் நிறைகிறது.

சிறிய பிரதேசங்களின் கலாச்சாரப் புழுக்கங்கள்

திருமண வயது கொண்ட ஓர் இளம்பெண், தன் காதலனுடன் பரஸ்பரச் சம்மதத்தின் பேரில் பாலுறவு கொள்வதற்குக்கூடச் சுதந்திரம் இல்லாத சூழலையும் அதன் பின்னுள்ள பதற்றத்தையும் ஆரம்பக் காட்சிகள் திறமையாக வெளிப்படுத்துகின்றன. விடுதி அறைக்குள் அத்துமீறி உள்ளே நுழையும் காவல்துறை ஆணை மிரட்டி பெண்ணை வீடியோ எடுத்து அவர்களை மன உளைச்சலுக்கு ஆளாக்குகிறது. ஆண் பயந்து தற்கொலை செய்து கொண்டாலும், இந்தச் சூழலை, தேவி மன உறுதியுடன் எதிர்கொள்கிறாள்.

காவல் துறை அதிகாரியின் மிரட்டல், தந்தையின் துயரம், காதலின் நினைவு போன்ற மன உளைச்சல்களைத் தேவி பொறுமையுடன் சகித்துக்கொள்கிறாள். தான் கற்ற கல்வியின் மூலம் நகரத்திற்கு இடம் பெயர்ந்து ஆசுவாசமடைகிறாள்.

பிராமண சமூகத்தைச் சேர்ந்த காரணத்தால் தன் குடும்ப கௌரவத்தைக் காப்பாற்றும் பொருட்டு காவல்துறை அதிகாரியின் மிரட்டலுக்கு அடிபணிந்து விடுகிறார், தேவியின் தந்தை. தன் கடையில் பணிபுரியும் சிறுவனை, அன்பாக நடத்தும் அவர், பண நெருக்கடி காரணமாக அவனை நீச்சல் பந்தயத்தில் ஈடுபடச் சொல்லி அடித்துக் கட்டாயப்படுத்தும் அளவிற்கு மாறி விடுகிறார். நதியில் மூழ்கி உயிராபத்து ஏற்படும் நிலைக்குச் செல்லும் சிறுவனை மருத்துவமனையில் சேர்த்துக் காப்பாற்றிவிட்டு கண்ணீர் விடுகிறார். அங்கிருந்து இடம் பெயர முடிவு செய்யும் மகளின் சூழலை ஒரு கட்டத்தில் புரிந்துகொண்டு அதற்கு ஆதரவு தருகிறார்.

தேவியாக நடித்திருக்கும் ரிச்சா சத்தா மற்றும் அவரது தந்தையாக நடித்திருக்கும் சஞ்சய் மிஷ்ரா ஆகிய இருவரின் பங்களிப்பும் அருமையாக அமைந்துள்ளது.

ஒடுக்கப்பட்ட சமூக இளைஞனாக நடித்திருக்கும் விக்கி கௌஷலின் நடிப்பும் அற்புதம். 'பிணம் எரிக்கும் இந்தக் குடும்பத் தொழிலில் நீயும் மாட்டிக்கொள்ளாதே. படித்து முன்னேறு' என்று தன் தந்தை சொல்வதை தீபக் தீவிரமாகப் பின்பற்றுகிறான். தன்னுடைய இருப்பிடம் பற்றிக் காதலி விசாரிக்கும்போது ஏற்படும் பதற்றத்தை வெளிப்படுத்தும் காட்சி சிறப்பாக அமைந்துள்ளது.

முற்பட்ட சமூகத்தைச் சேர்ந்த காதலியாக ஸ்வேதா திரிபாதியின் நடிப்பும் இயல்பாக அமைந்துள்ளது. 'உன்னை யாராவது அழ வைத்தால் என்னிடம் சொல். நான் பார்த்துக் கொள்கிறேன்' என்று சொல்லி கவர்வதின் மூலம் தன் காதலை வெளிப்படுத்துகிறான் தீபக். 'நீ அழ வைத்தால் யாரிடம் சொல்வது?' என்று ஷாலு அப்போது கேட்கும் கேள்வி முக்கியமானது. 'அதையும் என்னிடமே சொல். பார்த்துக்கொள்கிறேன்' என்று தீபக் சமாளித்துப் பதில் சொல்கிறான்.

விட்டு விடுதலையாகத் துடிக்கும் இளைய தலைமுறை

தேவி முற்பட்ட சமூகத்தையும், தீபக் ஒடுக்கப்பட்ட சமூகத்தையும் சேர்ந்தவர்கள்... என்றாலும் ஒருவகையான சமூக ஒற்றுமையைக் கொண்டிருக்கிறார்கள். கலாச்சாரப் புழுக்கமுடைய சிறிய இடங்கள் அவர்களின் விடுதலைக்குக் குறுக்கே நிற்கின்றன. கல்வி, நகரமயமாதல் போன்றவற்றின் மூலம் இளைய தலைமுறை இதற்குத் தீர்வு காண முயல்கிறது. தன்னுடைய சமூகப் பின்னணி பற்றி எரிச்சலும் பதற்றமுமான கலவையுடன் சொல்லிவிட்டு தீபக் விலகிவிட்டாலும் அந்தக் காதலுக்கு ஆதரவு தரும் இளம் பெண்ணாக ஷாலு இருப்பது நெகிழ்ச்சியைத் தருகிறது.

தேவி, தீபக் ஆகிய இந்த இருவரின் பயணங்களும் தனித்தனியே நடந்தாலும் ஆங்காங்கே இணைவதுபோல் எழுதப்பட்டிருக்கும் திரைக்கதை வசீகரமாக இருக்கிறது. காதலியின் நினைவாகத் தன்னிடம் இருக்கும் மோதிரத்தைத் துயரத்துடன் நதியில் எறிந்து விடுகிறான் தீபக். சட்டென்று சுதாரித்து ஆவேசத்துடன் தேடினாலும் அது கிடைப்பதில்லை. அதே சமயத்தில் நீச்சல் பந்தயத்தில் ஈடுபடும் சிறுவனிடம் அந்த மோதிரம் கிடைக்கிறது. அதை விற்றுக் காவல்துறை அதிகாரிக்குத் தர வேண்டிய இறுதித் தவணையைத் தருகிறார், தேவியின் தந்தை.

தேவியும் தீபக்கும் தற்செயலாகச் சந்திக்கும் இறுதிக் காட்சி அருமையானது. காதலனின் நினைவு காரணமாக கண்ணீருடன் அமர்ந்திருக்கும் தேவிக்குக் குடிக்கத் தண்ணீர் தந்து ஆசுவாசப்படுத்துகிறான் தீபக். இருவரும் படகில் ஏறி திரிவேணி சங்கமத்திற்குப் பயணப்படுகிறார்கள். 'முதல் முறை தனியாகவும் இரண்டாவது முறை ஒரு துணையுடனும் சங்கமத்திற்கு வர வேண்டும் என்று சொல்கிறார்கள்' என்று தேவியிடம் தீபக் உரையாடலைத் துவங்குகிற காட்சியோடு படம் நிறைகிறது. தங்களின் காதலை இழந்து நிற்கும் அவர்களுக்கு இடையே ஒரு புதிய உறவு உதயமாகக்கூடும் என்கிற நம்பிக்கையை அந்தக் காட்சி தருகிறது.

அவினாஷ் அருணின் ஒளிப்பதிவு தொன்மையான நகரான வாராணசியின் அழகைப் பதிவுசெய்த கையோடு சடலங்கள் எரியூட்டப்படுவதின் வெம்மையையும் நேர்த்தியாகப் பதிவு செய்திருக்கிறது. இந்தியன் ஓஷன் இசைக்குழுவின் பாடல்களும் பின்னணி இசையும் படத்தின் சிறப்பிற்குத் துணை நின்றிருக்கின்றன. பழமைவாதத்தின் பிடியிலிருந்து தங்களைத் துண்டித்துக் கொண்டு புதிய விடுதலையை நோக்கி நகர முயல்கிற இளைய தலைமுறையின் உணர்வுகளை இந்தத் திரைப்படத்தின் மூலம் சிறப்பாகக் கடத்தியிருக்கிறார் இயக்குநர் நீரஜ் கெய்வான்.

திரைப்படம் 20

கம்மாட்டிப்பாடம்

வரலாறு என்பது எப்போதும் மன்னர்களைப் பற்றியதாக இருந்திருக்கிறது. மேல்தட்டு மக்களுடையதாகவே இருந்திருக்கிறது. ஆலயம், அணைக்கட்டு என்று எந்தவொரு பழங்கால அடையாளத்தைவைத்து வரலாற்றுப் பெருமையைப் பேசும் போதெல்லாம் அதன் உருவாக்கத்தில் தங்களின் உழைப்பையும் குருதியையும் தந்த அடித்தட்டு மக்களைப்பற்றி வரலாறு என்றும் பேசியதில்லை. நவீன காலத்திலும் இதே நிலைமைதான்.

ஒவ்வொரு பெருநகரத்தின் வளர்ச்சிக்கும் பின்னால் ஒடுக்கப்பட்ட மக்களின் உழைப்பும் வியர்வையும் இருக்கிறது. அவர்களின் வசிப்பிடங்களை, வாழ்வாதாரங்களைக் காவு தந்த பிறகு அதன் மீதுதான் பிரம்மாண்டமான கட்டடங்கள் வளர்ந்து நிற்கின்றன. தங்களின் இடத்தையும் இழந்து உழைப்பையும் தந்த அடித்தட்டு மக்கள், சக்கையான குப்பை போல நகரத்துக்கு வெளியே தூக்கி வீசப்படுகிறார்கள்.

காலம் எத்தனை மாறினாலும் நிலைமையில் பெரிதும் மாற்றமில்லாத ஒடுக்கப்பட்ட மக்களின் ஒரு துளி வரலாற்றை வன்முறையின் அழகியலுடன் பதிவாக்கியிருக்கும் திரைப்படம் தான் 'கம்மட்டிபாடம்'. ராஜீவ் ரவியின் இயக்கத்தில் 2016-ல் வெளியான மலையாளத் திரைப்படம். விமர்சன ரீதியாகவும் வணிக ரீதியாகவும் வெற்றி பெற்ற படைப்பு. 'இந்தியாவில்

உருவாக்கப்பட்ட மிகச் சிறந்த கேங்க்ஸ்டர் படங்களில் இதுவும் ஒன்று' என்று பாராட்டுகிறார் இயக்குநர் அனுராக் காஷ்யப்.

உதிரி மனிதர்களின் குருதி சொட்டும் வாழ்க்கை

கிருஷ்ணனின் பார்வையில் இந்தப் படம் விரிகிறது. கிருஷ்ணன் கத்தியால் குத்தப்பட்டு ஒரு பேருந்தில் ஏறிப் பயணம் செய்கிறான். பாதி மயக்க நிலையில் கம்மட்டிபாடம் தொடர்பான அவனுடைய பழைய நினைவுகள் பெருக்கெடுத்து ஓடுகின்றன. கிருஷ்ணன் சிறுவனாக இருக்கும்போது அவனுடைய குடும்பம் புதிய இடத்துக்கு நகர்கிறது. அங்கு தலித் சமூகத்தைச் சேர்ந்த சகோதரர்களான பாலன், கங்கா ஆகியோரின் நட்பு கிருஷ்ணனுக்கு கிடைக்கிறது. மிக நெருக்கமான தோழர்களாக அவர்கள் மாறுகிறார்கள். கங்காவின் முறைப் பெண்ணான அனிதாவை நேசிக்கிறான் கிருஷ்ணன். இருவருக்குமான காதல் ரகசியமாக வளர்கிறது.

பாலனும் அவனுடைய குழுவும் சாராயம் கடத்துவது உள்ளிட்ட சட்ட விரோதமான காரியங்களைச் செய்கிறார்கள். இது தொடர்பாக நிகழும் வன்முறைகளில் பாலன் முன்னின்று ஆவேசமாகச் செயல்படுகிறான். அவனுடைய வன்முறையுணர்வு கிருஷ்ணனுக்குள்ளும் பரவுகிறது. அவனும் ஒரு ரவுடியாக மாறுகிறான். ரியல் எஸ்டேட் மாஃபியாவுக்கு வேலை செய்யும் பாலன், நிலம் வைத்திருப்பவர்களை மிரட்டி அச்சுறுத்தி வெளியேற்றுகிறான். 'இது நம்மைப் போன்ற ஏழை மக்களின் இருப்பிடம் இல்லையா?' என்று பாலனின் தாத்தா கெஞ்சுகிறார். இதைத் தடுக்க முடியாமல் மனம் உடைந்து இறக்கிறார்.

தாத்தாவின் மரணம் பாலனின் மனதை மாற்றுகிறது. சொந்த மக்களின் நிலங்களைப் பறித்து முதலாளிகளிடம் ஒப்படைப்பதற்கு உடந்தையாக இருந்துவிட்டோமே என்று வருந்துகிறான். மனம் திருந்தி, புதிய தொழிலை ஆரம்பிக்க நினைக்கும்போது பழைய பகை ஒன்றின் காரணமாகக் கொல்லப்படுகிறான். தனது அண்ணன் பாலனின் கொலைக்கு கிருஷ்ணன்தான் காரணம் என்று கங்கா தவறாக நினைக்கிறான். இருவருக்குள்ளும் விரிசல் ஏற்படுகிறது.

பாலனின் கொலைக்குக் காரணமாக இருந்தவனை கிருஷ்ணன் கொல்ல முயற்சி செய்கிறான். போலீஸ் கிருஷ்ணனைத் தேடுகிறது. அனிதாவை அழைத்துக்கொண்டு எங்காவது செல்ல முயற்சிப்பதற்குள் கைது செய்யப்படுகிறான். சிறைத் தண்டனை

முடிந்து கிருஷ்ணன் வெளியே வரும்போது கங்காவுக்கும் அனிதாவுக்கும் திருமணம் நடந்து விட்ட செய்தியை அறிந்து அங்கிருந்து விலகி மும்பைக்குச் சென்று செக்யூரிட்டி ஏஜென்சியில் பாடிகார்டாகப் பணிபுரிகிறான்.

நீண்ட காலம் கழித்து ஒரு நாள் கங்காவிடமிருந்து கைபேசி அழைப்பு வருகிறது. 'தன்னை யாரோ கொல்ல முயற்சிப்பதாக' கங்கா சொல்கிறான். அதற்குள் அழைப்பு துண்டிக்கப்படுகிறது. கங்காவைத் தேடி பல வருடங்கள் கழித்து மீண்டும் கம்மட்டிபாடம் வருகிறான் கிருஷ்ணன். கங்காவின் மரணத்துக்கான காரணத்தை தேடிப் பயணம் செய்யும் போதுதான் கத்தியால் குத்தப்படுகிறான். பிறகு என்ன நிகழ்கிறது என்பதுதான் உச்சகட்டக் காட்சி.

முதலாளித்துவத்தின் தந்திரத்துக்குப் பலியாகும் அடித்தட்டு சமூகம்

மேற்பார்வைக்கு கேங்க்ஸ்டர் படம் போலத் தெரிந்தாலும் இந்தப் படத்தின் ஆதாரமான மையம் என்பது ஒடுக்கப்பட்ட மக்களின் துயரம்தான். குற்றச் செயல்களுக்கு தலித் மக்கள் உபயோகப் படுத்தப்படுவதும், அவர்களின் வாழ்வாதாரம் பிடுங்கப்பட்டு அதன் மீது முதலாளித்துவம் பிரம்மாண்டமாக வளர்வதும்தான்.

வசீகரமான திரைக்கதையின் மூலம் இந்தப் படத்தை இயக்கியுள்ளார் ராஜீவ் ரவி. காயமுற்றிருக்கும் கிருஷ்ணன், மயக்க நிலையில் தன் பழைய நினைவுகளை மீட்டெடுப்பதின் மூலம் அவனுடைய இளமைப்பருவம் தொடர்பான காட்சிகள் விரிகின்றன. காணாமல் போன கங்காவைத் தேடி கிருஷ்ணன் அலையும் காட்சிகளின் வழியாக இன்னொரு பக்கத் திரை விலகுகிறது. காலம் முன்னும் பின்னுமாக நகரும் நான் லீனியர் திரைக்கதையின் வழியாக எவ்விதக் குழப்பமும் இல்லாமல் சுவாரசியமான காட்சிகளின் வழியாக படத்தை உருவாக்கியுள்ளார் ராஜீவ் ரவி.

மது நீலகண்டனின் நேர்த்தியான ஒளிப்பதிவு, நான்லீனியர் காட்சிகளை சிறப்பாகக் கையாண்டிருக்கும் அஜித்குமாரின் எடிட்டிங் போன்ற தொழில்நுட்ப விஷயங்கள் சிறப்பாக அமைந்திருக்கின்றன. குறிப்பாக 'கே' (கிருஷ்ண குமார்) அமைத்திருக்கும் பாடல்களும் பின்னணி இசையும் பல இடங்களில் ரகளையாக இருக்கிறது.

பாலன் இயல்பிலேயே வன்முறையுணர்வு பெருகி வழிபவனாக இருக்கிறான். முரட்டுத்தனமாக அடிப்பதின் மூலம் எவரையும் வீழ்த்திவிட முடியும் என்கிற தன்னம்பிக்கையுடன் இருக்கிறான். எனவே முதலாளிமார்கள் இவனை அடியாளாகப் பயன்படுத்தி, காரியம் சாதித்துக் கொள்கிறார்கள். பாலனின் தம்பியான கங்கா மற்றும் இவர்களின் நண்பனான கிருஷ்ணன் என்று சில இளைஞர்கள் இந்த வன்முறையின் பால் ஈர்க்கப்பட்டு குழுவாக மாறுகிறார்கள். ஒருவருக்கொருவர் விசுவாசமாக இயங்குகிறார்கள்.

ஆண்களின் குரூரமான விளையாட்டில் பெண்கள் பகடைக்காயாக இருப்பதின் அவலம் இதிலும் பதிவாகியிருக்கிறது. அனிதாவும் கிருஷ்ணனும் இளமையில் இருந்தே ஒருவர் மீது ஒருவர் நேசத்தைக் கொண்டிருக்கிறார்கள். ஆனால் தன்னுடைய முறைப்பெண், கிருஷ்ணனிடம் பழகுவதை கங்காவால் ஏற்றுக்கொள்ள முடியாமல் ஆட்சேபிக்கிறான். மனம் குமைந்தாலும் நட்பு கருதி கிருஷ்ணன் இந்த விஷயத்தைச் சகித்துக் கொள்கிறான். இப்படிப்பட்ட சங்கடமான சூழலில் கிருஷ்ணன் ஒரு முடிவை எடுப்பதற்குள் நிலைமை கை மீறுகிறது. அனிதாவை கங்கா திருமணம் கொள்கிறான். ஆனால் ஒரு கட்டத்தில், அனிதாவின் வாழ்க்கையைப் பாழ்படுத்திவிட்டதாக உணரும் கங்கா, கிருஷ்ணன்தான் அவளுக்குப் பொருத்தமானவன் என்று முடிவு செய்கிறான். ஆனால் அதற்குள் எல்லாம் முடிந்துவிடுகிறது.

சிறந்த நடிகர்களின் அபாரமான கூட்டணி

கிருஷ்ணனாக துல்கர் சல்மான் சிறப்பாக நடித்திருக்கிறார். முன்னணி நடிகராக இருந்தாலும் திரைக்கதையில் தன்னுடைய இடமும் பங்கும் என்ன என்பதை உணர்ந்து அதில் தன்னைப் பொருத்திக் கொண்டிருக்கிறார். நடுத்தர வயதுள்ளவனாக நடிக்கவும் அவர் தயங்கவில்லை. பாலனாக மணிகண்டனும் கங்காவாக விநாயகனும் தங்களின் மிகச் சிறந்த நடிப்பைத் தந்திருக்கிறார்கள். இதில் விநாயகனின் நடிப்பு மிக அபாரமானதாக அமைந்திருக்கிறது. 'சிறந்த நடிகருக்கான' மாநில விருதை அவர் பெற்றார். சில வாக்குகள் குறைந்ததால் தேசிய விருதைத் தவறவிட்டதாகச் சொல்கிறார்கள்.

பாலனின் குடும்பத்தில் அனைவருக்குமே முன்னம் பல் துருத்திக்கொண்டு சற்று தூக்கலாக இருக்கும். எனவே இதற்காக செயற்கையான பல்லைப் பயன்படுத்தி நடித்திருக்கிறார்கள்.

பாலன், கங்கா, கிருஷ்ணன், அனிதா ஆகிய நால்வருக்கும் பொருத்தமான தோற்றத்தில் இருக்கக்கூடிய சிறுவர்களை, இளைஞர்களை அந்தந்தக் காலகட்டத்தின் தொடர்ச்சிக்காகத் தேர்வு செய்திருப்பது அருமை. காட்சிகளின் நம்பகத்தன்மைக்கு இது பெரிதும் உதவியாக இருந்திருக்கிறது.

அது எந்தச் சமூகத்தைச் சேர்ந்தவராக இருந்தாலும் நாயகி என்று வந்துவிட்டால் சினிமாவுக்கேற்ற நிறத்துடனும் கவர்ச்சியுடனும் சித்திரிப்பதுதான் வழக்கம். ஆனால் இதில் அனிதா பாத்திரத்துக்கு பொருத்தமான நடிகையைத் தேர்ந்தெடுத்திருப்பது பாராட்டத்தக்கது. மிதமான காதலும் சோகமும் பொங்கும் கண்களோடு ஷான் ரோமி இந்தப் பாத்திரத்தில் திறமையாகப் பொருந்தியுள்ளார். பாலனின் தாத்தாமுதல் பல பாத்திரங்கள் இயல்பாக வந்து போகிறார்கள். காலம் மாறுவதற்கேற்ப அவர்களின் புறத்தோற்றமும் மாறுவதைச் சரியான ஒப்பனையின் வழியாகக் காட்டியிருப்பது சிறப்பு.

பெருநகரங்களின் வளர்ச்சிக்குப் பின்னுள்ள துயரம்

1957-ன் சட்டசபைத் தேர்தலில் வெற்றி பெற்று இந்தியாவிலேயே முதன்முறையாக கம்யூனிஸ்ட் கட்சி அரசு அமைத்தது. நிலச்சீர்த்திருத்தச் சட்டத்தின் வழியாக நிலமற்றவர்களுக்கு, குறிப்பாக ஒடுக்கப்பட்ட சமூகத்தினருக்கான, விவசாய நிலங்களை ஈ.எம்.எஸ்ஸின் அரசு வழங்கியது. ஆனால் ஒருகட்டத்தில் பல்வேறு தந்திரங்களைப் பயன்படுத்தி இந்த நிலங்களை முதலாளித்துவ சக்திகள் பறித்துக் கொண்டன. ரியல் எஸ்டேட் வணிகம் படு வேகமாக வளர்ந்தது. உயர்ந்த கட்டடங்களும் வண்ண விளக்குகளுமாகச் சூழல் மாறியது. கொச்சின் என்கிற பிரதேசம் எவ்வாறு கொச்சி என்கிற மெட்ரோ சிட்டியாக உருமாறியது என்கிற வரலாற்றை 'கம்மட்டிபாடம்' திரைப்படம் மிகச் சிறப்பாகப் பதிவு செய்திருக்கிறது.

தலித் சமூகத்தினரின் உடைமைகள் பறிக்கப்படுதல், அவர்களின் மீது முதலாளித்துவம் நிகழ்த்தும் உழைப்புச் சுரண்டல், அடித்தட்டு மக்களின் உடல் பலத்தை வன்முறைச் செயல்களுக்குப் பயன்படுத்திவிட்டுப் பிறகு அவர்களை வெளியே தூக்கியெறியும் அவலம், அதிலிருந்து விரியும் விழிப்புணர்வு போன்றவற்றைச் சிறப்பான திரைக்கதையின் மூலம் இந்தப் படம் விவரிக்கிறது.

திரைப்படம் 21

கோர்ட்

சைத்தன்ய தம்ஹனே இயக்கிய மராத்தி திரைப்படமான 'கோர்ட்' 2014-ல் வெளியானது. இந்தியாவில் நீதித்துறை இயங்குவதில் உள்ள அதீதமான மெத்தனத்தையும் அலட்சியத்தையும் இந்தப் படம் யதார்த்தமான காட்சிகளுடன் பதிவு செய்திருக்கிறது. நீதியை வழங்குமிடத்தில் அமர்ந்துள்ளவர்களின் மனவார்ப்புகள், உளவியல் சிக்கல்கள், பழமைவாத மனோபாவங்கள் போன்ற வற்றையும் அவை வழக்கு விசாரணை மற்றும் தீர்ப்பு ஆகியவற்றில் செலுத்தும் செல்வாக்கையும் பற்றி உரையாடுகிறது.

குறிப்பாக சமூகப் போராளிகளை அற்பக் காரணங்களை வைத்து மூர்க்கமாக ஒடுக்கி பழிவாங்க முயலும் அரசு இயந்திரத்தின் அவலத்தைப் பற்றி இந்தப் படம் பேசுகிறது. சமூகப் பிரச்னை களுக்கான ஆதாரமான காரணங்களை மறைத்து விட்டு பிரச்னைகளை பொதுவெளியில் உரையாடும் சமூக அக்கறையுள்ளவர்களின் வாயை மூட முயலும் கொடுமையையும் இயல்பான திரைமொழியில் பதிவு செய்திருக்கிறது.

வழக்கமான கோர்ட் டிராமா திரைப்படங்களைப் போல 'யுவர் ஆனர்' என்று ஆவேசப்படும் உரத்த குரலில் அல்லாமலும் தேய்வழக்கு காட்சிகள், செயற்கையாகத் திணிப்புகள் போன்றவை அல்லாமலும் ஓர் ஆவணப்பட உருவாக்கத்தின் சாயலில் மிக இயல்பான காட்சிகளுடன் இத்திரைப்படம் பதிவாகியுள்ளது.

ஆஸ்கர் விருதிற்கான 'சிறந்த வெளிநாட்டுத் திரைப்பட பிரிவில்' இந்தியாவின் பிரநிதித்துவ திரைப்படமாக இது தேர்வு செய்யப்பட்டிருப்பது இதன் முக்கியத்துவத்தை உணரச் செய்கிறது.

சமூகப் போராளிகளை பழிவாங்கும் அதிகார அமைப்புகள்

சுமார் 60 வயதுள்ள நாராயண் காம்ப்ளே, குழந்தைகளுக்கு டியூஷன் சொல்லித் தந்து முடித்துவிட்டு எங்கோ புறப்படுகிறார். தன்னுடைய பென்ஷன் தொடர்பாகவோ சமவயது நண்பரைப் பார்ப்பதற்காகவோ அவர் சென்று கொண்டிருக்கிறார் என்று நாம் நினைத்துக் கொண்டிருக்கும்போதே பேருந்தில் இருந்து இறங்கி வீதியோரம் அமைக்கப்பட்டிருக்கும் ஒரு முற்போக்கு இயக்க செயற்பாட்டு மேடையில் ஏறி உரத்த குரலில் ஆவேசத்தோடு ஒடுக்கப்பட்ட சமூகத்தின் விழிப்புணர்வு தொடர்பான பாடலைப் பாடுகிறார். அவரின் எளிய தோற்றம் சட்டென்று மாறி அவருடைய ஆகிருதி பிரம்மாண்டமடைவதை நம்மால் காண முடிகிறது. பாடலின் இறுதியில் காவல்துறையினர் அவரை சூழ்ந்து கொள்கின்றார்கள். அவர் கைது செய்யப்பட்டிருக்கிறார் என்பதை அடுத்த காட்சியின் மூலம் தெரிந்து கொள்ள முடிகிறது.

அவர் மீது குற்றஞ்சாட்டப்பட்டிருக்கும் வழக்கானது இதுதான். சாலையிலுள்ள சாக்கடைகளில் இறங்கி சுத்தம் செய்யும் மும்பை மாநகராட்சியின் ஒப்பந்த தொழிலாளியான வாசுதேவ் பவார் என்பவர் பணியின் போது விஷவாயு ஏற்படுத்திய பாதிப்பால் இறந்து விடுகிறார். ஆனால் அவர் இறந்தது விபத்தினால் அல்ல; நாராயண் காம்ப்ளே பாடிய உணர்ச்சிகரமான பாடலின் செல்வாக்கினால் தற்கொலை செய்து கொண்டார் என்கிற குற்றச்சாட்டு காவல்துறை தரப்பிலிருந்து சுமத்தப்படுகிறது. 'கழிவுகளைச் சுத்தம் செய்யும் தொழிலாளர்களே, உங்களது சுயமரியாதையைக் காப்பாற்றிக்கொள்ள தற்கொலை ஓர் உன்னதமான வழி' என்கிற பொருள் வரும்படியான பாடல் வரி அவர் பாடியதில் இருந்தது. எனவே வாசுதேவ் பவார் தற்கொலைக்கு நாராயணன் காம்ப்ளே காரணமாக இருந்தார் என்பதுதான் வழக்கு.

திரைப்படத்தின் தலைப்புக்கு ஏற்றபடி இத்திரைப்படத்தின் பெரும்பாலான காட்சிகள் அமர்வு நீதிமன்ற சூழலில் நடைபெறும் வழக்கின் விசாரணைக் காட்சிகளாக உள்ளன. அரசாங்க அலுவலகத்தின் சோம்பலான சூழல், ஒரு சில சுருக்கமான, சம்பிதாயமான கேள்விகளில் உடனே முடிக்கப்பட்டு அடுத்த

விசாரணைக்கு ஒத்திவைக்கப்படும் நடைமுறைகள், நீதித்துறையின் பிரத்யேகமான மெத்தனங்கள் போன்றவை ஏறத்தாழ அதே ரியல் டைம் கால அளவோடு நிதானமாக விவரிக்கப்படுகின்றன. பார்வையாளர்களாகிய நமக்கே இந்த வழக்கு எத்தனை அற்பமானது என்பது எளிதில் விளங்கும் போது நீதித்துறையானது தனது வழக்கமான நடைமுறைகள் மூலம் இதை நத்தை வேகத்தில் நகர்த்திச் செல்லும் அந்த அபத்தத்தை நம்மால் எளிதில் உணர முடிகிறது.

அரசு வழக்கறிஞர் தம்முடைய தரப்பை நியாயப்படுத்துவதற்காக நாராயண் காம்ப்ளேவை அரசாங்கத்துக்கு எதிரான பயங்கரவாதி போலவும் அவர் வீட்டில் அரசால் தடைசெய்யப்பட்ட புத்தகங்கள் பறிமுதல் செய்யப்பட்டிருப்பதால் தேச இறையாண்மைக்கே ஆபத்து என்றெல்லாம் வாதாடுகிறார். ‘அவை ஒரு குறிப்பிட்ட சமூகத்தின் வரலாற்றைச் சொல்லும் சாதாரணமான, சென்ற நூற்றாண்டில் தடை செய்யப்பட்ட புத்தகங்கள்’ என்று நாராயண் காம்ப்ளேவுக்காக வாதாடும் வழக்கறிஞர் என்று மன்றாடுகிறார். இதன் மூலம் சமகாலத்துக்கு ஒவ்வாத விக்டோரியன் காலத்து சட்டப்பிரிவுகளையும் நடைமுறைகளையும் நீதித்துறை இன்னமும் பிடிவாதமாய் பின்பற்றிக்கொண்டிருக்கும் அபத்தங்கள் காட்சிகளாக விரிவதை நம்மால் உணர முடிகிறது.

நீதியை வழங்குமிடத்தில் பழமைவாத மணங்கள்

அரசு தரப்பு பெண் வழக்கறிஞர், நாராயணன் காம்ப்ளே தரப்பில் வாதாடும் வழக்கறிஞர், இந்த வழக்கை விசாரிக்கும் நீதிபதி ஆகியோர்களின் தனிப்பட்ட வாழ்வு தொடர்பான சம்பவங்களும் இடையில் காண்பிக்கப்படுகின்றன. இவை மையப்பிரதிக்கு தொடர்பில்லாததாக உள்ளனவே என்று ஒரு சிலர் நினைக்கக்கூடும். அவ்வாறில்லை. கல்வியறிவு பெற்ற நடுத்தரவர்க்கமானது தங்கள் பாடப்புத்தகங்களையும் பணிபுரியும் துறை சார்ந்த சடங்குகளையும் தாண்டி எவ்வித அரசியல் விழிப்புணர்வோ, சமூக நீதி அவலங்களையோ அறியாத அரசியல் நீக்கம் செய்யப்பட்ட வெற்று நபர்களாக இயங்குகிறார்கள் என்பதை இந்தக் காட்சிகள் உணர்த்துகின்றன.

அரசு தரப்பில் வாதாடும் பெண் வழக்கறிஞர் மற்றும் நீதிபதி ஆகியோரின் தனிப்பட்ட வாழ்க்கை தொடர்பான காட்சிகள், சராசரியான பாமர நபர்களின் வாழ்வு முறையின் அதே பொதுப்புத்தியோடு எவ்வித வித்தியாசமும் இன்றி இயங்குகின்றன.

பெண் வழக்கறிஞர் வீடு திரும்பும் வழியில் சக தோழியிடம் அவருடைய புடவை பற்றி விசாரிக்கிறார். வீடு சென்றதும் இன்னொரு பெண்மணியுடன் தொலைபேசியில் குடும்ப வம்புகள் பேசிக் கொண்டே சமைக்கிறார். பணிகள் முடிந்த இரவு நேரத்தில் மெல்லிய குரலில் ஒரு பாட்டை உல்லாசமாக முனகியபடியே வழக்கின் குறிப்புகளை எழுதுகிறார்.

அந்தக் குடும்பம் உணவருந்தும் ஒரு காட்சியே ஓர் இந்திய குடும்பத்தின் பொதுச்சித்திரத்தை கச்சிதமாக விளக்கி விடுகிறது. அந்த வீட்டின் குடும்பத்தலைவர் நாற்காலியில் அமர்ந்து உணவருந்திக் கொண்டிருக்கிறார். மகன் கால் மீது கால் போட்டபடி கட்டிலில் படுத்து தொலைக்காட்சி பார்த்துக் கொண்டிருக்கிறான். ஆனால் மகளோ தரையில் அமர்ந்து உணவருந்திக் கொண்டிருக்கிறாள். சிறுவயதிலிருந்து ஆண் - பெண் பாகுபாட்டோடும் அதன் ஏற்றத் தாழ்வோடும் வளர்க்கப்படும் இந்த தனிநபர்கள் தங்களின் பால் சார்ந்த அடையாளங்களின் எல்லைக்குள் மாத்திரமே உருவாகி சமூகத்துக்குள் வருகிறார்கள். எனவே ஆண்-பெண் தொடர்பான சிக்கல்களும் வன்முறைகளும் ஆண்டாண்டு காலமாக அதன் முரண்களோடு அப்படியே நீடித்து நிலைக்கின்றன.

பெண் வழக்கறிஞரின் குடும்பம் பொழுதுபோக்குக்காக ஒரு மராத்தி நாடகத்துக்குச் செல்கிறது. அது நடுத்தர வர்க்க நபர்களுக்காக உருவாக்கப்பட்ட அசட்டுத்தனமான நகைச்சுவை நாடகம். அந்த நாடகத்தில், சமூகத்தின் அடித்தட்டு நபர் ஒருவரை 'வந்தேறிகள்' என்கிற பொருளில் இனவெறியுடன் கிண்டலடிக்கும் வசனங்கள் உள்ளன. அதைக் கேட்டு அந்தச் சபை எவ்வித கூச்சமுமின்றிச் சிரித்து மகிழ்கின்றது. சமூகத்தில் நிலவும் சாதி, மத, வர்க்கம் சார்ந்த ஏற்றத் தாழ்வுகளின் கொடுமைகள், அதன் அவலங்கள், அதன் அரசியல் சரிநிலைகள் பற்றிய எவ்வித விழிப்புணர்வுமின்றி தங்களின் இயந்திரக் கூடுகளுக்குள் இந்த சராசரி நபர்கள் வாழும் பொதுப்புத்தியை இந்தக் காட்சிகள் அடையாளம் காட்டுகின்றன.

அரசியல் நீக்கம் செய்யப்பட்ட சராசரி மனிதர்கள்

நடுத்தர வர்க்கம் கற்கும் கல்வியானது அவர்களது பொருளாதாரத் தேவையை பூர்த்தி செய்யும் நோக்கத்துக்காகவும் பொருளியல் நோக்கில் மேலேறவும் மட்டும் பயன்படுகிறது; அதைத் தாண்டிய சிந்தனைகளுக்கு அவர்கள் செல்வதேயில்லை என்கிற அவலத்தை

அந்த பெண் வழக்கறிஞரின் பாத்திரம் பிரதிநிதித்துவப் படுத்துவதாக அமைகிறது. சட்டப் புத்தகங்களில் அச்சாகும் பிரிவுகளையும் விதிகளையும் கிளிப்பிள்ளை போல ஒப்பித்து தன்னுடைய தரப்பை நிறுவுவதற்குத்தான் அவர் முயல்கிறாரே ஒழிய வழக்கிலுள்ள நியாய, அநியாயங்களைப் பற்றி அவர் யோசிப்பதில்லை.

சக வழக்கறிஞர்களுடன் நாராயண் காம்ப்ளே வழக்கைப் பற்றி பேசும் போது 'அந்த நபரை அதிக வருடங்கள் சிறையில் அடைக்கலாம், ஏன்தான் இப்படி இழுக்கிறார்களோ?' என்று அவர் சொல்வதிலிருந்து வழக்கின் தன்மையையும் அதிலுள்ள சமூகபடிநிலை பாகுபாடுகளின் மூலம் நிகழும் கொடுமையையும் பற்றி அவர் பிரக்ஞையில் ஏதும் இருப்பதாகவே தெரியவில்லை.

இதைப் போலவேதான் நீதிபதியின் மனோபாவமும் இருக்கிறது. ஆங்கிலோ -இந்திய பெண்மணி ஒருவரின் வழக்கை, 'அவர் அணிந்திருக்கும் ஆடை நீதிமன்ற மரபுக்கு உகந்ததாக இல்லை' என்கிற காரணத்தைச் சுட்டி அவர் விசாரிக்க மறுக்கிறார். அந்த நடுத்தர வயதுபெண்மணி அவருடைய சமுகத்து கலாசாரத்தின்படி தான் உடையணிந்திருக்கிறார். அது முகஞ்சுளிக்க வைப்பதாகவும் இல்லை. என்றாலும் தன்னுடைய ஆசார மனமும் ஆணாதிக்க சிந்தனையும் இடும் பிற்போக்கு சிந்தனையை நிறைவேற்று வதற்குத்தான் நீதிபதி தனக்கு அளிக்கப்பட்டிருக்கும் அதிகாரத்தைப் பயன்படுத்துகிறார்.

இதற்கு மாறாக பெரியவா? நாராயண் காம்ப்ளே தரப்பில் வாதாடும் வழக்கறிஞர் உயர்நடுத்தர வர்க்கத்து தோரணைகளுடன் இருக்கிறார். ஷாப்பிங் மால்களில் பொருட்கள் வாங்குகிறார்; உயர்ரக விடுதியில் மதுவருந்துகிறார்; கருத்தரங்குகளில் கலந்து கொண்டு உரையாற்றுகிறார். அவரால் நிறையப் பணம் ஈட்டும் படியான வழக்குளில் நிறைய சம்பாதிக்க முடியும். என்றாலும் அவருக்குள் படிந்திருக்கும் இடதுசாரி சிந்தனைகளின் காரணமாக சமூகப் போராளியான பெரியவரை ஜாமீனில் எடுக்க தொடர்ந்து மல்லுக்கட்டுகிறார். வெவ்வேறு வர்க்கங்களில் இருக்கும் மனிதர்களிடையே உள்ள எதிர் எதிரான விசித்திர முரணியக்கத்தை இந்தப் பாத்திரங்களின் மூலம் உணர்ந்து கொள்ள முடிகிறது.

சமூகத்தின் மனச்சாட்சியாக நின்று நீதியை நிலைநாட்டும் துறைகளில் உள்ளவர்கள் கூட சமூக அவலங்களைப் பற்றிய சிந்தனையோ, விழிப்புணர்வோ ஏதுமல்லாமல் சுயநலம் சார்ந்த

பாமர இயந்திரங்களாக இயங்கும் போது அவர்களின் மௌடீகத்தனமும் ஒடுக்கப்பட்ட சமூகத்தினரின் பிரச்னைகளைப் பற்றி அக்கறை கொள்ளாத தன்மையும் அவர்கள் சார்ந்த பணிகளிலும் தன்னிச்சையாக எதிரொலிக்கக்கூடிய சாத்தியத்தைப் பற்றிதான் நாம் கவலை கொள்ள வேண்டியிருக்கிறது.

சமூகப் பிரச்னைகளின் தீர்வுகளைக் கண்டுகொள்ளாத அரசு

நாராயண் காம்ப்ளேவின் வழக்கு விசாரணை பலமுறை தள்ளிப்போடப்பட்ட பிறகு ஒருவழியாக இறுதிக்கட்டத்தை அடைகிறது. அவருடைய தரப்பு வழக்கறிஞர் அதற்கு மிகவும் போராட வேண்டியிருக்கிறது. இறந்த தொழிலாளி வாசுதேவ் பவாரின் பிரேத பரிசோதனை அறிக்கையின் மூலம் அவர் சாக்கடையில் இறங்குவதற்கு முன் பாதுகாப்பு உபகரணங்கள் ஏதும் அணிந்திராததோடு மதுவருந்தியிருப்பதையும் சுட்டிக்காட்ட வேண்டியிருக்கிறது. தவிரவும் அவருக்கு மரணம் நிகழ்வதற்கு முன்புவரை தற்கொலை நோக்கம் ஏதும் இல்லை என்றும் அது சார்ந்த மனஉளைச்சலோ, அதைப் பற்றிய உரையாடலையோ குடும்பத்தாரிடம் நிகழ்த்தவில்லை என்றும் நிறுவ வேண்டியிருக்கிறது. மேலும் சாட்சி சொல்ல வந்தவர் 'பொய் சாட்சி' என்பதை நிரூபிக்க வேண்டியிருக்கிறது. இத்தனை கட்டங்களுக்குப் பிறகே பெரியவருக்கு ஜாமீன் கிடைக்கிறது.

இந்த வழக்கில் இந்த அமர்வு நீதிமன்றமானது, மிகப் பிரதானமாக கவனித்திருக்க வேண்டிய விஷயம் 'மனிதக் கழிவுகளை அகற்ற மனித சக்தியை கண்டிப்பாக பயன்படுத்தக்கூடாது, இது மனித உரிமைக்கு எதிரானது, பாதாள சாக்கடை சுத்தம் செய்யும் தொழிலாளர்களுக்கு கண்டிப்பாக பாதுகாப்பு உபகரணங்களை அளிக்க வேண்டும். இதற்கு மாற்றாக இயந்திரங்களை பயன்பாட்டுக்குக் கொண்டு வர வேண்டும்' என்று உச்சநீதிமன்றம் இம்மாதிரியான மரணங்களை தவிர்ப்பதற்கான வழிகாட்டல்களை உறுதியான குரலில் ஏற்கெனவே அறிவுறுத்தியுள்ளது. இது மனிதஉரிமை சார்ந்த மீறலும் கூட. என்றாலும் நடைமுறையில் அது சாத்தியப்படாததற்கு அதிகார வர்க்கத்தினருக்கு அடிமட்ட சமூகத்திலுள்ள மனித வளத்தின் மீதான அலட்சியமும் ஆதிக்க சாதி மனப்பான்மையும்தான் காரணமாக இருக்கிறது. ஒருபுறம் வல்லரசாகும் நோக்கில் பல கோடி செலவில் ராக்கெட் தயாரிப்புகள் நிகழ்ந்து கொண்டிருந்தாலும் ஒரு குறிப்பிட்ட சமூகம் பல்லாண்டு காலமாக சக மனிதர்களின் கழிவுகளைச் சுத்தம்

செய்யவும் சுமந்து செல்வதுமான நடைமுறை அவலம் இன்னமும் நீக்கப்படாமலிருக்கும் துயரத்தையும் பார்க்க வேண்டியிருக்கிறது.

ஆனால் அடிப்படையான இந்த விஷயத்தை நீதிமன்றங்களும் அரசு நிறுவனங்களும் கவனிக்காமல் சமூகப் பேராளி பாடிய பாடலால்தான் தூண்டப்பட்டு அந்தத் தொழிலாளி பலியானார் என்று நிறுவ முயல்வது பிரச்னையைத் திசை திருப்புவதே. இரண்டாவதாக ஒடுக்கப்பட்ட மக்கள் சமூகமானது தங்களின் துயரங்களை கலை, இலக்கியங்களின் எளிய மொழியின் வழியாக வெளிப்படுத்துவது இயல்பானது. துயரத்தின் எல்லைக்கே செல்லும் போது மரணம் கூட ஓர் ஆயுதமாக மாறுவது சமூகவியல் நோக்கில் எதிர்பார்க்கக்கூடியதுதான். 'தற்கொலையின் மூலம் சுயமரியாதையைப் பெறுங்கள்' என்பது எதிர்ப்பின் உச்சத்தில் அமையும் ஓர் கலகக்குரல். எத்தனையோ ஆண்டுகளைத் தாண்டியும் நவீன சமூகத்தில் கூட அவர்களுக்கான சமூக நீதி இன்னமும் வழங்கப்படாமலிருக்கும்போது இவ்வாறாக எழும்பும் ஆவேசக் குரல்களை அரசு கவனித்துத்தான் ஆக வேண்டும். அதற்கு மாறாக இவற்றை சட்டத்தின் துணை கொண்டு அச்சுறுத்தியாவது தடை செய்ய முயல்வது ஓர் இந்திய குடிமகனுக்கு வழங்கப்பட்டிருக்கும் அடிப்படையான கருத்துரிமையை முடக்க முயல்வதற்கு ஈடாகத்தான் அமையும்.

கண்டிப்பான நிபந்தனைகளின் பேரில் பெரியவர் நாராயண் காம்ப்ளேவுக்கு ஜாமீன் வழங்கப்பட்டாலும் அதிகாரத்தின் அடக்குமுறைகளுக்கு பணிகிற ஆளாகிற அவர் இல்லை. மறுநாளே தெருமுனைக் கூட்டமொன்றில் சமூக நீதி வேண்டி ஆவேசமான குரலில் பாடுகிறார். இந்திய இலக்கியத்தில் 'தலி?த் இலக்கியம்' என்றொரு வகைமை முதன் முதலில் உருவானதே மராத்திய சமூகத்திலிருந்துதான். பிறகுதான் அது மெல்ல மாநிலங்களுக்கும் பரவ ஆரம்பித்தது. எனவே அவ்வாறான பின்புலத்திலிருந்து உருவான ஒரு போராளியை சட்டவிதிகள் கொண்டு முடக்கி விட முடியும் என்று எதிர்பார்க்க முடியாது.

காவல்துறை நாராயணன் காம்ப்ளேவை மீண்டும் கைது செய்கிறது. மீண்டும் அதே நீதிமன்ற சூழல். விசாரணை ஒத்தி வைப்புகள். கோடை விடுமுறைக்காக நீதிமன்றம் ஒரு மாதம் இயங்காது என்பதை அறிந்தும் கூட பெரியவரின் வயதையும் கருத்தில் கொள்ளாமல் நீதிபதி ஜாமீன் வழங்க மறுக்கிறார். காவல்துறையினர் அந்தளவுக்கான கடுமையான சட்டப்பிரிவுகளில் குற்றத்தைப் பதிவு செய்திருக்கின்றனர்.

கோடை விடுமுறைக்காக கடைசி நாளின் நீதிமன்றம் கலைந்து செல்வதும் அந்த அறையில் மெல்ல இருள் பரவுவதுமான குறியீட்டுக் காட்சியுடன் படம் ஏறத்தாழ நிறைகிறது. நீதிமன்றங்களுக்கு ஒருமாத கோடை விடுமுறை அளிப்பது என்பது பிரிட்டிஷ் ஆட்சியில் ஏற்படுத்தப்பட்ட நடைமுறை. இந்த பிரிட்டிஷ் கால நடைமுறை இன்னமும் அப்படியே பின்பற்றப்பட வேண்டுமா என்கிற விமர்சனங்களும் எழுகின்றன. இது குறித்த கருத்தை ஓய்வுபெற்ற நீதிபதியான சந்துருவும் வெளியிட்டுள்ளார்.

சராசரி மனிதனின் கடைசி நம்பிக்கை நீதிமன்றம்தான்

ஒரு சாதாரண நபரின் கடைசிப் புகலிடம் நீதிமன்றம்தான் என்பதில் பொதுச்சமூகம் ஆழமான நம்பிக்கையைக் கொண்டிருக்கிறது. விழுமியங்களைப் பின்பற்றுவற்கான சதவீதம் குறைந்து கொண்டே வந்தாலும் சமூகத்தின் இன்னமும் பொதுவான அறவுணர்வு மங்கிப் போகாமலிருக்கும் நம்பிக்கையின் மீதுதான் இச்சமூகம் இயங்கி வருகிறது. நீதித்துறையைச் சார்ந்த பல தனிநபர்கள் இந்த நம்பிக்கையை அவர்களின் ஆக்கப்பூர்வமான செயற்பாடுகளின் மூலம் பலமுறை உறுதிப்படுத்தியிருக்கிறார்கள்.

ஒட்டுமொத்த நீதியமைப்பின் இயங்குமுறையில் நடைமுறை மெத்தனங்கள் மிகுந்திருக்கின்றன; செல்வாக்குள்ளவர்கள் சட்டத்தின் இடுக்குகளில் புகுந்து எளிதாக தப்பிக்க இயலும்; இப்படியான நிலையில் எளிய மக்களின் மீது அது கடுமையாக கருணையின்றி பாயும் அவலங்களையும் நியாயமான கருத்துரிமைக்கு ஆதரவாக அது சார்ந்த செயற்பாட்டாளர்களை பிரத்யேக கவனத்துடன் நீதித்துறை அணுக வேண்டும். இப்படியான விஷயங்களைச் சித்திரிக்கும் 'கோர்ட்' திரைப்படம் பிரசாரக் குரல் ஏதுமின்றி ஆனால் அழுத்தமாக நிறுவும் வகையில் முக்கியமான கலை ஆவணமாக மாறி நிற்கிறது.

இயக்குநர் சைத்தன்ய தம்ஹனே இதற்கு முன் சில ஆவணப் படங்களை இயக்கியிருந்தாலும் இதுவே அவரது இயக்கத்தில் வந்த முழு நீள திரைப்படம். தனது முதல் திரைப்படத்தையே மிக அழுத்தமான தடமாக சமூகம் சார்ந்த அக்கறையுடன் பதிவு செய்திருக்கும் வகையில் அவரது பணி பாராட்டப்பட வேண்டியது. நாராயண் காம்ப்ளேவாக நடித்திருக்கும் பெரியவர் வீரா ஸாதீதார் முதற்கொண்டு அவர் தரப்பில் வாதாடும் வழக்கறிஞராக நடித்திருக்கும் விவேக் கோம்பர் (இவர் படத்தின் தயாரிப்பாரும்

கூட) வரை அனைவருமே தங்களின் இயல்பான நடிப்பை வழங்கியிருக்கின்றனர்.

ஒடுக்கப்பட்ட சமூகத்தின் பிரச்னைகளுக்கான தீர்வுகளைக் காணமுயற்சி செய்யாமல், அவற்றை சமூகத்துக்கு உரக்கச் சொல்லும் போராளிகளை ஒழிப்பதின் மூலம் பிரச்னைகளை மூடி மறைக்கும் அரசு இயந்திரத்தின் அலட்சியத்தை இந்தத் திரைப்படம் வலிமையாகப் பதிவு செய்திருக்கிறது.

திரைப்படம் 22

செந்நாய்

அறிமுக இயக்குநரான ஜெய்குமார் சேதுராமன் உருவாக்கிய 'செந்நாய்' திரைப்படம் 2021-ல் வெளியானது. சுயாதீன முயற்சியில் உருவான இந்தப் படைப்பு பல சர்வதேச விருதுகளைப் பெற்றுள்ளது. உயிரோடு இருக்கும்போது மட்டுமல்ல; இறந்த பிறகும் கூட ஒடுக்கப்பட்ட சமூகத்தினர் எதிர்கொள்ளும் சாதியக் கொடுமைகளைப் பற்றி இயல்பான திரைமொழியில் உரையாடியுள்ளது. சுடுகாடுகளில் கூட சாதியப் பிரிவினையும் அது சார்ந்த ஒடுக்குமுறையும் நடைமுறையில் இருக்கும் அவலத்தைப் பற்றி இந்தப் படம் பேசுகிறது.

சினிமாவை விடவும் பயணம் செய்வதில் ஆர்வம் அதிகமுள்ள ஜெய்குமார், ஆப்ரிக்க நாடுகளுக்குப் பயணம் செய்தபோது கிடைத்த அனுபவமே இந்தத் திரைப்படத்தை உருவாக்குவதற்கு உந்துதலாக இருந்ததாகக் குறிப்பிடுகிறார். இதை சாதியத் திரைப்படமாகச் சுருக்கிப் பார்ப்பதை விடவும் 'உளவியல் திரைப்படமாக' பார்ப்பது அவசியம் என்கிறார்.

ஆதிக்க மனோபாவம்தான் இன்னொரு மனிதனைத் தனக்குக் கீழாக பார்க்கத் தூண்டுகிறது. சாதியமைப்பு இல்லாத நாடுகளிலும் நிறவெறி உள்ளிட்ட வெவ்வேறு வடிவங்களில் மனிதர்களின் மீதான பாரபட்சங்கள் நிகழ்ந்து கொண்டிருக்கின்றன. மாரி செல்வராஜ் இயக்கிய 'மாமன்னன்' திரைப்படத்தில் வரும் வில்லன்

பாத்திரத்துக்கு சாதியின் மீது நம்பிக்கையில்லை என்றாலும் ஆதிக்க வெறியில் அமைந்த மனோபாவமே அவனை குரூரமாக இயக்குகிறது. அடிப்படையில் இது ஒரு உளவியல் பிரச்னை. பெரியார், அம்பேத்கர் போன்ற ஆளுமைகளை சாதியத் தலைவர்களாகக் குறுக்கிவிடாமல் சமூக விஞ்ஞானிகளாக அணுக வேண்டியதின் அவசியத்தை இயக்குநர் குறிப்பிடுவது முக்கியமான பார்வை.

சுடுகாட்டிலும் சாதிய அரசியல்

செந்நாய் திரைப்படம் நான்லீனியர் காட்சிகளுடன் பயணம் செய்கிறது. முற்போக்கு இயக்கத்தைச் சேர்ந்த சில இளைஞர்கள், தெருவோரத்தில் நடக்கவிருக்கும் ஒரு கலைநிகழ்ச்சிக்காகத் தயாராகிக் கொண்டிருக்கிறார்கள். சாதிய வெறி கொண்ட ஒரு முதியவர், உடல்நலம் குன்றி மருத்துவனையில் இருக்கும்போது ஒடுக்கப்பட்ட சமூகத்தைச் சேர்ந்த ஒரு மாணவி அவருக்கு வைத்தியம் பார்க்கிறார். சடலத்தைத் தோளில் சுமந்து கொண்டு தூரத்திலிருக்கும் மயானத்தை நோக்கி ஒருவர் மெள்ள நடந்து செல்லும் காட்சிகள் வருகின்றன. அரசு மருத்துவனையிலிருந்து ஆதரவற்ற பிணங்களை எடுத்துச் சென்று அடக்கம் செய்யும் ஒரு பெண்ணைப் பற்றிய காட்சிகள் நீள்கின்றன. இந்தப் புள்ளிகள் எல்லாம் இணையும் உச்சக்காட்சியில் படம் நிறைகிறது.

ஆண்டாள் பிரியதர்ஷினி எழுதிய ‘தகனம்’ என்னும் சிறுகதை, லீலா மணிமேகலை இயக்கிய 'Goddesses' என்கிற ஆவணப்படம், அநாதைப் பிணங்களை எடுத்துச் சென்று அடக்கம் செய்யும் பெண்கள் குறித்த செய்திகள் போன்றவையே இந்தத் திரைப்படத்தை எடுப்பதற்குத் தூண்டுதலாக இருந்தன என்று ஒரு நேர்காணலில் சொல்கிறார் இயக்குநர் ஜெய்குமார். நீட் தேர்வு காரணாக மருத்துவக் கனவை எட்ட முடியாமல் தற்கொலை செய்து கொண்ட அனிதா, ஆணவப்படுகொலை செய்யப்பட்ட இளவரசன் போன்ற சம்பவங்களின் தாக்கமும் இருந்ததாகச் சொல்கிறார். படத்துக்குள் பாத்திரப் பெயர்களாகவும் இவை வருகின்றன.

ஒடுக்கப்பட்ட சாதியைச் சோ?ந்தவர் என்கிற காரணத்தினாலேயே மருத்துவம் பார்க்க மறுத்துவிடும் சாதிய வெறி கொண்ட ஓர் அரசு மருத்துவரைப் பற்றிய காட்சிகள் துவக்கத்தில் வருகின்றன. அவர் தனது தொழில் தர்மத்தை மீறுவது மட்டுமல்லாமல் கூடவே பணிபுரியும் உதவி மருத்துவரை ‘கோட்டால படிச்சு எப்படியோ உள்ளே வந்துடுதுகள்’ என்று சாதிய ரீதியிலான சீண்டல்களால்

அவமதித்துக் கொண்டே இருக்கிறார். தூய்மைப் பணியாளர்களை யும் இழிவுப்படுத்திப் பேசுகிறார்.

'ஏன் எங்களைத் தொட்டு மருத்துவம் பார்க்க மறுக்கிறீர்கள். உங்களின் மலங்களை அள்ள மட்டும் நாங்கள் தேவைப் படுகிறோமா?' என்று அரசு மருத்துவரை எதிர்த்து தார்மீக கோபத்துடன் வெடிக்கும் ஒரு தூய்மைப் பணியாளரின் வேலை பறி போகிறது.

செம்மலர் அன்னம், பவா செல்லத்துரை ஆகியோரின் சிறந்த நடிப்பு

ஆதரவற்ற பிணங்களை எடுத்துச்சென்று அடக்கம் செய்யும் பெண்ணாக செம்மலர் அன்னத்தின் நடிப்பு நன்றாக உள்ளது. மருத்துவமனையிலிருந்து மிக நீண்ட தூரத்தில் இருக்கும் மயானத்தை நோக்கி வண்டியை மூச்சிரைக்கத் தள்ளிச் செல்கிறார். பிணத்தின் நாற்றத்தைச் சகித்துக் கொள்வது உள்ளிட்ட பல நடைமுறைச் சிரமங்கள் இருந்தாலும் இறந்தவர்களுக்காகச் செய்யும் சேவை என்கிற நோக்கில் இந்தப் பணியை ஆத்மார்த்தமாக செய்கிறார். கடமைக்காக பிணத்தை எறிந்துவிடாமல் உரிய மரியாதையுடன் நல்லடக்கம் செய்கிறார்.

கணவர் வேலை தேடி நகரத்துக்குச் சென்றுவிட்டதால் இந்தப் பணியை அன்னம் செய்ய வேண்டியிருக்கிறது. உடல்நலம் குன்றிய நிலையில், தொடர்ந்து இருமிக்கொண்டும் காறித்துப்பிக் கொண்டும் தனது பணியைச் செய்பவராக திறம்பட நடித்திருக்கும் அன்னத்தின் பங்களிப்பு இந்தப் படத்துக்கு முக்கியமானதாக இருக்கிறது.

அன்னத்துக்கு உதவி செய்யும் டேவிட் என்கிற இளைஞனின் பாத்திரமும் குறிப்பிடத்தகுந்தது. 'நீ ஏன்டா ஸ்கூல்ல படிக்காம ஓடியாந்துட்டு இந்த வேலைக்கு வந்து கஷ்டப்படறே?' என்று டேவிட்டைக் கேட்கிறாள் அன்னம். ஒடுக்கப்பட்ட சமூகத்தைச் சேர்ந்த மாணவன் என்பதால் பள்ளியில் கழிப்பறையைக் கழுவச் சொல்கிறார்கள் என்று டேவிட் கூறும் பதில் நடைமுறை அவலத்தைப் பதிவு செய்வதாக இருக்கிறது. 'போராடியாவது நீ அங்க இருந்து படிச்சிருக்கணும்டா' என்று உபதேசிக்கிறாள் அன்னம்.

ஒடுக்கப்பட்ட சமூக மக்களின் விடுதலைக்கு கல்வி ஒரு முக்கிய சாதனமாக இருக்கும் என்கிற செய்தி படத்தில் ஆங்காங்கே

தொடர்ந்து பதிவு செய்யப்பட்டுக் கொண்டே இருக்கிறது. அதே நேரத்தில் கல்வி கற்று முன்னேறினாலும்கூட சாதியச் சீண்டல்களை, அவமதிப்புகளைப் பணியிடங்களில் எதிர்கொள்ள வேண்டிய நடைமுறை அவலத்தையும் படம் பதிவு செய்திருக்கிறது. மிரட்டலின் காரணமாக ஓர் ஆணவக் கொலைக்குத் தானும் காரணமாக இருந்ததைச் சொல்லி டேவிட் கதறும் காட்சியும் உருக்கமாக இருக்கிறது. மயானப் பணியாளர்கள் எதிர்கொள்ளும் நடைமுறைத் துயரங்களை இது தொடர்பான காட்சிகள் வலிமையாக விவரித்திருக்கின்றன.

பல்லுயிர்கள் இணைந்து வாழ வேண்டிய காடு

'மான்கள் மட்டுமே வாழும் ஒரு காடு விரைவில் அழியும். மாறாக பல்லுயிர்களும் இணைந்து வாழ்வதுதான் ஒரு காட்டின் அடையாளம்' என்கிற கதை வெவ்வேறு பாத்திரங்களின் வழியாகத் துண்டு துண்டாகச் சொல்லப்படுவது ஜெய்குமாரின் திறமையான இயக்கத்துக்குச் சான்று. காட்சிகளின் பின்னணியில் பெரியார், அம்பேத்கர், லெனின், கார்ல் மார்க்ஸ் போன்ற ஆளுமைகளின் படங்களும் வாசகங்களும் வந்து கொண்டேயிருக்கின்றன. பூஜையில் வைத்து வணங்கப்படும் தாமரை மலர், இன்னொரு இடத்தில் புரட்சி முழக்கம் செய்யும் பார்வையில்லாத இளைஞனின் காலில் மிதிபடுகிறது.

குறியீடுகளின் வழியாக ஒரு காட்சியை உணர்த்துவது இயக்குநரின் திரைமொழிக்குப் பலம் சேர்க்கும் விஷயம்தான் என்றாலும் அவை மிகையாக ஆகிவிடும்போது திகட்டி விடும் அபாயத்தை மட்டுமல்ல; வலிந்து திணிக்கப்படும் இடையூறாகவும் மாறி விடுகிறது. 'மனு தர்ம' நூலை மேஜையில் வைத்திருப்பதின் மூலம்தான் ஒருவரை சாதிய வெறியராகக் காட்டவேண்டும் என்கிற அவசியமில்லை. அரசு மருத்துவராக நடித்தவரின் நடிப்பும் உடலமொழியும் செயற்கைத்தனமாக இருந்தது.

பிணத்தைத் தூக்கிக்கொண்டு தனது மகளுடன் மயானத்தை நோக்கி நடந்து செல்பவராக பவா செல்லத்துரை நடித்திருக்கிறார். 'நாம ஏன் ஊரைச் சுத்திக்கிட்டு போறோம்?' என்று மகள் கேட்கும்போது பதில் சொல்லாமல் காமிராவை நோக்கி இவர் உமிழும் எச்சில் ஒட்டுமொத்த சமூகத்தின் மீதான விமர்சனமாக அமைகிறது. 'நகருக்கு இடம் பெயர்வது சாதியக் கொடுமையிலிருந்து தப்பிப்பதற்கான ஓர் உபாயம் என்கிற அர்த்தம் தொனிக்க இவர் மனைவியிடம் விடைபெறும் காட்சி' சிறப்பான முறையில் படமாக்கப்பட்டுள்ளது.

'நானொரு பறவை, இவ்வுடல் எனது கூண்டு...

'கங்கை மணக்குதே... யமுனை மணக்குதே' என்பதையே தொடர்ந்து அரற்றியபடி உலவிக் கொண்டிருக்கும் ஒரு பித்தனின் நடிப்பும் சிறப்பாக உள்ளது. 'நான் மட்டும் தீட்டு, நான் தந்த காசு தீட்டில்லையா?' என்று தேநீர்க் கடைக்காரரை நோக்கி பித்தன் கேட்கும் வசனம் கூர்மையானது. டீக்கடையின் பெயர் 'தேவர் டீ ஸ்டால்'. அந்தக் கடையின் உரிமையாளர் ஒரு பலகையை அன்னத்திடம் தந்து 'இதை தலைவர் மயானத்தில மாட்டச் சொன்னாரு' என்று தருகிறார். 'மேடை மேலவருக்கே' என்கிற வாசகம் அதில் கொட்டை எழுத்தில் எழுதப்பட்டிருக்கிறது. சுடுகாட்டிலும் சாதிய அரசியல். முற்பட்ட சமூகத்தைச் சேர்ந்தவர்களின் பிணங்களை மட்டும்தான் மேடையில் வைத்து எரிக்க முடியும்.

ரவீந்திரநாத் குருவின் காமிரா காட்சிகளை மிக நேர்த்தியாக கையகப்படுத்தியிருக்கிறது. மயானத்தின் வெம்மையும் தள்ளுவண்டியில் பிணத்தை நகர்த்திச் செல்லும் அன்னத்தின் வலியும் பார்வையாளனுக்கும் சென்று சேரும்படியாக ஒளிப்பதிவு செய்திருக்கிறார். தருண் சேகரின் பின்னணி இசை அமைதியாகப் பயணித்து, படத்துக்கு உறுதுணையாக நின்றிருக்கிறது. முன்னும் பின்னுமாக நகரும் காட்சிகளைக் குழப்பம் நேரவிடாமல் தொகுத்துள்ளார் அரவிந்த்.

'நானொரு பறவை, இவ்வுடல் எனது கூண்டு, இதை அடையாளமாக வைத்து விட்டு நான் பறந்து செல்கிறேன்' என்கிற ரூமியின் வாசகத்துடன் இந்தப் படம் துவங்குகிறது. சாதிய ரீதியிலான அவமதிப்புகள், சீண்டல்கள் போன்வற்றை வெவ்வேறு வடிவங்களில் சுமக்க வேண்டியிருக்கிற ஒடுக்கப்பட்ட சமூகமானது, இறந்த பின்னரும் கூட அதை எதிர்கொள்ள வேண்டியிருக்கிற அவலத்தைப் பற்றி 'செந்நாய்' திரைப்படம் பேசியிருக்கிறது. பல்வேறு இனங்களும் கூடி வாழும் பன்மைத்துவம்தான் ஒரு முழுமையான சமூகத்தின் அடையாளம் என்கிற செய்தியை அழுத்தமாகச் சொல்லியிருக்கிறது. MX PLAYER மற்றும் ZEE5 ஆகிய இணையத் தளங்களில் இந்தத் திரைப்படம் காணக் கிடைக்கிறது.

திரைப்படம் 23

India Untouched

'இப்பல்லாம் யாருங்க சாதி பாக்கறா?' - அறியாமையாலோ பாசாங்குடனோ நடைமுறையில் கேட்கப்படும் இந்தக் கேள்வி எத்தனை அபத்தமானது அல்லது அயோக்கியத்தனமானது என்பதை 'India Untouched: Stories of a People Apart' என்கிற ஆவணப்படம் முகத்தில் அறைந்தது போல் சுட்டிக்காட்டுகிறது.

இந்தியாவின் பல பகுதிகளில் நடைமுறையில் பின்பற்றப்படும் சாதியப் பாரபட்சங்களையும் தீண்டாமைக் கொடுமைகளையும் வீடியோ காட்சிகள், உரையாடல்கள், வாக்குமூலங்கள் போன்றவற்றின் வழியாக இது பதிவு செய்திருக்கிறது. கே.ஸ்டாலின் இயக்கி, 2007-ல் வெளியான இந்த ஆவணப்படம் சர்வதேச அளவில் எண்ணற்ற விருதுகளைப் பெற்றுள்ளது.

ஒவ்வொரு மனிதனும் சக மனிதனைவிட ஓரங்குலம் தான் உயர்ந்தவன் என்று காட்டிக்கொள்ளவே துடிக்கிறான். இந்த ஆதிக்க மனோபாவம்தான் இனம், மதம், சாதி, நிறம், வர்க்கம் என்று பல்வேறு வகையில் உலகமெங்கிலும் வெளிப்படுகிறது. இந்தியாவைப் பொறுத்தவரை சாதியும் மதமும்தான் பிரிவினைக்கான பிரதானமான ஊற்றுக்கண். அப்பட்டமாகவும் மறைமுகமாகவும் தன்னிச்சையாகவும் சாதிய உணர்வு பெரும்பாலோரிடம் வெளிப்படுவதை இந்த ஆவணப்படம் துல்லியமாகப் பதிவு செய்திருக்கிறது.

முற்பட்ட சமூகத்தைச் சேர்ந்தவர்கள், தங்களின் சாதிய உணர்வைப் பெருமிதமாக வெளிப்படுத்தும் போது ஒடுக்கப்பட்ட சமூகத்தினர் தாழ்வுணர்வுடன் உரையாடுகிறார்கள். சொற்ப அளவிலான சதவீதத்தினருக்கு மட்டுமே இது பற்றிய விழிப்புணர்வும் சமூகக் கோபமும் இருக்கிறது.

பிஞ்சிலேயே நஞ்சாக ஊட்டப்படும் சாதி

வடமாநிலத்தில் உள்ள ஒரு கிராமம். சிரிப்பும் கும்மாளமுமாக அந்தச் சிறுவர்கள் கூட்டமாக நிற்கிறார்கள். கேமராவைப் பார்த்து தங்களுக்குள் சிரித்துக் கொள்கிறார்கள். ஒவ்வொருவரின் சாதி பற்றி கேட்கப்படுகிறது. 'நீ இவனுடைய வீட்டுக்குச் செல்வாயா.. தண்ணீர் அருந்துவாயா?' என்கிற கேள்வியை முற்பட்ட சமூகத்தைச் சேர்ந்த ஒரு சிறுவனிடம் கேட்கும் போது, அவன் வெட்கப்பட்டுக் கொண்டே 'செல்ல மாட்டேன். தீட்டாகிவிடும்' என்று சிரித்துக் கொண்டே சொல்கிறான். 'இதெல்லாம் உங்களுக்கு யார் சொல்லித் தந்தது?' என்னும் போது 'எங்களுக்கு சின்ன வயசிலேயே தெரியும்' என்று கோரஸாக சொல்கிறார்கள். 'அவங்க எங்க வீட்டுக்கெல்லாம் வரமாட்டாங்க' என்று ஒடுக்கப்பட்ட சமூகத்தைச் சேர்ந்த சிறுவன் சிரித்துக் கொண்டே சொன்னாலும் அவனுடைய கண்களில் வலி தெரிகிறது.

ஒருவரின் தோள் மீது ஒருவர் கைபோட்டுக் கொண்டிருந்தாலும் இளம் வயதிலேயே நஞ்சாக அவர்களுக்குள் ஊட்டப்பட்டிருக்கும் சாதியம் தன்னிச்சையாக அவர்களைப் பிரித்து வைத்திருக்கிறது. களங்கமற்ற சிரிப்புடன் அவர்கள் இதை வெளிப்படுத்தும் போது பரிதாபமாக இருக்கிறது.

மதுரை நகரின் தெருவொன்றில் காமிரா நுழைகிறது. சாலையில் சென்று கொண்டிருக்கும் சிலர், ஒரு குறிப்பிட்ட இடம் வந்ததும் செருப்பைக் கையில் எடுத்துக் கொண்டு நடக்கிறார்கள். வண்டியில் பயணித்தால் அந்த இடம் வந்ததும் இறங்கி தள்ளிச் செல்கிறார்கள். இதை அவர்கள் இயல்பாகச் செய்யும்போது பல ஆண்டுகளாக பழகியிருந்த விஷயம் போல இருக்கிறது. ஓர் அந்நியருக்கு இந்தக் காட்சி வியப்பாகத்தான் இருக்கும். இதைப்போல தேநீர்க்கடையில் முற்பட்ட சமூகத்தினருக்கு எவர்சில்வர் கிளாஸிலும் ஒடுக்கப்பட்ட சமூகத்தினருக்கு கண்ணாடி கிளாஸிலும் தேநீர் தரப்படுகிறது.

'அது அப்படித்தாங்க. இங்க இதான் நடைமுறை' என்கிறான் ஓர் இளைஞன். குஜராத்தில் மக்கள் கூட்டாகப் பயணிக்கும் வண்டியில் குறிப்பிட்ட சமூகத்தினரை ஏற்றமாட்டார்கள். எனவே அவர்கள் பல

தலித் திரைப்படங்கள் | 183

கிலோ மீட்டர்கள் நடந்துதான் சென்றாக வேண்டும். வண்டியில் அவர்களை ஏற்றினால் முற்பட்ட சமூகத்தினர் வண்டியில் ஏறுவதைப் புறக்கணித்துவிடுவார்கள். இதுவும் பல ஆண்டுகளாக நடைமுறையில் இருக்கும் வழக்கம்.

'இதெல்லாம் கர்மா. முன்னமே எழுதி வைக்கப்பட்டிருக்கிறது. முன்ஜென்ம வினையை அனுபவிச்சுதான் ஆகணும். மனுதர்மத்துல இதெல்லாம் முன்னமே தெளிவா சொல்லப்பட்டிருக்கு. விமானத்துல போய் பைலட் சீட்ல உக்கார முடியுமா? இதுவும் அப்படித்தான். சூத்திரர்கள் இந்தந்த வேலைகளைத்தான் செய்யணும். அதையெல்லாம் மாத்த முடியாது. மாத்தவும் கூடாது' - சட்டையணியாமல் கண்ணாடி அணிந்த ஒரு வயதான பிராமணர் இதை தீர்மானமான குரலில் சொல்கிறார்.

அடுத்த காட்சியில் ரிசர்வேஷன் பிரச்னையைப் பற்றி மாணவர்கள் பேசுகிறார்கள். 'எங்களை சாதியாகப் பிரிக்காதீங்க.. ஒரே மாதிரி நடத்துங்க. எதுக்கு அவங்களுக்கு மட்டும் தனிச்சலுகை?' என்று முற்பட்ட சமூகத்தைச் சேர்ந்த கேட்கும்போதே இடஒதுக்கீட்டின் அடிப்படை மற்றும் அவசியம் பற்றி அவர்களுக்குப் புரியவில்லை என்பது நன்றாகத் தெரிகிறது.

கல்விக்கூடங்களில் உள்ள தீண்டாமை

தாழ்த்தப்பட்ட சமூகத்தைச் சேர்ந்த மாணவர்கள் பள்ளிப்படிப்பைத் தொடராமல் போவதற்கு பல காரணங்கள் இருந்தாலும் அதில் ஒரு முக்கியமான காரணம் பள்ளியில் காட்டப்படும் பாரபட்சம்தான். ஆம், பள்ளிக்கூடத்தில் உள்ள கழிவறையைச் சுத்தம் செய்வதற்கு, தாழ்த்தப்பட்ட சமூகத்தைச் சேர்ந்த மாணவர்களைத்தான் தேர்ந்தெடுத்து வலுக்கட்டாயமாக வேலை வாங்குகிறார்கள். கழிவறை மட்டுமல்ல, பள்ளிக்கூடத்தை பெருக்குவது, சமையல் பணிகளில் உதவுவது, பாத்திரங்கள் கழுவுவது போன்ற பணிகளுக்கல்லாம் தாழ்த்தப்பட்ட சமூகத்தைச் சேர்ந்த மாணவிகளைப் பயன்படுத்துகிறார்கள். 'நாங்கதான் மலம் அள்ளுகிற வேலையைச் செய்யறோம். எங்க பிள்ளைகள் அந்தக் கஷ்டமெல்லாம் படவேண்டாம்ன்னுதான் பள்ளிக்கூடத்துக்கு அனுப்பறோம்.. அங்கயும் அதே வேலை கொடுத்தா எப்படி? பசங்க ஸ்கூலுக்கு போக மாட்டேன்னு சொல்லுதுங்க' என்று கொதிப்பும் ஆவேசமுமாக இவர்களின் பெற்றோர்கள் சொல்கிறார்கள்.

'பள்ளியில் வழங்கும் சத்துணவைச் சாப்பிடமாட்டேன்' என்று ஒரு ஏழை மாணவன் கலங்கலான முகத்துடன் சொல்கிறான். காரணம்

என்னவெனில் இவனுடன் அமர்ந்து சாப்பிட எந்தவொரு சக மாணவனும் தயாராக இல்லை. காரணம் சாதியம். 'அப்படி ஒரு சாப்பாட்டை சாப்பிடக்கூடாதுன்னு வீட்டுக்கு வந்துடுவேன்... இல்லைன்னா.. பட்டினி கிடப்பேன்' என்கிறான். சாதியம் விதம்விதமான பிரச்னைகளைத் தோற்றுவித்துக் கொண்டே இருக்கிறது.

'எவ்ள படிச்சாலும் கோர்ட்ல பியூன் வேலை செய்யறவன்.. பியூன்தான். அவனால ஒருநாளும் ஜட்ஜ் ஆக முடியாது.. அந்த சாதியில யாராவது படிச்சிருக்காங்களா.. கேட்டுப் பாருங்க..' அதே பிராமண வயோதிகர் வெடிச் சிரிப்புடன் சொல்கிறார். அவர் சொல்வதைப் பொய்யாக்கும் வகையில் அடுத்த காட்சியில் பல்கலைக்கழகத்தில் பிஎச்.டி படித்துக் கொண்டிருக்கும் ஒரு தாழ்த்தப்பட்ட சமூகத்தைச் சேர்ந்த மாணவி பேசுகிறார். ஆனால் அங்கும் பிரச்னை. உயர்கல்விக்கூடங்களிலும் சாதியப் பிரச்னைகள் இருக்கின்றன. எனில் நாம் கற்ற கல்வி நமக்கு என்னதான் தந்திருக்கிறது என்று வியப்பாக இருக்கிறது.

'என்னோட ஃபிரெண்டு ஒரு பையன் கூட பழகிட்டு இருந்தா. இவளோட சாதி பத்தி தெரிஞ்சவுடனே அந்தப் பையன் பிரிஞ்சு போயிட்டான்' என்கிறார் அந்த மாணவி. காதலிலும் சாதியத் தேர்வுகள் கச்சிதமாக இயங்குகின்றன.

நீர், நிலம் என்று எதிலும் நிறைந்திருக்கும் சாதியம்

கிணற்றில் நீர் எடுப்பதற்கு ஒடுக்கப்பட்ட சமூகத்தினருக்கு பல கிராமங்களில் தடை உள்ளது. முற்பட்ட சமூகத்தினர் வந்து நீர் எடுத்து ஊற்றும்வரை காத்திருக்க வேண்டும். நிலம், நீர் மட்டுமல்ல கடவுளும் கூட அந்தச் சமூகத்தின் மக்களுக்கு மறுக்கப் பட்டிருக்கிறது. 'அது அவங்களோட கோயில். எங்களை உள்ளே விட மாட்டாங்க' என்று இன்னொரு கிராமத்தில் உள்ள பெண்கள் மிக இயல்பாகச் சொல்கிறார்கள் 'சாதி என்பது உடலுக்கு.. ஆன்மாவுக்கு சாதியில்லை' என்று சிரித்துக் கொண்டே சொல்கிறார், ஓர் இந்துச் சாமியார்.

பொருளாதார ரீதியாகவும் சாதியம் விளையாடுகிறது. ஒரு குறிப்பிட்ட தொகைக்கு ஒப்புக்கொண்டு இயந்திரத்தை வாங்குகிறார் ஒருவர். ஆனால் அடுத்த தவணையில் அந்தத் தொகை பல மடங்காக கூட்டிச் சொல்லப்படுகிறது. அந்தத் தொகையை அவர் தந்துதான் ஆக வேண்டும் அல்லது இயந்திரத்தை ஒப்படைத்து விட்டு ஊரை விட்டுச் செல்ல வேண்டும். எங்கு சென்றும் இதை

முறையிட முடியாது. அவரது உயிருக்குத்தான் ஆபத்து ஏற்படும். காரணம் இயந்திரத்தை வாங்கியவர், தாழ்த்தப்பட்ட சாதியைச் சேர்ந்தவர். விற்றவர் முற்பட்ட சாதியைச் சேர்ந்தவர்.

'நாங்க வந்தா அவங்க எழுந்து நின்னுதான் ஆகணும்.. இல்லைன்னா.. தகுந்த பாடத்தைக் கத்துக்குவாங்க' - மீசையைத் தடவிக் கொண்டே பெருமிதத்துடன் சொல்கிறார் ஒரு பெரியவர். தான் பின்பற்றுவது தீண்டாமை என்றோ, சமூகக்குற்றம் என்கிற பிரக்ஞையோ அவரிடம் துளியும் இல்லை. மாறாக 'இதுதானே. நிதர்சனம்.. என்ன புதுசா சொல்றீங்க?' என்கிற சிரிப்புத்தான் வெளிப்படுகிறது. அவர்கள் வீட்டின் குழந்தைகளும் இதே உணர்வை இயல்பாக வெளிப்படுத்துகிறார்கள்.

'நான்தான் இந்த ஊரு ராணி' என்று ஒரு சிறுமி உரத்த குரலில் சொல்லி சிரிக்கிறாள். ஒரு விழாவில் மற்ற சமூகத்தினருடன் அமர்ந்து ஒன்றாக அமர்ந்து உணவு சாப்பிட்டதால் ஒரு முதியவருக்கு அடியும் உதையும் கிடைக்கிறது. அது மட்டு மல்லாமல் அபராதத் தொகையாக இருபதாயிரம் ரூபாயைக் கட்டச் சொல்கிறார்கள். 'வேறு வழி... கட்டிட்டேன்... இந்த ஊர்ல இருந்தாகணுமே' என்று கண்கலங்கச் சொல்கிறார் அந்த முதியவர்.

'அவங்க போலீஸுக்கெல்லாம் போக முடியாது. அப்படியே போனாலும் போலீஸு எங்களுக்குத்தான் முதலில் போன் செய்யும்' என்று சிரித்தபடியே சொல்கிறார் இன்னொரு பெரியவர். குழந்தைக்கு பெயர் வைப்பதிலும் சாதி இருக்கிறது. தாழ்த்தப்பட்ட சமூகத்தின் நடைமுறையில் என்ன பெயர் இருக்கிறதோ அதைத்தான் வைத்ததாக வேண்டும். நவீன அடையாளத்தோடு பெயர் வைத்தால் அதற்கான எதிர்விளைவைச் சந்தித்தாக வேண்டும். முற்போக்கு இயக்கங்களிலும் இடதுசாரி இயக்கங்களிலும் கூட சாதியவுணர்வு மறைமுகமாக இயங்குகிறது என்பதுதான் கூடுதலான வெட்கக்கேடு.

மாற்றப்பட வேண்டிய இளம் மனங்கள்

இந்து மதத்துக்குள் தீண்டாமையும் சாதிய ஒடுக்குமுறையும் இருக்கிற காரணத்தினால் கிறிஸ்துவ மதத்துக்குச் சென்றால் 'விடாது கருப்பு' மாதிரி அங்கேயும் இதே சாதியம் ஒட்டிக் கொண்டு கூடவே பயணிக்கிறது. இதன் விளைவு தனித்தனியான சர்ச்சுகள், மயானங்கள் உருவாகின்றன. இதே நிலைமைதான் இசுலாமிய மதத்திலும். 'மதத்தலைவர்கள்கூட உயர்சாதியினராகவேயிருக்

கிறார்கள். எங்களுக்கு அங்கு இடமில்லை' என்று குமுறுகிறார் மதம் மாறிய ஒருவர்.

முற்பட்ட சமூகத்தினர் அதிகமாக வசிக்கும் இடத்தில், தாழ்த்தப் பட்ட சமூகத்தினர் நிலமோ, வீடோ வாங்க முடியாது என்பது இன்னொரு வகையான தீண்டாமைக் கொடுமை. தாழ்த்தப்பட்ட சமூகம் என்கிற காரணத்தினாலேயே தனிப்பட்ட நபர்களின் மீது பாலியல் பலாத்காரங்களும் வன்முறைகளும் மிக எளிதாக நிகழ்கின்றன. இத்தகைய சம்பவங்களை வெளியிலும் சொல்ல முடியாது. நெருங்கிய நண்பர்களாக இருந்தாலும், முற்பட்ட சமூகத்தைச் சேர்ந்தவர், தாழ்த்தப்பட்டவரின் வீட்டில் நீரோ, தேநீரோ அருந்துவதில்லை. 'இந்தாங்க.. குடிச்சுதான் பாருங்களேன்' என்று அவருக்கு முன்னால் தேநீர்க் கோப்பை நீட்டப்பட்டாலும் சிரித்துக் கொண்டே மறுத்துவிடுகிறார்.

ஆவணப்படத்தை உருவாக்குகிறவர்கள், தங்களின் முயற்சியால் கிணற்றில் இருந்து நீர் எடுப்பதற்கு தாழ்த்தப்பட்ட சமூகப் பெண்களுக்கு உதவுகிறார்கள். 'இதுவரைக்கும் நாங்களா தண்ணி எடுத்ததில்லையே. பயமா இருக்கே' என்று அந்தப் பெண்கள் தயங்குகிறார்கள். பிறகு ஆசையும் உற்சாகமுமாக நீர் எடுக்கிறார்கள். சுற்றியும் பயத்துடன் பார்க்கிறார்கள். குடத்தை சுமந்து செல்லும் பெண்ணிடம் 'நீயாகவே கிணற்றில் இருந்து நீர் எடுத்த அனுபவம் எப்படியிருந்தது?' என்று கேட்கும் போது 'நன்றாக இருந்தது' என்று சிரித்துக் கொண்டே சொல்கிறார். அதுவரை வாழ்நாளில் அவர் அனுபவிக்காத உணர்வு அது.

ஆவணப்படத்தின் ஆரம்பத்தில் காட்டப்பட்ட அதே சிறுவர்களை மறுபடியும் காமிரா காண்பிக்கிறது. 'உன் நண்பன் வீட்டு நீர்தானே. குடித்தால் என்னவாகி விடும். குடி பார்க்கலாம்' என்று ஒரு நீர்க்கோப்பை சிறுவனிடம் நீட்டப்பட, வெட்கமும் சிரிப்புமாக அவன் மறுக்கிறான். பிறகு மீண்டும் மீண்டும் வலியுறுத்தப்பட்ட பிறகு. ஒரு சவாலான உணர்வுடன் நீரை வாங்கிக் குடித்து விட்டு புன்னகைக்கிறான். குறைந்தபட்சம் இளம் மனங்களிலாவது சாதிய உணர்வுகள் அழிக்கப்பட வேண்டும் என்கிற நேர்மறையான செய்தியோடு இந்த ஆவணப்படம் நிறைகிறது. இவற்றைத் தாண்டி பல செய்திகள் இதில் பதிவு செய்யப்பட்டிருக்கின்றன.

மறுபடியும் அதேதான். 'இப்பல்லாம் யாரு சாதி பார்க்கறா?' என்கிற கேள்விக்கு மிக அழுத்தமான, கசப்பான விடையை நடைமுறை ஆதாரங்களுடன் இந்த ஆவணப்படம் தந்திருக்கிறது.

திரைப்படம் 24

Jhund - மந்தை

ஃபண்ட்ரி, சைராட் போன்ற முக்கியமான தலித் திரைப்படங்களை மராத்தி மொழியில் இயக்கிய நாகராஜ் மஞ்சுளே, அமிதாப்பச்சனை பிரதான பாத்திரமாகக் கொண்டு முதன்முதலாக இயக்கிய இந்தித் திரைப்படம் 'ஜுண்ட்' (Jhund), 2022இல் வெளியானது. 'மந்தை' என்பது இந்தத் தலைப்பின் பொருள். அரசியல்சரித் தன்மையுடனான மொழியில் சொன்னால் 'அமைப்பு சாராத குழு' எனலாம்.

சேரியில் உள்ள இளைஞர்களைப் பொதுச்சமூகம் எவ்வாறு பார்க்கிறது? திருடர்களாக, பொறுக்கிகளாக, சமூக விரோதிகளாக, சிறையில் அடைக்கப்பட வேண்டியவர்களாக, சமூகத்துக்கு வேண்டாதவர்களாகத்தான் எப்போதும் அணுகப்படுகிறார்கள். சந்தேகத்துடனும் எரிச்சலுடனும் அச்சத்துடனும்தான் சேரி இளைஞர்களை மையச்சமூகம் அணுகுகிறது. காவல்துறையும் அவர்களைக் குற்றவாளிகளாகவே எப்போதும் சந்தேகத்துடன் பார்க்கிறது. அவர்களை வைத்தே குற்றங்களை வளர்க்கிறது. அந்தச் சூழலில் இருந்து வெளியேறவும் பெரும்பாலும் அனுமதிப்பதில்லை.

அடித்தட்டு மக்களில் கணிசமான சதவீதத்தினர் தங்களின் சொந்த உழைப்பால் வாழ்கின்றனர். ஆனால் குறைந்த சதவீதத்தில் உள்ளவர்கள் செய்யும் குற்றச் செயல்களின் காரணமாக, விளிம்பு நிலைச்சமூகத்தினரையே ஒட்டுமொத்தமாக முத்திரை குத்தி

சமூகத்திலிருந்து விலக்கி வைப்பதுதான் நெடுங்காலமாக நடைமுறையில் இருக்கிறது. அவர்கள் ஏன் குற்றச்செயல்களில் ஈடுபடுகிறார்கள் என்பதை சமூகவியல் கண்ணோட்டத்துடன் அணுகும் கரிசனமோ, பொறுமையோ, பரந்து பட்ட பார்வையோ பொதுச்சமூகத்துக்கு இருப்பதில்லை. சமூகத்தின் மீது அக்கறையுள்ள படைப்பாளிகளும், கலைஞர்களும், அறிவு ஜீவிகளும்தான் இதைச் செய்ய வேண்டியிருக்கிறது.

இந்த நோக்கில் நாகராஜ் மஞ்சுளேவை மிகச் சிறந்த திரைப்படைப்பாளியாக பார்க்கலாம். அவருடைய முதல் இரண்டு திரைப்படங்களும் ஒடுக்கப்பட்ட சமூகத்தின் பிரச்னைகளை ஆழமாகவும் கலைநயத்துடனும் பதிவு செய்திருந்தன. இந்த வரிசையில் 'ஜுண்ட்' ஒரு முக்கியமான திரைப்படம்.

நாக்பூரைச் சேர்ந்த விஜய் பார்சே ஒரு சமூக சேவகர். கல்லூரியில் உடற்பயிற்சி ஆசிரியராகப் பணிபுரிகிறார். கால்பந்து விளையாட்டில் திறமையுள்ள சேரி இளைஞர்களை அடையாளம் கண்டு அவர்களை ஊக்கப்படுத்தி, அணியாக ஒருங்கிணைத்து சிறந்த ஆட்டக்காரர்களாக மாற்றினார். 'Slum Soccer Organisation' என்ற அமைப்பைத் தோற்றுவித்தார். இதன் மூலம் அந்த இளைஞர்களின் வாழ்க்கைச் சூழல் மாறியது. விஜய் பார்சேவின் வாழ்க்கையை அடிப்படையாகக் கொண்டு இந்தத் திரைப்படம் உருவாகியிருக்கிறது. விஜய் பார்சேவின் பாத்திரத்தில் அமிதாப்பச்சன் நடித்துள்ளார்.

அடையாளம் காணப்படாத விளிம்புநிலைச்சமூகத்தின் திறமைகள்

விஜய் ஒரு கல்லூரியில் பணியாற்றும் உடற்பயிற்சி ஆசிரியர். அடித்தட்டு மக்களுக்கு இலவச கல்வி உள்ளிட்ட பல சமூகச் சேவைகளைத் தன்னுடைய சொந்தப் பணத்தைச் செலவழித்துச் செய்கிறார். தான் வசிக்கும் பகுதியின் பக்கத்து சேரியில் உள்ள இளைஞர்கள் குற்றச் செயல்களிலும் வன்முறைச் சம்பவங்களிலும் ஈடுபடுவதைக் கவலையுடன் கவனிக்கிறார். சிறுவர்கள் கூட மது, போதை உள்ளிட்ட தீயபழக்கங்களுக்கு ஆளாகியிருக்கின்றனர். அவர்களை நல்வழிப்படுத்துவதற்காக விஜய் கையில் எடுக்கும் ஆயுதம் கால்பந்து. ஆம், அந்த இளைஞர்களுக்கு கால்பந்து விளையாடுவதில் உள்ள தன்னிச்சையான திறமையைக் கவனிக்கும் விஜய், அதில் ஆர்வத்தை உண்டாக்குவதின் மூலம் அவர்களின் வாழ்க்கை முறையை மாற்றியமைப்பதில் கொஞ்சம் கொஞ்சமாக வெற்றியடைகிறார்.

உள்ளூர் போட்டி முதல் சர்வதேச அளவிலான போட்டி வரை அந்த இளைஞர்களை அழைத்துச் செல்லும் விஜய்யின் பாதை அத்தனை எளிதானதாக இல்லை. இதற்காக அவர் பல நடைமுறைச் சிரமங்களையும் போராட்டங்களையும் எதிர்கொள்ள வேண்டியிருக்கிறது. 'ஜுண்ட்' திரைப்படம் இந்தப் பயணத்தை ஜனரஞ்சகமாகவும் அழுத்தமாகவும் பதிவாக்கியிருக்கிறது.

ஆசிரியர் விஜய் பாத்திரத்தை அமிதாப்பச்சன் ஏற்றதற்காகவும் திறம்பட நடித்ததற்காகவும் நிச்சயம் பாராட்டலாம். அம்பேத்கர் படத்தை சினிமாவில் காட்டுவதையே தவிர்த்த காலக்கட்டத்தை தலித் சினிமாக்கள் வெற்றிகரமாக முறியடித்திருக்கின்றன. தலித் சமூகத்தைச் சார்ந்த பாத்திரத்தில் நடிப்பதை பெரும்பாலான முன்னணி ஹீரோக்கள் தவிர்த்தே வந்திருக்கிறார்கள். இயக்குநர்களும் தயாரிப்பாளர்களும்கூட இதற்குத் தயாராக இருந்ததில்லை. சமூகத்தில் நிலவிய அதே தீண்டாமையை திரையுலகமும் அப்படியே பிரதிபலித்தது. இப்படியொரு சூழலை நாகராஜ் மஞ்சுளே போன்ற இயக்குநர்கள் மாற்றியமைத்திருக் கிறார்கள். இந்தப் படத்தின் ஒரு காட்சியில் அம்பேத்கர் படத்தை அமிதாப்பச்சன் வணங்குவது போல் வருவது பாராட்டத்தக்கது.

நகரத்துக்கும் சேரிக்கும் இடையேயுள்ள பிரம்மாண்ட சுவர்

சேரியில் வாழும் இளைஞர்களின் வாழ்க்கைச் சூழலை விவரிக்கும் காட்சிகளோடு இந்தப் படம் துவங்குகிறது. ஓடும் ரயிலில் ஏறி நிலக்கரி திருடுதல், செல்போன், நகைகளை பறித்தல் போன்ற சமூகவிரோத செயல்களில் அவர்கள் மிக இயல்பாக ஈடுபடுகிறார்கள். அவர்களைக் கவலையுடன் கவனிக்கும் விஜய், அவர்களிடம் தன்னிச்சையாக உள்ள கால்பந்து விளையாட்டுத் திறமையைப் பார்க்கிறார். 'தினமும் கால்பந்து விளையாடினால் பணம் தருவேன்' என்று விநோதமான நிபந்தனையை முன்வைத்து அவர்களின் ஆவலைத் தூண்டுகிறார்.

ஆரம்பத்தில் பணத்துக்காக விளையாடும் இளைஞர்களுக்கு ஒரு கட்டத்தில் அந்த விளையாட்டின் மீது தானாக ஆர்வம் உருவாகிறது. அவர்களின் திறமையை ஒழுங்குப்படுத்தும் விஜய், போட்டிகளில் கலந்து கொள்ள ஊக்குவிக்கிறார். இதன் மூலம் அவர்களின் வாழ்க்கை முறை மாறுகிறது. வன்முறை, தீயபழக்கம் போன்றவற்றை மெள்ள மெள்ள உதறி ஆட்டத்தில் கவனம் செலுத்துகிறார்கள். சர்வதேச அளவில் நிகழும் கால்பந்து போட்டிக்காக அவர்கள் கம்பீரமாகச் செல்வதோடு படம் நிறைகிறது.

விளிம்புநிலைச் சமூகத்தின் இளைஞர்களுக்கு மற்றவர்களைப் போலவே அசாதாரணமான திறமைகளும் பிரத்யேகமான ஆர்வங்களும் இருக்கின்றன. ஆனால் அவற்றை வளர்த்தெடுக்கவோ, ஊக்கப்படுத்துவோ எவருமில்லை என்பதுதான் நடைமுறைத் துயரம். அவர்கள் வாழும் சூழலும் மையச் சமூகத்தின் நிராகரிப்பும் அவர்களை வளர விடுவதில்லை. எனவே மிக இயல்பாக அவர்கள் வன்முறையின் பாதைக்குச் செல்கிறார்கள். பொதுச்சமூகத்துக்கும் அவர்களுக்கும் இடையே ஒரு பெரிய தடைச்சுவர் இருக்கிறது.

அதை உடைக்கவோ புரிந்து கொள்ளவோ முயலாமல், அடித்தட்டு மக்கள் என்றாலே திருடர்கள், வன்முறையாளர்கள், ஒழுங்கில்லாதவர்கள் என்று வெறுப்புடன் புகார் சொல்வது முறையற்றது. மாறாக அவர்களின் திறமைகளை வளர்த்தெடுத்து மையச்சமூகத்துடன் இணைவதற்கான சூழலை அமைக்க வேண்டும் என்கிற கருத்தை இந்தத் திரைப்படம் மிக சுவாரசியமான காட்சிகளின் மூலம் பதிவு செய்திருக்கிறது.

'இந்தியான்னா என்ன?' - படத்தில் பேசப்படும் தேசிய அரசியல்

வன்முறையில் ஈடுபடும் சிறுவர்கள் மட்டும் என்றில்லாமல் அடித்தட்டு சமூகத்தில் வாழும் பல்வேறு தரப்பு மக்களின் பிரச்னைகளையும் துண்டு துண்டுக் காட்சிகளின் மூலம் இந்தப் படம் உரையாடியிருக்கிறது. குடும்ப வன்முறை காரணமாகக் கொடுமைப்படுத்தப்படும் ஓர் இஸ்லாமியப் பெண், தனது மூன்று குழந்தைகளையும் அழைத்துக்கொண்டு கணவரைப் பிரிந்து செல்கிறார். கல்லூரியின் விளையாட்டு மைதானத்தில் பணிபுரிவதின் மூலம் தன் வாழ்வாதாரத்தை அமைத்துக் கொள்கிறார். அவரிடமுள்ள விளையாட்டுத் திறமையை அடையாளங்காணும் விஜய் ஊக்கப்படுத்தி முன்னேற வைக்கிறார். தொலைக்காட்சியில் தன் மனைவியைப் பார்க்கும் அந்தக் கணவர் மனம் மாறுவதும் மனைவியின் விளையாட்டு ஆர்வத்தை ஊக்குவிப்பவராக ஆவதும் நெகிழ்ச்சிக்குரிய காட்சிகளாக இருக்கின்றன.

தற்கொலை செய்துகொள்ள முடிவு செய்யும் ஓர் இளைஞனிடமுள்ள 'கோல் கீ?ப்பிங்' திறமை அடையாளம் காணப்படும்போது அவனது வாழ்க்கையும் தலைகீழாக மாறுகிறது. கால்பந்து விளையாட்டில் ஆர்வமுள்ள, செக்யூரிட்டியாகப் பணிபுரியும் வடகிழக்கு மாநில இளைஞனையும் தன்னுடைய குழுவில் இணைத்துக் கொள்கிறார் விஜய். இப்படியாக விளிம்புநிலையில் உள்ள, புறக்கணிப்புக்கு ஆளாகும் பல நபர்களின் திறமை அடையாளம் காணப்படுகிறது.

ஒவ்வொரு இளைஞனும் தன்னுடைய பின்னணி குறித்து விளக்கும் காட்சி உணர்ச்சிகரமானது. 'இப்படில்லாம் யாரும் எங்களை உக்கார வெச்சுக் கேட்டதே இல்ல' என்று ஒவ்வொருவரும் தங்களின் பின்னணி பற்றி சொல்கிறார்கள். அவை ஏறத்தாழ ஒன்று போலவே இருக்கின்றன. 'பாஞ்சோ' என்னும் இசைக்கருவியை வாசிப்பதில் ஓர் இளைஞனுக்கு திறமை இருக்கிறது. 'சாரே ஜஹான் சே அச்சா' பாடலை அவன் வாசிப்பதில் ஒரு அவல நகைச்சுவை ஒலிக்கிறது. ஆனால் இதே இளைஞன்தான் ஓடும் ரயிலில் ஏறி நிலக்கரி திருடும் போது கீழே விழுந்து பரிதாபமாக இறந்து போகிறான்.

மையக்கதையின் ஊடாக இடையில் வரும் காட்சிகளும் வசனங்களும் தேசியத்தின் மீதான விமர்சனங்களாக அமைந்திருக் கின்றன. 'சர்வதேச விளையாட்டு' பற்றிய பேச்சு வரும் போது ஒரு சிறுவன் அதைப் பற்றி கேள்வி கேட்கிறான். 'இந்தியாவுக்கு வெளில உள்ள நாடுகள்' என்று பதில் வந்ததும், அடுத்து அவன் இயல்பாகக் கேட்பது 'இந்தியான்னா என்ன?'

கால்பந்து விளையாட்டில் திறமையுள்ள ஓர் இளம்பெண்ணை அடையாளம் காண்கிறார் விஜய். வெளிநாட்டில் நிகழும் போட்டிக்குச் செல்ல அவளுக்கு பாஸ்போர்ட் வேண்டும். ஆனால், ஒரு சிறிய கிராமத்தில் வாழும் அவளிடம் எந்தவொரு ஆவணங்களும் இல்லை. இதற்காக அந்த தந்தையும் மகளும் அலையும் காட்சிகள் ஒரு தனியான குறும்படம் போல இருக்கிறது. 'நீங்க இங்கதான் வாழறீங்களா என்பது பற்றி இந்த தேசத்துக்கு எந்த அக்கறையும் கிடையாது. ஆனா இருக்கறதுக்கும் செத்ததுக்கும் நாமளேதான் ப்ரூப் தரணும்' என்று இவர்களுக்கு வழிகாட்டும் ஒருவர் சொல்வது உறைப்பான வசனம்.

எளிமையின் அழகியலைத் தவற விட்டதா 'ஜுண்ட்'?

குற்றச் செயல்களில் இருந்து விலகி நல்ல பாதைக்கு இளைஞர்கள் திரும்பினாலும் இந்தச் சமூகம் அதற்கு அனுமதிப்பதில்லை. பழைய குற்றங்களின் நிழல் அவர்களைத் திருந்தவிடாமல் துரத்திக் கொண்டேயிருக்கிறது. கால்பந்து விளையாட்டில் சிறப்பாகச் செயல்படும் ஓர் இளைஞனுக்கு பாஸ்போர்ட் கிடைப்பதில் சிக்கல் ஏற்படுகிறது. 'ஏன்... வெளிநாட்டுல போய் யாரையாவது குத்தப் போறியா?' என்று காவல்துறையினர் அந்த இளைஞனை அடித்துத் துரத்துகிறார்கள். பாஸ்போர்ட் வேண்டி உள்ளூர் நீதிமன்றத்தில் வழக்குத் தொடர்கிறார் விஜய். 'இது போன்ற குற்றவாளிகளை வெளிநாட்டுக்கு அனுப்புவது ஆபத்தானது' என்று அரசு தரப்பு

வழக்கறிஞர் வாதாட, அதற்குப் பதில் சொல்லும் விதமாக விஜய் பேசும் நீண்ட ஆவேசமான வசனம் நாடகத்தனமானது என்றாலும் அதுதான் இந்தப் படத்தின் மையம்.

நாகராஜ் மஞ்சுளேவின் 'ஃபண்ட்ரி' திரைப்படமானது எளிமையின் அழகியலையும் ஆழமான அரசியலையும் கொண்டதாக இருந்தது. அடுத்து வெளிவந்த 'சைராட்'டில் ஜனரஞ்சக அம்சங்கள் கூடியிருந்தாலும் கலங்கடிக்கும் உச்சக்காட்சி மூலம் படத்தின் மையம் வலுவாக உணர்த்தப்பட்டது. 'ஜுண்ட்' திரைப்படத்திலும் ஜனரஞ்சக அம்சங்கள் கணிசமாக உள்ளன. அமிதாப்பச்சன் என்னும் பிரபலமான பிம்பத்தின் மூலம் இந்தப் படத்தில் பேசப்படும் அரசியல் பரவலான கவனத்துக்கு உள்ளானது. அரசியலை ஜனரஞ்சமாகப் பேசுவது ஒரு சிறந்த பாணி என்றாலும் சம்பந்தப்பட்ட படைப்பு நீர்த்துப் போகாமல் பார்த்துக் கொள்வதும் அவசியமானது.

விளிம்புநிலைச் சமூகத்தின் இளைஞர்களின் திறமைகளைச் சரியாக இனம்கண்டு வளர்த்தெடுத்தால் அவர்களும் மையச்சமூகத்துக்குள் வந்து இணைவார்கள் என்கிற செய்தி 'ஜுண்ட்' திரைப்படத்தில் சரியாக சொல்லப்பட்டிருந்தது. என்றாலும் ஒரு வழக்கமான 'ஸ்போர்ட்ஸ் டிராமா' பாணியில் இயங்குவதால் மிகவும் எளிதில் யூகிக்கக்கூடிய திரைக்கதையாக அமைந்து விட்டதை இந்தப் படத்தின் பலவீனம் எனலாம். மிக நேர்த்தியான ஒளிப்பதிவு, ரகளையான டிரோன் ஷாட்கள், அட்டகாசமான இசை போன்ற நுட்ப சமாச்சாரங்கள் சிறப்பாக இருந்தாலும் 'ஃபண்ட்ரி' திரைப்படத்தின் எளிமையையும் ஆழத்தையும் நாகராஜ் மஞ்சுளே எங்கேயோ தவறவிட்டிருப்பது துரதிர்ஷ்டம்.

திரைப்படம் 25

Article 15

இந்தியாவில், குறிப்பாக கிராமங்களில் புரையோடிப் போயிருக்கும் சாதியப் படிநிலைகளின் கொடூரத்தை துணிச்சலாகவும் யதார்த்தமாகவும் அம்பலப்படுத்தியிருக்கும் முக்கியமான திரைப்படம் அணூணுடிஞடூனு 15. சாதியத்தோடு சமகால மதவாத அரசியலின் பல்வேறு கூறுகளையும் ஆபத்துகளையும் உறுத்தாமல் இணைத்திருப்பது இந்த இந்தி திரைப்படத்தை முக்கியமாக்குகிறது.

அம்பேத்கர் தலைமையில் எழுதப்பட்ட இந்திய அரசியல் அமைப்பு சட்டத்தின் 'பிரிவு 15' என்ன சொல்கிறது? 'மதம், சாதி, இனம், நிறம், பிறப்பிடம், பாலினம் போன்றவற்றின் காரணமாக அரசு எவரிடமும் பாரபட்சமாக நடந்துகொள்ளக் கூடாது' என்கிறது.

1950, ஜனவரி 26 அன்று முதல் இந்திய அரசியலமைப்புச் சட்டம் நடைமுறைக்கு வந்தது. ஆனால் குடியரசாகி ஏறத்தாழ எழுபது ஆண்டுகளுக்கு மேல் ஆகியும் அரசியல் அமைப்புச் சட்டத்தின் பல பிரிவுகள் இன்னமும் புத்தகங்களில் மட்டுமே பத்திரமாக உள்ளன. அவை நடைமுறையில் செயல்படுத்தப்படவில்லை. இந்த உண்மையை இந்தத் திரைப்படம் கச்சிதமாகப் பதிவு செய்துள்ளது. 'அரசியல் சட்டம் தவறாகப் பயன்படுத்தப்பட்டால் அதை எரிக்கும் முதல் ஆளாக நானே இருப்பேன்' என்று அம்பேத்கர் சொன்னார். அந்தக் கோபத்தையும் இந்தத் திரைப்படம் நேர்மறையாகப் பதிவாக்கியுள்ளது.

இந்தியாவின் பிரதானமான நோய்மைக்கூறுகளுள் ஒன்று சாதியம். அங்கிங்கெனாதபடி எங்கும் நிறைந்திருக்கும் பரம்பொருள் போல இந்தியா முழுக்க சாதி, மத அரசியல் நீக்கமற நிறைந்துள்ளது. நகரங்களில் சற்று கண்ணுக்குத் தெரியாத கிருமி போல இருக்கும் இந்தக் கொடுமை, கிராமப்புறங்களில் அப்பட்டமான முறையில் முகத்தில் அறைவதாக இருக்கிறது. அப்படியொரு இந்தியக் கிராமத்தின் அசலான சித்திரத்தை இந்த திரைப்படம் வலுவாக வரைந்திருக்கிறது.

'அவங்களை வெக்க வேண்டிய இடத்துலதான் வெக்கணும்'

டெல்லியில் உயர்கல்வியை முடித்திருக்கும் அயன் ரஞ்சன், ஐரோப்பிய வாசத்தால் அந்த மனநிலையில் வாழ்பவன். 'அரசுப் பணியைச் செய்ய வேண்டும்' என்கிற தந்தையின் வற்புறுத்தல் காரணமாக இந்தியக் காவல்துறையில் உதவி ஆணையராக (ACP) பதவியேற்கிறான்.

கிராமத்தின் இயற்கை அழகை ரசித்துக் கொண்டே வரும் அயனுக்கு அங்குள்ள சாதியப் படிநிலைகளின் யதார்த்தங்களும் அவை சார்ந்த கொடுமைகளும் மெல்ல உறைக்க ஆரம்பிக்கின்றன.

கடுமையான தாகமாக இருந்தாலும் கூட தாழ்த்தப்பட்ட சாதியினர் விற்கும் நீரை அருந்தாத, அவர்களின் நிழல் கூட மேலே படுவதை விரும்பாத இடைநிலைச்சாதிக்காரர், இவர்களை இணைத்து மலினமாக பார்க்கும் ஆதிக்கச் சாதிக்காரர், இவற்றின் உட்பிரிவு களிலும் உள்ள ஏற்றத்தாழ்வுகள் போன்றவை அயனை ஆச்சரியத்திலும் எரிச்சலிலும் ஆழ்த்துகிறது.

ஆனால் அவனுடைய கோபத்தால் ஒரு உபயோகமும் இல்லை. கெட்டி தட்டிப் போன சாதியத்தை அவனால் துளி கூட அசைக்க முடியவில்லை.

'அவங்களை வெக்க வேண்டிய இடத்துலதான் வெக்கணும்' என்று ஆதிக்க சாதியினர் ஒருபுறம் கொக்கரிக்க, 'என்ன சாமி... பண்றது... எங்க விதி' என்று தாழ்த்தப்பட்ட சமூகத்தினர் அதை ஏற்றுக் கொள்ளும் அவலத்தில் இருக்கிறார்கள்.

தாழ்த்தப்பட்ட சமூகத்திலிருந்து கிளம்பும் சில கோபக்கார இளைஞர்களை 'தீவிரவாதிகள்' என்கிற முத்திரையோடு அரசு இயந்திரம் வேட்டையாடும் அவலமும் இன்னொரு புறம் நிகழ்கிறது.

தலித் சிறுமிகளின் மீதான பாலியல் வன்முறை

மூன்று தலித் சிறுமிகள் காணாமல் போன வழக்கோடு அயன் ரஞ்சனின் காவல்துறை பணி ஆரம்பிக்கிறது. அதில் இரண்டு சிறுமிகள் மரத்தில் தூக்கில் தொங்குகிறார்கள். ஒரு சிறுமி என்னவானாள் என்றே தெரியவில்லை. 'இரு சிறுமிகளுக்கிடையே தகாத உறவு இருந்ததாகவும் அதனால் அவர்களின் பெற்றோர்கள் ஆணவக் கொலை செய்து விட்டதாகவும் காவல்துறை வழக்கை ஜோடிக்கிறது. இதற்காக சிறுமிகளின் தந்தைகளையும் அடித்து கைது செய்கிறது. தங்களின் பிரியமான மகள்களை இழந்ததோடு கொலைப்பழியையும் ஏற்க வேண்டிய பரிதாபமான நிலைக்கு ஆளாகின்றார்கள்.

அயன் ரஞ்சன் மெல்ல இந்த வழக்குக்குள் இறங்குகிறான். காணாமல் போன சிறுமி எங்கோ உயிருடன்தான் இருப்பாள் என்று அவனின் உள்ளுணர்வு சொல்கிறது. அவளைக் கண்டுபிடித்து விட்டால் இந்த வழக்கு தொடர்பான விடைகள் கிடைத்துவிடும் என்று நம்புகிறான். ஆனால் அந்தப் பயணம் அத்தனை எளிதானதாக இல்லை. ஒருபுறம் அரசு இயந்திரமும் இன்னொரு புறம் சாதியமும் முட்டுக்கட்டைகளாக நிற்கின்றன.

நேர்மையும் மனச்சாட்சியும் உள்ள சில காவல்துறையினரோடு விசாரணையில் இறங்குகிறான் அயன் ரஞ்சன். அந்த ஊரில் தோல் தொழிற்சாலை நடத்தும் செல்வாக்குள்ள நபரான அன்ஷு என்பவனின் மீது சந்தேகம் வருகிறது. மூன்று ரூபாய் கூலி உயர்வு கேட்டதற்காக சிறுமிகள் வன்கலவி செய்யப்பட்டு கொலை செய்யப்பட்டிருக்கிறார்கள். இதனால் மற்ற தொழிலாளர்கள் அச்சப்பட்டு கூலி உயர்வு கேட்டு போராட மாட்டார்கள் என்பது அவனது திட்டம். 'நாங்களா பார்த்து கொடுக்கறதுதான் அவங்க இடம். அவங்களா கேட்டா நசுக்கிடுவோம்' என்று விசாரணையில் எக்காளத்தோடு பதில் சொல்கிறான்.

சாதியமும் அரசு இயந்திரமும் கைகோர்க்கும் அவலம்

உண்மை தெரிந்தாலும் அயன் ரஞ்சனால் அன்ஷுவை எதுவும் செய்யமுடியவில்லை. அன்ஷுவின் செல்வாக்கும் சாதியும் குறிப்பாக கருப்பு ஆடுகளாக இருக்கும் சக அதிகாரிகளின் துரோகமும் அவனுடைய கையைக் கட்டிப் போடுகின்றன. 'நீங்க இருந்து போயிடுவீங்க சார்.. நாங்க இங்கயேதான் இருந்தாகணும். வெட்டிப் போட்டுடுவாங்க' என்று பதைபதைக்கிறார்

இன்ஸ்பெக்டர் பிரம்மதத். இவர் ஆதிக்க சாதியைச் சேர்ந்தவர் என்பதால் அது சார்ந்த பெருமிதத்தோடு பல கீழ்மைகளைச் செய்கிறார். தெரு நாயின் மீது அன்பையும் கருணையையும் காட்டும் இவர், தாழ்த்தப்பட்டவர்கள் என்பதாலேயே மனிதர்கள் மீது அவற்றைக் காட்ட மறுக்கிறார். இந்த முரண் மிக இயல்பாகப் பதிவாகியுள்ளது.

போஸ்ட்மார்ட்டம் ரிப்போர்ட்டின் மூலம் சிறுமிகள் வன்கலவி செய்யப்பட்டு கொலை செய்யப்பட்டிருப்பது தெரிய வருகிறது. ஆனால் ரிப்போர்ட் எழுதப் போகும் இளம் மருத்துவரை பிரம்மதத் மிரட்டுகிறார். பிறகு அயன் ரஞ்சன் தரும் துணிச்சல் காரணமாக சாட்சியங்களை வலுவாக்குகிறார் இளம் மருத்துவர்.

ஆனால், ஒருநிலையில் அயன் ரஞ்சனின் அத்தனை முயற்சிகளுக்கும் பெரிய முட்டுக்கட்டையைப் போடுகிறது மேலிடம். இந்த வழக்கு சிபிஐ விசாரணைக்கு மாற்றப்படுகிறது. சிபிஐ அதிகாரியாக வரும் பணிக்கரும் (நம்ம ஊர் நாசர் இந்தப் பாத்திரத்தில் சிறப்பாக நடித்திருக்கிறார்). சாதி மற்றும் அதிகார வெறி கொண்டிருப்பதாகத் தெரிவதால் இந்த வழக்குக்கு நீதி கிடைக்கும் என்கிற நம்பிக்கை ஏறத்தாழ பறிபோகிறது. அயன் ரஞ்சன் சஸ்பெண்ட் ஆகிறார்.

இந்த வழக்கு என்னவானது, காணாமல் போன சிறுமி கிடைத்தாளா, குற்றவாளிகளுக்கு தண்டனை கிடைத்ததா, அயன் ரஞ்சனின் போராட்டம் வெற்றி பெற்றதா என்பதையெல்லாம் இயல்பான காட்சிகளாகவும் அதே நேரத்தில் பரபரப்பாகவும் சொல்லியிருக்கிறார்கள். நேர்மறைத்தன்மையின் அழகு துளிர்க்கும் நையாண்டியின் இறுதிக்காட்சியோடு இந்தப் படம் முடிந்திருப்பதுதான் சிறப்பு.

கணக்கிலடங்காத சாதிப்பிரிவுகள்

ஏஸிபி அயன் ரஞ்சனாக, ஆயுஷ்மான் குரானா அற்புதமாக நடித்திருக்கிறார். நேரு எழுதிய டிஸ்கவரி ஆஃப் இந்தியா' நூலோடு அந்தக் கிராமத்துக்குள் நுழைகிறார் சாதியமும் பழமைவாதமும் நிறைந்திருக்கும் அந்த ஊரில் ஓர் அயல் கிரக ஜீவி போல் தாம் உணர்வதைச் சிறப்பாக வெளிப்படுத்தியிருக்கிறார் ஆயுஷ்மான்.

காவல்துறையில் உள்ள தன் சக ஊழியர்கள் ஒவ்வொருவரிடமும் அவர்களின் சாதியைப் பற்றி அயன் ரஞ்சன் விசாரிக்கும் காட்சி முக்கியமானது. அவர்களின் சாதியை அறிவது அவர் நோக்கமல்ல.

அதன் மூலம் ஒவ்வொரு சாதியிலும் உள்ள உட்பிரிவுகள், அதனுள்ளும் 'தான்தான் மேலே' என்று அடித்துக் கொள்ளும் அபத்தம், ஆதிக்க சாதியினரின் பிரிவுக்குள்ளேயும் இருக்கும் ஏற்றத்தாழ்வுகள், உயர்வு மனப்பான்மைகள் போன்றவற்றை அவல நகைச்சுவையுடன் அந்தக் காட்சி வெளிப்படுத்துகிறது.

இந்தியாவின் பன்மைத்துவத்தை அழித்து ஒற்றை அடையாளமாக்க முயலும் சமகால அரசின் பல அத்துமீறல்கள் இதில் துண்டுக்காட்சிகளின் வழியாக விரிகின்றன.

கசாப்புக்கடையில் பணிபுரியும் தலித் இளைஞர்கள் நடுத்தெருவில் அடிக்கப்படுவது; சாதியக்கொடுமை காரணமாக மதம் மாறும் தலித் சமூக மக்களை 'வாருங்கள், இந்துக்களாக ஒன்றிணைந்து நிற்போம்' என்று மதத்தலைவர்கள் தந்திரமாக அரவணைக்க முயல்வது; தலித்களுடன் ஒன்றாக இணைந்து உணவருந்துவதாக பொது மேடையில் நாடகமாடும் மதக்கட்சியினர் அவர்களுக்கான பாத்திரங்களைத் தனியாகக் கொண்டு வருவது; சில தலித் தலைவர்களே அறியாமை அல்லது ஆதாயம் காரணமாக கைகோர்த்து நிற்பது; ஆங்கிலத்தில் பேசாமல் இந்தியில் பேச வற்புறுத்தும் சிபிஐ அதிகாரி... என்று பல காட்சிகள் சமகால அரசியலின் மீதான விமர்சனங்களாக அமைந்துள்ளன. இவை திரைப்படத்தின் இடையே உறுத்தாமலும் பிரசாரமாக மாறாலும் நிகழ்ந்திருப்பதுதான் அற்புதம்.

ஆயுஷ்மான் குரானா மற்றும் மனோஜ் பஹ்வாவின் அற்புதமான நடிப்பு

இந்தத் திரைப்படத்தில் வெளிப்பட்ட மிகச் சிறப்பான நடிப்பு என இன்ஸ்பெக்டர் பிரம்மதத்-ஆக நடித்த மனோஜ் பஹ்வா-வைச் சொல்ல வேண்டும். அடிப்படையில் நகைச்சுவை நடிகரான இவர், இந்தத் திரைப்படத்தில் இயல்பான எதிர்மறைத்தன்மையை வெளிப்படுத்தி, தன் வில்லத்தனத்தை மிக கச்சிதமாக வெளிப்படுத்தியுள்ளார். சாதியத்தில் ஊறிப்போன ஒரு கிராமத்துக்காரரின் சித்திரத்தையும் துல்லியமாகப் பிரதிபலித்துள்ளார்.

செல்வாக்குள்ள நபர்களிடம் பம்முவதாக இருக்கட்டும், சொந்த சாதிக்காரர்களுக்கு சாதகமாக நடப்பதாகட்டும், விசாரணையைத் துரிதப்படுத்தும் அயன் ரஞ்சனைப் பார்த்து உள்ளுக்குள் தவிப்பதாகட்டும், அவற்றுக்கு சாமர்த்தியமாக முட்டுக்கட்டை போடுவதாகட்டும், தன்னுடைய கீழ்மை வெளிப்பட்டுவிடக்

கூடாது என்று பதறுவதாகட்டும்.. ஏறத்தாழ அனைத்துக் காட்சிகளிலும் மிகச் சிறப்பாக நடித்துள்ளார்.

அதுபோலவே வயதான கான்ஸ்டபிளாக நடித்திருக்கும் குமுத் மிஸ்ராவின் நடிப்பும் குறிப்பிடத்தகுந்தது. காவல்துறையின் நடைமுறை அநீதிக்கும் மனச்சாட்சிக்கும் இடையே தத்தளிப்பவராக வருகிறார். மேலதிகாரியான பிரம்மதத்தைப் பகைத்துக்கொள்ள முடியாமலும், அதே நேரத்தில் அயன் ரஞ்சனின் நியாயத்துக்குத் துணை போக முடியாமலும் இவர் தவிப்பது நன்கு வெளிப்பட்டுள்ளது.

தன்னுடைய குற்றத்தை அம்பலப்படுத்தி சட்டத்தின் பிடியில் மாட்டி விடும் கான்ஸ்டபிளை, இன்ஸ்பெக்டர் கன்னத்தில் அடித்து 'உன்னையெல்லாம் அப்படியே செருப்பு தைக்க விட்ருக்கணும்டா.. நீயெல்லாம் பதவிக்கு வந்ததால்தான் இப்படியெல்லாம் ஆகுது' என்று கொதிக்கும் போது பதிலுக்கு அதிகாரியை கன்னத்தில் அறைந்து 'நாங்கல்லாம் எத்தனை காலத்துக்கு செருப்பு தைத்துக் கொண்டேயிருப்பது?' என்று அவர் வெடிக்கும் காட்சி முக்கியமானது மட்டுமல்ல; அற்புதமானதும் கூட.

இந்தியாவின் பிரத்யேகமான, பல நூற்றாண்டு கால பிரச்னையான சாதியத்தைப் பற்றி மிகச் சரியான எதிர்ப்புக்குரலாக எழுந்திருக்கும் இந்தத் திரைப்படம் இந்தியச் சினிமாவின் மிக முக்கியமான படைப்புகளுள் ஒன்றாக இருக்கும்.

திரைப்படம் 26

புழு

'**சா**திய வெறி ஒருவரின் மனதில் எத்தகைய கொடூரமான விஷ எண்ணங்களை உற்பத்தி செய்கிறது' என்பதை மிக நுட்பமாகப் பதிவு செய்த மலையாளத் திரைப்படம் 'புழு'. மெல்லப் பரவும் விஷம் போல இதன் திரைக்கதை நகர்கிறது. ஓர் எதிர்மறையான பாத்திரத்தைத் துணிச்சலுடன் ஏற்று அற்புதமாக நடித்திருக்கிறார் மம்முட்டி.

ஒருவரிடம் இருக்கும் சாதி குறித்த பெருமிதமும் உயர்வு மனப்பான்மையும் எவ்வாறு சக மனிதர்களை வெறுக்க வைக்கிறது என்பதை இந்தத் திரைப்படம் நிதானமான காட்சிகளின் வழியாக ஆழமாக உணர்த்துகிறது.

உள்ளுக்குள் மறைந்திருக்கும் சாதிய வெறி

மம்முட்டி ஒரு ஐபிஎஸ் அதிகாரி. மனைவியை இழந்தவர். பள்ளியில் படிக்கும் மகனோடு வாழ்கிறார். கறாரான தினசரி விதிகள் இருக்கும் இயந்திரத்தனமான வாழ்க்கையை மகன்மீது திணிக்கிறார். சக மாணவர்களோடு விளையாடக்கூடாது; பழகக்கூடாது; அவர்களிடமிருந்து உணவு எதையும் வாங்கி சாப்பிடக்கூடாது; செஸ் விளையாடலாம்; கால்பந்து விளையாடக் கூடாது; இரவில் பல் துலக்குவதை இப்படித்தான் செய்ய வேண்டும் என்று ஒரு அன்றாட தினத்தின் அத்தனை அசைவுகளையும் தான் தீர்மானித்தபடியே மகன் செய்ய வேண்டும் என்று எதிர்பார்க்கிறார்.

எனவே அவரது மகன் கிச்சா மூச்சுத்திணறுகிற சூழலில் வாழ்கிறான். 'தன் தந்தைக்கு எப்போது சாவு வரும்' என்று உள்ளூர ஏங்கியபடி இருக்கிறான். தன்னுடைய கற்பனைகளில் அவரை விதவிதமாகக் கொன்று பார்க்கிறான்.

மம்முட்டிக்கு பாரதி என்றொரு தங்கை. அவள் ஒடுக்கப்பட்ட சமூகத்தைச் சேர்ந்தவரும் நாடக நடிகருமான குட்டப்பனை காதலித்து வீட்டை எதிர்த்து திருமணம் செய்து கொள்கிறாள். இதன் காரணமாகத் தங்கையை முற்றிலும் நிராகரிக்கிறார் மம்முட்டி. அவரது கணவரை மனதார வெறுக்கிறார். ஒடுக்கப்பட்ட சமூகத்தைச் சேர்ந்தவர் என்பதால் குட்டப்பனுக்கு வீடு கிடைப்பதில் சிரமம் ஏற்படுகிறது. நண்பர்களின் உதவியால் மம்முட்டி வசிக்கும் அதே ஆடம்பரமான அபார்ட்மெண்ட்டில் குட்டப்பனும் பாரதியும் குடியேறுகிறார்கள். இது மம்முட்டியைக் கடுப்பேற்றுகிற விஷயமாக இருக்கிறது.

மரண அச்சத்தில் பரிதவிக்கும் மம்முட்டி

காவல்துறையில் பணிபுரிந்த மம்முட்டி, தன்னை யாரோ கொல்ல முயற்சி செய்வதாக அடிக்கடி உணர்கிறார். ஏற்கெனவே ஒரு துப்பாக்கிச்சூட்டில் இருந்து தப்பித்திருக்கும் அவருக்குக் கற்பனையான பயமும் மன உளைச்சலும் அதிகரிக்கிறது. இவர் பணியில் இருந்தபோது அதிகாரத்தைப் பயன்படுத்திப் பல குற்றங்களைச் செய்து நிரபராதிகளின் மீது பழிபோட்டு லாபம் அடைந்திருக்கிறார். பழைய விரோதம் காரணமாகத் தன்மீது கொலை முயற்சி நிகழலாம் எனகிற சந்தேகத்தில் சம்பந்தப்பட்ட ஆசாமியைச் சென்று மிரட்டுகிறார். அவரது தற்கொலைக்கும் காரணமாக ஆகிறார். தன்னிடம் பணிபுரியும் அப்பாவியான பணியாளை அநியாயமாகச் சந்தேகப்பட்டு வேலையை விட்டு நீக்குகிறார்.

ஏற்கெனவே உயிர் அச்சத்தில் வாழும் மம்முட்டிக்கு, தான் வசிக்கும் குடியிருப்பிலேயே தங்கையும் அவளது கணவரும் வந்து வாழ்வது எரிச்சலை ஏற்படுத்துகிறது. தனது மகன் கிச்சா அங்கு செல்வதையோ தங்கை தனது வீட்டுக்கு வருவதையோ மம்முட்டி விரும்புவதில்லை. காவல்துறை அனுபவத்தைக் கொண்டு தன்னைக் கொல்வதற்கு முயற்சி செய்யும் ஆசாமியைக் கண்டுபிடிப்பதற்காக விசாரணைகளை மேற்கொள்கிறார். கூடவே அவரது பதற்றமும் தினசரி அதிகரிக்கிறது. தன்னை ஆழமாக வெறுக்கும் மகனிடம் மம்முட்டி காட்டும் இணக்க முயற்சிகள் பரிதாபமாகத் தோற்கின்றன.

மம்முட்டியைக் கொல்வதற்காக பின்தொடரும் ஆசாமி யார் என்கிற விடைக்கான முடிச்சு அவிழ்வதோடு படம் நிறைகிறது.

தலித் ஹீரோக்களுக்கு மத்தியில் ஒரு 'ஆண்ட்டி ஹீரோ'

சினிமா என்கிற சாதனம் இந்தியாவில் நுழைந்தபோது அதில் சித்திரிக்கப்பட்ட கதாபாத்திரங்கள் பெரும்பாலும் பிராமண சாதியைச் சேர்ந்தவர்களாக இருந்தனர். இடைநிலைச் சாதிகளைச் சேர்ந்த பாத்திரங்களும் பிறகு வந்து போயின. முன்னணி ஹீரோக்கள் பிராமண அல்லது இடைநிலைச் சாதியைச் சேர்ந்த பாத்திரங்களாக மட்டுமே நடித்தார்கள். ஒடுக்கப்பட்ட சமூகத்தைச் சார்ந்த பாத்திரம் ஹீரோவாக எப்போதும் இருந்ததில்லை.

தொண்ணூறுகளில் இந்த நிலைமை மாறியது. தலித் இயக்கங்களின் அரசியல் ரீதியிலான வளர்ச்சி சினிமாவிலும் பிரதிபலித்தது. எனவே சினிமா ஹீரோவும் 'தலித்' அடையாளத்துடன் வெளிப்பட்டார். அதாவது இப்படிப்பட்ட படங்களுக்கும் சந்தை மதிப்பு ஏற்பட்ட பிறகு 'ஹீரோயிஸம்' என்பது தலித் பாத்திரத்துக்கு நகர்ந்ததே ஒழிய, நடிகர்களுக்கு சமூகநீதியின் மீது அக்கறை என்பதாக எடுத்துக் கொள்ளக்கூடாது. ஒடுக்கப்பட்ட சமூகத்தின் நாயகனாகத் தங்களை முன்நிறுத்திக் கொண்டார்கள்.

இப்படிப்பட்ட சூழலில்தான் மம்முட்டி ஏற்றிருக்கும் இந்தப் பாத்திரத்தைப் பார்க்க வேண்டும். மம்முட்டி எப்படிப்பட்டவர்? பிராமண சமூகத்தைச் சேர்ந்தவர். தனது சாதிய வெறியை உள்ளுக்குள் நாசூக்காக மறைத்து வைத்திருக்கிற மேல்தட்டு ஆசாமி. 'கண்டிப்பான வளர்ப்பு' என்கிற பெயரில் தனது மகனைச் சித்ரவதை செய்யும் நபர். சாதி விட்டுத் திருமணம் செய்த தங்கையை ஒதுக்கி வைத்திருப்பவர். அவரது கணவரை ஆழமாக வெறுப்பவர். கெட்ட காவல்துறை அதிகாரி. அப்பாவியான நபர்களை இரக்கமேயின்றி பழிவாங்குபவர். இத்தனை எதிர்மறைத்தன்மைகள் கொண்ட பாத்திரத்தை முன்னணி ஹீரோவான மம்முட்டி சமகாலத்தில் துணிச்சலுடன் ஏற்றிருப்பது பாராட்டத்தக்கது.

முகத்தில் நிரந்தர சலிப்பு, எவரையும் மெல்லிய எரிச்சலுடன் பார்க்கும் முகபாவம், தினசரி நடைமுறைகளில் பீதியூட்டும் நேர்த்தி என்று குட்டன் பாத்திரத்தில் மிக அற்புதமாக நடித்திருக்கிறார் மம்முட்டி. தான் சொல்வதை அப்படியே கண்ணை மூடிக் கொண்டு பின்பற்றச் சொல்லி மகனை மிக நுட்பமாகக் கட்டாயப்படுத்துவது, மெல்லிய மீறலுக்கே குரூரமான தண்டனைகளை அளிப்பது என்று அமைதியான வன்முறையைச் செலுத்தும் தந்தையாக இருக்கிறார்.

மகனை நுட்பமாக வதைக்கும் தந்தை

'தக்காளி பழவகையைச் சேர்ந்தது' என்று பாடம் பிடிக்கிறான் கிச்சா. 'ஒரு நிமிஷம். தக்காளி என்பது காய்கறி வகையைச் சேர்ந்தது' என்று குறுக்கிடுகிறார் மம்முட்டி. 'இல்லப்பா.. எனக்கும் சந்தேகம் வந்து கூகுள்ல செக் பண்ணிப் பார்த்தேன்' என்று மகன் சொல்ல 'கூகுள் எல்லாத்தையும் கரெக்ட்டா சொல்லிடுமா?' என்று கடுகடுக்கும் தந்தை அடுத்து தரும் தண்டனைதான் விபரீதமானது. 'தக்காளி என்பது காய்கறி' என்னும் வரியை ஐநூறு முறை எழுதச் சொல்கிறார்.

தனிமையான வீட்டில் தனக்குத்தானே விளையாடிக் கொண்டிருக்கும் கிச்சா, தந்தை வந்ததுமே சட்டென்று ஓடிப்போய் புத்தகத்தை எடுத்துவைத்துக் கொள்கிறான். தந்தையின் கண் பார்வைக்கு அர்த்தம் புரிந்து உடனே செயல்படுத்துகிறான். கிச்சாவின் சின்ன மீறல் கூட கடுமையான விசாரணைக்கு உள்ளாக்கப்படுகிறது. குடும்ப வீடியோவைத் தினசரி பார்த்துவிட்டு ஒரு குறிப்பிட்ட இடம் வந்தவுடன் மம்முட்டி நிறுத்தி விட்டு எழுந்து செல்வார். கிச்சாவும் கூடவே எழுந்து செல்ல வேண்டும். இப்படி விதம் விதமாக கொடுமைப்படுத்தி விட்டு 'உனக்காகத்தானே நான் இருக்கிறேன்' என்று மகனிடம் நெகிழும்போது அவனும் வேறு வழியில்லாமல் பாவனையாக நெகிழ்கிறான்.

தலை நிமிர்ந்து நடக்கும் 'தலித்' பாத்திரம்

குட்டப்பனாக நடித்திருக்கும் அப்புண்ணி சசியின் நடிப்பும் பாத்திரமும் அருமை. இவர் ஒரு நாடகக் கலைஞர். அதன் வழியாக சினிமாவுக்குள் வந்து சில திரைப்படங்களில் நடித்திருக்கிறார். 'புழு'வில் இவர் ஏற்றிருந்த பாத்திரம் பரவலாகப் பாராட்டப் பட்டது. பொதுவாக தலித் சமூகத்தைச் சேர்ந்த பாத்திரம் என்றால் தாழ்வுணர்ச்சியுடன் பரிதாபத்தைக் கோருவதாகச் சித்திரிக்கப்படும். ஆனால் குட்டப்பன் பாத்திரம் எப்போதும் புன்னகையோடு, தலைநிமிர்ந்து நடப்பதாகக் காட்டப்பட்டிருக்கிறது. சாதிய உணர்வு மிக்கவர்களை இவரால் புரிந்து கொள்ள முடிகிறது. ஒரு சிரிப்புடன் கடக்கிறார். அரிதாகக் கோபம் கொள்கிறார்.

தனது உருவம் குறித்து கிண்டல் செய்யும் காவல்துறை அதிகாரியைக் கன்னத்தில் அறைந்து விடுகிறார். இது குறித்து மேலதிகாரி எச்சரிக்கும் போது 'நானும் தீண்டாமைச் சட்டத்தில் வழக்குத் தொடுக்க முடியும்' என்கிறார் குட்டப்பன். பிறகு 'எத்தனை வழக்கைத்தான் இப்படி தினம் தினம் தொடுத்துக் கொண்டிருக்க

முடியும்?' என்று அவர் கேட்பதிலிருந்து, ஒடுக்கப்பட்ட சமூகத்தினர் அன்றாடம் எதிர்கொள்ளும் அவமதிப்புகளின் வலியைப் புரிந்துகொள்ள முடிகிறது.

மம்முட்டியின் தங்கையாகவும் குட்டப்பனின் காதல் மனைவியாகவும் அற்புதமாக நடித்திருக்கிறார் பார்வதி. தன்னை வெறுக்கும் அண்ணனின் மனது மாறாதா என்று இவரது கண்கள் தவிக்கிற தவிப்பு ஒவ்வொரு காட்சியிலும் தெரிகிறது. கர்ப்பமுற்றிருக்கும் தனக்காக சிகரெட் பழக்கத்தை விட்டிருப்பதைக் கணவர் சொல்லும் போது முகத்தில் பெருமை பொங்கச் சிரிக்கும் காட்சியில் அத்தனை அழகாக இருக்கிறார் பார்வதி.

பரிட்சித்து மன்னனின் சாபமும் கொல்லும் தட்சகனும்

அறிமுக இயக்குநரான ரத்தீனா இந்த 'சைக்கலாஜிக்கல் திரி?ல்லர்' படத்தை மிக நுட்பமாகவும் அற்புதமாகவும் இயக்கியிருக்கிறார். ஒரு முனிவரை அவமதித்ததால் 'நாகம் கடித்து ஏழாம் நாளில் இறக்கும்' சாபத்தைப் பெறுகிறார், பரிட்சித்து மன்னன். சாபத்தின் படியே ஏழாம் நாளில் நாகர் குலத்தைச் சேர்ந்த தட்சகனால் இறக்கிறார்.

மகாபாரதத்தில் வரும் இந்த சம்பவத்தை குட்டப்பன் நடத்தும் நாடகத்தின் மூலம் திரைப்படத்தில் பொருத்தமாக இணைத்திருக்கிறார் இயக்குநர். தனது மரணத்தைத் தவிர்ப்பதற்காக மம்முட்டி எத்தனை முயன்றாலும் அது முடிவதில்லை. சந்தேகத்தின் பேரில் பல பாம்புகளைத் தேடிக் கொன்றாலும் ஒரு சிறிய 'புழு'வின் வழியாக மம்முட்டியின் மரணம் இறுதியில் நிகழ்வது பொருத்தமாகச் சித்திரிக்கப்பட்டுள்ளது. மம்முட்டியின் சாதிய வெறுப்பு, ஒரு கட்டத்தில் உச்சத்தை அடைந்து ஆணவக் கொலையாக மாறும் காட்சி திகைப்பை ஏற்படுத்துகிறது.

தேனி ஈஸ்வரின் நேர்த்தியான ஒளிப்பதிவு, ஜேக்ஸ் பிஜோயின் அமானுஷ்யமான பின்னணி இசை போன்ற தொழில்நுட்ப விஷயங்கள் இந்தப் படத்தின் காண்பனுபவத்தை, சுவாரசியமாக்கி யிருக்கின்றன. சாதியத்தால் உந்தப்படும் ஒரு கொடூரமான மனம், தன்னைச் சுற்றியுள்ள சூழலை எத்தனை விஷமாக்கிவிடும் என்கிற விஷயத்தை 'புழு' திரைப்படம் மிக வலிமையாகக் கடத்தியிருக்கிறது.

திரைப்படம் 27

மனுசங்கடா

ஒடுக்கப்பட்ட சமூகத்தில் பிறந்தவர் என்கிற காரணத்தினாலேயே பிறப்பு முதல் இறப்புவரை ஒருவர் பல்வேறு துன்பங்களையும் அவமதிப்புகளையும் எதிர்கொள்ள வேண்டியிருக்கிறது. ஆனால் இறந்தபின்பும்கூட சாதியம் அவரைத் துரத்திக் கொண்டேவருகிறது என்பது கசப்பான உண்மை.

இறந்தவரின் உடலை எங்கே அடக்கம் செய்வது என்பது தொடர்பாக பல நடைமுறைச் சிக்கல்கள் இருக்கின்றன. முற்பட்ட சமூகத்தினரின் ஆக்கிரமிப்புகள் போக எளிய சமூகத்தினருக்கென மயானங்கள் இல்லை. அப்படியே இருந்தாலும் அவை எளிதில் கடந்து செல்ல இயலாதபடி, மோசமான வழித்தடங்களில் இருக்கும்; ஊருக்கு வெளியே வெகு தொலைவுக்குச் செல்லும்படியான அவலத்தைக் கொண்டிருக்கும்.

இருபத்தொன்றாம் நூற்றாண்டிலும் கிராமப்புறங்களில் இந்த அவலம் தொடர்கிறது. 'சமரசம் உலாவும் இடமாக' மயானங்கள் இல்லை. அப்படியொரு பிரச்னையைத்தான் அம்ஷன்குமார் இயக்கிய 'மனுசங்கடா' திரைப்படம் பேசுகிறது. உண்மைச் சம்பவங்களை அடிப்படையாகக் கொண்டது. கீழே விவரிக்கப்பட்டிருக்கும் ஒரு சம்பவத்தைப் பாருங்கள்.

மரணத்துக்குப் பிறகும் துரத்தும் சாதியம்

நாகை மாவட்டம், வழுவூர் ஊராட்சியைச் சேர்ந்த திருநாள் கொண்டசேரியில் வாழ்ந்த செல்லமுத்து என்கிற தலித் பெரியவர்

2016- ல் இறந்து போகிறார். அவரது உடலைப் பொதுப்பாதை வழியாக எடுத்துச் செல்ல, முற்பட்ட சமூகத்தினர் பயங்கர எதிர்ப்பு தெரிவிக்கிறார்கள். ஒடுக்கப்பட்ட சமூகத்தினர் இறந்த உடல்களை எடுத்துச் செல்வதற்காக ஒதுக்கப்பட்டிருக்கும் பாதை எளிதில் செல்ல முடியாததாக இருக்கிறது. 'பாதையைச் சரி செய்து தருவோம்' என்று உறுதியளித்திருந்த அரசாங்க இயந்திரம் வழக்கம்போல் மெத்தனமாக இருக்கிறது. எனவே பொதுப்பாதையில்தான் எடுத்துச்செல்வோம் என்று ஒடுக்கப்பட்ட சமூகத்தினர் தங்களின் உரிமையைக் கோருகிறார்கள். இது தொடர்பாக முன்பே பிரச்னைகள் நிகழ்ந்திருக்கின்றன.

செல்லமுத்துவின் பேரன் கார்த்திக் அன்றிரவே இது தொடர்பாக சென்னை உயர்நீதிமன்றத்தை அணுகுகிறார். 'பொதுப்பாதையில் சடலத்தை எடுத்துச் செல்ல நடவடிக்கை எடுக்கவேண்டும். செல்லமுத்துவின் சடலம் கௌரவமாக அடக்கம் செய்யப்பட வேண்டும். காவல்துறை இதற்கான பாதுகாப்பை அளிக்க வேண்டும்' என்று நீதிமன்றம் உத்தரவிடுகிறது.

நீதிமன்றத்தின் உத்தரவுக்குப் பிறகும் முற்பட்ட சமூகத்தினர் இதற்கு ஒப்புக்கொள்வதில்லை. பொதுப்பாதையை கடக்க முடியாதவாறு தடைகளை ஏற்படுத்துகின்றனர். உள்ளூர் காவல்துறையும் அரசாங்க அதிகாரிகளும் அவர்களின் பக்கமே நிற்கிறார்கள். 'நீதிமன்ற உத்தரவை அமல்படுத்துங்கள். பொதுப்பாதையில் சடலத்தை எடுத்துச்செல்ல அனுமதியுங்கள்' என்று ஒடுக்கப்பட்ட சமூகத்தினர் தங்கள் உரிமையை அமல்படுத்தக் கோரி போராட்டம் நடத்துகிறார்கள். இறந்த உடல் கிடத்தப்பட்டிருக்கும் வீட்டின் மின்சாரம் பிடுங்கப்படுகிறது. இதனால் குளிர்பதனப் பெட்டியில் வைக்கப்பட்டிருக்கும் உடல் அழுகத் தொடங்குகிறது. இது தொடர்பான பேச்சுவார்த்தைகள் மூன்று நாட்கள் கடந்தும் நிலைமை சீராகவில்லை.

முற்பட்ட சமூகத்துக்கு ஆதரவாக இயங்கும் அரசு இயந்திரம்

நீதிமன்ற உத்தரவைப் பெற்றும் தங்களின் கோரிக்கை நடைமுறைப்படுத்தப்படவில்லையே என்னும் உளைச்சலில் மண்ணெண்ணெய் ஊற்றித் தங்களைக் கொளுத்திக்கொள்ள முயன்று தடுக்கப்படுகிறார்கள். நிலைமை மோசமாகவே, 'பொதுப்பாதை வழியாக எடுத்துச் செல்லலாம்' என்கிற வாக்குறுதியை அரசாங்க அதிகாரிகள் பாவனையாகத் தருகிறார்கள். அந்த வாக்குறுதியை நம்பி சடலத்தை எடுத்துச் செல்கிறார்கள்.

ஆனால் குறிப்பிட்ட தூரம் கடந்தவுடன் 'நீங்கள் பொதுப்பாதையில் எடுத்துச் செல்ல முடியாது. காட்டுப்பாதையில்தான் செல்லவேண்டும்' என்கிற முற்பட்ட சமூகத்தின் குரலை அதிகார தரப்பும் எதிரொலிக்கிறது.

இந்த நம்பிக்கைத் துரோகத்தால் போராடத் துவங்கும் ஒடுக்கப்பட்ட சமூகத்தினரை அடித்துத் துரத்தியும் கைது செய்தும் அப்புறப்படுத்தும் காவல்துறை சடலத்தைக் கைப்பற்றி தாங்களே அதைக் காட்டுப்பாதை வழியாகத் தூக்கிச் சென்று அரையும் குறையுமாக அடக்கம் செய்து முடிக்கிறார்கள்.

இது ஓர் உதாரணச் சம்பவம்தான். இது போல் பல துயரச் சம்பவங்கள் ஒடுக்கப்பட்ட சமூகத்தினரின் வாழ்வில் நிறைந்திருக்கின்றன. மேற்குறிப்பிட்ட சம்பவத்தை ஏறத்தாழ அப்படியே திரைக்கதையாக்கி 'மனுசங்கடா' திரைப்படத்தை உருவாக்கியிருக்கிறார் அம்சன் குமார்.

வெகுசன சினிமாவின் அலங்கார ஆடம்பரம் எதுவுமில்லாமல், ஓர் ஆவணப்படத்துக்குரிய எளிமையான அழகியலோடு இந்தத் திரைப்படம் உருவாக்கப்பட்டுள்ளது. மூன்று நாட்களில் நிகழும் சம்பவங்கள் நேர்க்கோட்டுத்தன்மையோடு யதார்த்தமாகச் சொல்லப்பட்டுள்ளன. எவ்வித செயற்கையான திணிப்பும் இல்லாமல் நூல் பிடித்தது போல் தொடர்ச்சியாகப் பயணிக்கும் கதையாடலாக உள்ளது. பெரும்பான்மையான காட்சிகளில் இயற்கையான சப்தங்களே பயன்படுத்துள்ளன. மொத்தப் படத்துக்கும் ஐந்து நிமிடங்கள் மட்டுமே பின்னணி இசை அவசியமான இடங்களில் ஒலிக்கிறது. (இசை: அரவிந்த் சங்கர்)

சடலத்துடன் ஒரு சாதியப் போராட்டம்

நகரத்தில், ஒரு ஸ்டீல் கம்பெனியில் பணிபுரியும் கோலப்பனுக்கு அன்றைய நாள் துயரத்துடன் விடிகிறது. ஊரில் அவனுடைய தந்தை இறந்துபோன தகவல் கிடைப்பதால் நண்பர்களின் உதவியுடன் ஊருக்கு கிளம்புகிறான். இந்தத் துயரத்தின் ஊடாக இன்னொரு தகவலும் அவனை எரிச்சலுக்கு ஆளாக்குகிறது. கோலப்பன் ஒடுக்கப்பட்ட சமூகத்தைச் சேர்ந்தவன் என்பதால் அவனுடைய தந்தையின் உடலைப் பொதுப்பாதையின் வழியாக எடுத்துச் செல்ல, முற்பட்ட சமூகத்தினர் மறுக்கின்றனர். இந்த விஷயம் ஏற்கெனவே அந்த ஊரில் தொடர்கதையாக இருக்கவே கோபமுறும் கோலப்பன், தன் சமூகத்தினருக்காகப் பாடுபடும்

தலைவரை அணுகி, தன் தந்தையின் சடலத்தை மரியாதையுடன் அடக்கம் செய்ய நீதிமன்றத்தை அணுகுகிறான்.

அதற்கு முன் அவன் சந்திக்கும் இன்ஸ்பெக்டரும், ஆர்டிஓ-வும் மழுப்பலான பதில்களையே தருகிறார்கள். நல்லுள்ளம் படைத்த ஒரு வழக்கறிஞர் இவருக்கு உதவ முன்வருகிறார். அரசு தரப்பு வழக்கறிஞர், முற்பட்ட சமூகத்தைச் சேர்ந்தவர் என்பதால் 'இன்னமும் மூன்று மாதத்தில் அவர்களுடைய சுடுகாட்டுப் பாதையைச் செப்பனிட்டுத் தருவோம்' என்று தற்காலிக சமாதானத்தைச் சொல்லி, தங்களின் தரப்புக்கு சாதகமாகப் பேசுகிறார். பொதுப்பாதையில் சடலத்தை அனுமதித்தால் 'சட்டம் ஒழுங்கு பிரச்னை வரும்' என்கிற காரணத்தையும் சொல்கிறார்.

ஆனால் நீதிபதி இந்த வாதத்தை ஏற்பதில்லை. 'ஒருவர் இறந்த பிறகும் கூட அவருக்குக் கிடைக்க வேண்டிய இறுதி மரியாதையைக் கூடவா தர முடியாது?' என்கிற நியாயமான கேள்வியுடன் கோலப்பனின் தரப்புக்கு ஆதரவாகத் தீர்ப்பு வழங்குகிறார். இனி சிக்கல் இருக்காது என்கிற நம்பிக்கையுடன் கோலப்பன் ஊர் திரும்பினாலும் அவனுக்குள் சந்தேகம் கனன்று கொண்டே யிருக்கிறது. அவன் நினைத்தபடியே ஆகிறது. நீதிமன்றத் தீர்ப்பை முற்பட்ட சமூகத்தினர் ஏற்பதில்லை. காவல்துறை அதிகாரியும் ஆர்டிஓவும் அவர்களுக்கு சாதகமாக சமாதானம் பேச மறுபடியும் வருகிறார்கள். பிறகு மேலே குறிப்பிட்ட உண்மைச் சம்பவத்தில் நிகழும் அத்தனை விஷயங்களும் இதில் நடக்கின்றன.

இறுதிக்காட்சியில் தன் தந்தையின் பிணம் எங்கே அடக்கம் செய்யப்பட்டது என்பது கூட தெரியாமல் தரையில் வீழ்ந்து 'கோ'வென்று கதறி அழுகிறான் கோலப்பன். பின்னணியில் கவிஞர் இன்குலாப் எழுதிய 'மனுசங்கடா.. நாங்க மனுசங்கடா..உன்னப்போல அவனப்போல எட்டுச்சாணு ஒசரமுள்ள...மனுசங்கடா நாங்க மனுசங்கடா.. என்கிற புகழ்பெற்ற பாடல் ஓங்கி ஒலிக்கிறது. இந்தத் திரைப்படத்துக்கென பிரத்யேகமான வரிகளை எழுதித் தந்திருக்கிறார் இன்குலாப். திரைப்படத்துக்காக அவர் எழுதிய ஒரே பாடல் இதுதான்.

பெருக வேண்டிய மாற்று முயற்சிகள்

எடுத்துக்கொண்ட விஷயத்தைக் கோர்வையாகவும், பிரசாரதொனியில்லாமலும் எவ்வித கவனச்சிதறல்கள் உருவாகாமலும் நேர்மையாக அணுகியிருக்கிறது 'மனுசங்கடா'.

சுயாதீன சினிமா என்பதால் அதற்குரிய பலமும் பலவீனங்களும் இருக்கின்றன.

கோலப்பனாக ராஜீவ் ஆனந்த் சிறப்பாக நடித்திருந்தார். 'உங்க அழுக்கை எல்லாம் நாங்கதானே சுத்தம் பண்றோம். இந்தப் பாதைல போனா உங்களுக்கு என்ன பிரச்னை?' என்று உணர்ச்சிகரமாக இவர் கேட்கும் காட்சி சிறப்பானது. வழக்கறிஞராக நடித்திருக்கும் நாடகவியலாளர் கருணா பிரசாத்தின் நடிப்பு குறிப்பிடத்தகுந்ததாக இருந்தது. இறந்தவரின் மனைவியாக நடித்த, கூத்துப்பட்டறை 'மணிமேகலை'க்கு ஒப்பாரிப்பாடல் பாடுவதைத் தவிர வேறு காட்சியில்லை. கோலப்பனின் வருங்கால மனைவியாக நடித்த ஷீலா ராஜ்குமாரின் இயல்பான நடிப்பு கவர்ந்தது. சில பாத்திரங்களுக்குத் தோற்றப் பொருத்தமும் உடல்மொழியும் பொருந்திவராததைக் கவனத்திருக்கலாம். கோலப்பனின் உறவினர்களாக நடித்திருப்பவர்களின் தோற்றமும் நடிப்பும் பொருத்தமாக அமைந்திருந்தது.

பி.எஸ்.தரனின் ஒளிப்பதிவு ஆவணத்தன்மை கொண்டிருந்தது. உ.வே.சாமிநாதய்யர், சர்.சி.வி.ராமன், சுப்ரமணிய பாரதி போன்ற ஆளுமைகள் தொடர்பாக இருபத்தைந்துக்கும் மேற்பட்ட ஆவணப்படங்களை இயக்கியுள்ளார் அம்ஷன் குமார். தவில் வித்வான் யாழ்ப்பாணம் தக்ஷிணாமூர்த்தி தொடர்பான ஆவணப்படத்துக்கு தேசிய விருது கிடைத்திருக்கிறது. கி.ரா.வின் 'கிடை' என்கிற குறுநாவலையொட்டி இவர் இயக்கிய 'ஒருத்தி' என்கிற திரைப்படம், 'இந்தியன் பனோரமா'வில் திரையிடப் பட்டது. 'மனுசங்கடா' இவரது இரண்டாவது திரைப்படம்.

ஒடுக்கப்பட்ட சமூகத்தினரின் பிரச்னைகளை அவர்களின் நோக்கில், கோணத்தில் உரையாடும் கலை, இலக்கியம், சினிமா என்பது தமிழில் மிக குறைவு. இது போன்ற சூழலில் 'மனுசங்கடா' போன்ற மாற்று முயற்சிகள் அதிகம் உருவாக வேண்டும்.

திரைப்படம் 28

கொட்ரேஷியின் கனவு

ஓர் எளிய குடும்பம், தனது மகனின் கல்விக்காக நிகழ்த்தும் போராட்டம்தான் இந்தப் படத்தின் மையம். *1994*-ல் வெளியான 'ஒணிஞ்ஞானுண்டடி ஓச்ணச்ண்த' (*கொட்ரேஷியின் கனவு*) என்கிற இந்தத் திரைப்படம், மாநில மொழித் திரைப்படங்களின் வரிசையில் தேசிய விருதைப் பெற்றது. ஒடுக்கப்பட்ட சமூகத்தைச் சேர்ந்த மாணவனாக நடித்த விஜய் ராகவேந்திராவுக்கு 'சிறந்த குழந்தை நட்சத்திரம்' பிரிவில் தேசிய விருதும் கிடைத்தது.

ஒடுக்கப்பட்ட சமூக மக்கள் முன்னேறுவதற்கு கல்விதான் பிரதானமான பாதை. அவர்கள் மீது பல்வேறு அடக்குமுறைகளை நிகழ்த்துகிற சாதியம், எப்படி கல்விக்கான பாதையையும் அடைக்கிறது என்பதை இந்தத் திரைப்படம் இயல்பான காட்சிகளின் வழியாக சித்திரிக்கிறது.

புத்திசாலித்தனமும் சுயமரியாதையும் கொண்ட மாணவன்

கொட்ரேஷி ஒடுக்கப்பட்ட சமூகத்தில் பிறந்தவன். நன்றாகப் படிப்பவன். புத்திசாலியானவன். பள்ளி செல்லும் நேரம் தவிர, மாட்டுக் கொட்டகையில் பணிபுரிந்து வீட்டுக்கு உதவுகிறான். சுயமரிதையுணர்வு கொண்டவன். தான் பணிபுரியும் இடத்தில் 'தனியான' கோப்பையில் தேநீர் தரப்படும்போது அதை

அருந்தாமல் அமைதியாகப் புறக்கணிக்கிறான். 'முதலாளியின் காலில் விழு' என்று பெற்றோர் வற்புறுத்தும் போது சங்கடத்துடன் அதைச் செய்யாமல் இருக்கிறான்.

அவனுடைய பெற்றோரும் கிடைத்த வேலைகளைச் செய்கிறார்கள். தன் மகனைப் படிக்க வைத்து எப்படியாவது பெரிய ஆளாக ஆக்கவேண்டும் என்று ஒவ்வொரு எளிய குடும்பத்தினருக்கும் இருக்கிற அதே ஆசை இவர்களுக்கும் இருக்கிறது. கடுமையான வறுமைக்கு இடையிலும் சிரமப்பட்டுத் தன் மகனைப் படிக்க வைக்கிறார்கள்.

ஏழாம் வகுப்பில் சிறப்பாகத் தேர்வாகிறான் கொட்ரேஷி. அந்த ஊரிலேயே அதிக மதிப்பெண் பெற்று முதல் வகுப்பில் தேர்ச்சி பெறுகிறான். அவனது குடும்பம் இதைக் கொண்டாடுகிறது. சுற்றத்தார் கொட்ரேஷியைத் தோளில் தூக்கி வைத்து ஊர்வலமாகச் சென்று இந்த மகிழ்ச்சியைப் பகிர்ந்து கொள்கிறார்கள். இந்த விஷயம் ஊர் முழுக்கப் பரவுகிறது.

இந்த விஷயம் கொட்ரேஷிக்குக் கடுமையான எதிர்விளைவுகளைத் தருகிறது. தங்களுக்கு கீழே பணிபுரிவரின் மகன் சிறப்பான முறையில் தேர்ச்சி பெற்றதை முற்பட்ட சமூகத்தினர் ரசிக்கவில்லை. உள்ளூற ஆத்திரப்படுகின்றனர். சுமாராகப் படிக்கும் அவர்களின் பிள்ளைகளை விடவும், கொட்ரேஷி சிறப்பாகப் படிப்பது அவர்களை எரிச்சலூட்டுகிறது.

ஒடுக்கப்பட்ட சமூகத்தினர் முன்னேறுவதை விரும்பாத சாதியம்

'வாங்க ஆஃபிசர்... உக்காருங்க. சொல்லியனுப்பியிருந்தா நானே வந்திருப்பேனே?' என்று கொட்ரேஷியைப் பாராட்டுவது போல் பேசி அவமதிக்கிறார்கள். கொட்ரேஷியின் கூட படித்த மாணவர்களும் அவனிடமிருந்து விலகி நிற்கின்றனர். முன்பு போல் ஒன்றாகச் சேர்ந்து விளையாட வருவதில்லை. இது போன்ற விஷயங்கள் கொட்ரேஷியின் மனதைப் பாதிக்கின்றன. 'ஏன்தான் நன்றாகப் படித்தோமோ?' என்று துயரம் அடைகிறான். 'நான் ஹைஸ்கூல் போக மாட்டேன். கூலி வேலைக்குப் போகிறேன்' என்கிறான். இது கொட்ரேஷியின் தந்தைக்கு ஆத்திரத்தை ஏற்படுத்துகிறது. மகனை அடித்து நொறுக்குகிறார்.

'கோயில் குளத்தின் நீர் மாசுபட்டிருக்கிறது. அதை அருந்தாதீர்கள். நோய்கள் வரும்' என்று ஊர் மக்களில் சிலரை எச்சரிக்கிறான் கொட்ரேஷி. தங்களின் நமபிக்கைக்கு எதிராகப் பேசுகிற

கொட்ரேஷியை அவர்கள் ரசிக்கவில்லை. இதைக் கவனித்துக் கொண்டிருக்கிற ஒரு நபர், கொட்ரேஷியை அழைத்து அம்பேத்கரின் புத்தகத்தை பரிசாக அளித்து 'நன்றாகப் படி. நீயொரு புத்திசாலி' என்கிறார். 'ஹைஸ்கூல் படிப்பு ரொம்ப கஷ்டமா இருக்காம். மேத்ஸ் எல்லாம் ரொம்ப சிரமமாம்' என்று கொட்ரேஷியின் காதில் விழும்படியாக சக மாணவர்கள் சொல்லிச் சிரிக்கிறார்கள். இந்த விஷயங்கள் கொட்ரேஷியின் மனதை மாற்றுகின்றன. 'நான் உயர்கல்விக்குச் செல்கிறேன்' என்று அவன் சொன்னதும் பெற்றோர் அளவில்லாத மகிழ்ச்சியடைகிறார்கள்.

ஆனால் கொட்ரேஷி ஹைஸ்கூல் செல்வது அத்தனை எளிதானதாக இல்லை. அந்த ஊரில் உள்ள ஒரேயொரு தனியார் பள்ளியில்தான் அந்த வசதி இருக்கிறது. இவர்கள் சென்று அட்மிஷன் கேட்கும்போது 'தாமதம் ஆகி விட்டது. அடுத்த வருடம் பார்க்கலாம்' என்று வேண்டுமென்றே தட்டிக் கழிக்கிறார்கள். கொட்ரேஷியின் தந்தை பள்ளி அதிகாரியின் காலைப் பிடித்துக் கெஞ்சுகிறார். இவர்களை எப்படியாவது துரத்தவேண்டும் என்கிற நோக்கத்தில் 'ஆயிரம் ரூபாய் கட்டணம் செலுத்த வேண்டும்' என்று சொல்லி அதிர்ச்சியைத் தருகிறது, பள்ளி நிர்வாகம்.

ஆயிரம் ரூபாய் பணத்துக்காக எங்கெங்கோ அலைகிறார், கொட்ரேஷியின் தந்தை. முதலாளிகளின் வீடுகளுக்குச் சென்று கூலி வேலையும் கடனும் கேட்கிறார். எல்லோரும் துரத்தியடிக் கிறார்கள். 'பணம் தருகிறேன். என் ஆசைக்கு இணங்குவாயா?' என்று கொட்ரேஷியின் அம்மாவிடம் கேட்கிறான், ஒரு முதலாளி. குடி போதையில் ஊர் பெரிய மனிதர்களை எல்லாம் திட்டித் தீர்க்கிறார், கொட்ரேஷியின் தந்தை.

கல்விக்குத் தடைபோடும் சாதியக் கொடுமை

இதற்கான தீர்வு கொட்ரேஷியின் மாமாவின் வழியாக வருகிறது. அவர் ஊரில் சற்று செல்வாக்கு உள்ளவர். பொய் சாட்சி சொல்லுதல், தோ?தல் காலத்தில் அரசியல்வாதிகளுக்கு வேலை செய்தல் போன்ற காரணங்களால் காவல்துறையில் சற்று செல்வாக்கைச் சம்பாதித்து வைத்திருக்கிறார். கொட்ரேஷியின் படிப்புமீது அவருக்கு மிகுந்த அக்கறை உண்டு. தான் சேர்த்து வைத்திருக்கும் பணத்தைக் கொண்டு போய் பள்ளி நிர்வாகத்திடம் நீட்டுகிறார். அப்படியும் அட்மிஷன் தருவதை அவர்கள் தவிர்ப்பதால் மாமாவின் ஆட்கள் பள்ளி அதிகாரிகளைத்

தாக்குகிறார்கள்.

பள்ளி நிர்வாகம் கொட்ரேஷிக்கு அனுமதி மறுப்பதில் ஒரு மறைமுகமான அரசியல் காரணம் இருக்கிறது. அந்த ஊரில் உள்ள பெரிய மனிதர்களுள் ஒருவர் கௌடா. பள்ளியின் ஸ்தாபகர்களில் அவரும் ஒருவர். எனவே அவரை மீறி இடம் தர முடிவதில்லை. கௌடாவின் வீட்டில்தான் கொட்ரேஷி பணிபுரிந்து கொண்டிருந்தான். புத்திசாலித்தனமாகப் பேசுவதாலும் வேலைகளைப் பொறுப்பாக செய்வதாலும் கௌடாவுக்கும் அவரது மனைவிக்கும் கொட்ரேஷி மீது பிரியம் உண்டு. ஆனால் ஏழாம் வகுப்பில் சிறப்பாகத் தேர்வாகி, உயர்கல்விக்கு அவன் செல்லும் விஷயம், இதர முதலாளிகளைப் போலவே கௌடாவுக்கும் பிடிக்கவில்லை. எனவே அவனைப் பணியிலிருந்து நீக்குகிறார். 'ஆஃபிசர்.. நீங்க சாணி அள்ளுகிற வேலையை செய்யலாமா?' என்று கிண்டல் செய்து அனுப்புகிறார்.

உள்ளூரில் படிக்க வழியில்லாததால் கொட்ரேஷியை பெங்களூர் நகரத்துக்கு அழைத்துச் செல்கிறார் மாமா. ஊரில் மட்டுமே அவருக்கு சிறிது செல்வாக்கு உண்டு. அந்த ஜம்பத்தில் கிளம்பிய வரை நகரம் நிறைய அலைக்கழிக்கிறது. அரசு அலுவலகத்தில் எவரும் பொறுப்பாகப் பதில் சொல்வதில்லை. இதற்கு இடையில் 'என் மகன் திரும்பி வரும் வரையில் எதையும் சாப்பிட மாட்டேன்' என்று பள்ளியின் வாசலிலேயே உண்ணாவிரதம் இருக்கிறார், கொட்ரேஷியின் தந்தை. மனைவியும் சுற்றமும் சொல்வதைக் கேட்காமல் பிடிவாதமாக இருக்கிறார்.

கொட்ரேஷியும் அவனது மாமாவும் நகரத்தில் அலைந்து சோர்வுறுகிறார்கள். கொட்ரேஷியின் வற்புறுத்தல் காரணமாக அவனைக் கல்வித்துறை அமைச்சரின் வீட்டுக்கு அழைத்துச் செல்கிறார் மாமா. இவர்களை வீட்டு வாசலில் கூட அனுமதிக்காமல் காவல்துறை துரத்துகிறது. அமைச்சரின் கார் வெளியில் கிளம்பும்போது கோபத்துடன் அதன் மீது கல்லெறிகிறான் கொட்ரேஷி. வாகனத்தில் இருந்து வெளியே வரும் அமைச்சர் பரிவுடன் கொட்ரேஷியின் பிரச்னையைப் பற்றி கேட்கிறார். பிறகு உயர்கல்வி கிடைப்பதற்கான நடவடிக்கைகளை உடனே எடுக்கிறார்.

அரசு அதிகாரிகளும் காவல்துறையினரும் கிராமத்துக்கு வந்து உண்ணாவிரதம் இருக்கும் கொட்ரேஷியின் தந்தையை எழுப்புகிறார்கள். கௌடாவை வைத்தே உண்ணாவிரதத்தை முடிக்க வைக்கிறார்கள். அமைச்சரின் உத்தரவு காரணமாக

பள்ளியில் அனுமதி கிடைக்கிறது. கொட்ரேஷி பள்ளியில் நுழைந்து கல்வி கற்கத் துவங்குவதோடு படம் நிறைகிறது.

எளிய சமூகத்தின் ஆதாரமான கனவுகள் கூட நசுக்கப்படும் அவலம்

இந்தப் படத்தை இயக்கியவர் நாகதிஹள்ளி சந்திரசேகர். கன்னட சினிமாத் துறையில் மிகுந்த அனுபவம் உடையவர். நடிகர், இயக்குநர், திரைக்கதையாசிரியர், பாடலாசிரியர் என்று பல முகங்களைக் கொண்டவர். கல்வி என்னும் அவசியமான விஷயம் கூட ஒடுக்கப்பட்ட சமூகத்தினருக்கு அடைய முடியாத பெருங்கனவாக இருப்பதையும் அதை நோக்கி அவர்கள் நகரும்போது எவ்வாறு சாதியம் மூர்க்கமாகத் தடைபோடுகிறது என்பதையும் இயல்பான காட்சிகளின் வழியாகப் பதிவு செய்துள்ளார்.

நாடகத்தனமான தருணங்கள் நிறைய இருந்தாலும், எடுத்துக் கொண்ட விஷயத்திலிருந்து எங்கும் அலைபாயாமல் நேர்மையான நேர்க்கோட்டில் பயணிக்கிறது, இந்தத் திரைப்படம். அநாவசிய மான இடைச்செருகல்களோ வணிகரீதியான துருத்தல்களோ இல்லை.

கொட்ரேஷியாக விஜய் ராகவேந்திரா என்னும் சிறுவன் சிறப்பாக நடித்துள்ளான். இவனது தந்தையாக நடித்துள்ள கரிபசவியாவின் நடிப்பு மிக உணர்ச்சிகரமாக இருந்தது. தனது மகனுக்கு எப்படியாவது கல்வியைப் பெற்றுத் தந்துவிட வேண்டும் என்று இவர் அடைகிற துடிப்பானது, ஒவ்வொரு எளிய குடும்பத்தின் தந்தையையும் பிரதிபலிக்கிறது. கொட்ரேஷியின் தாயாக நடித்துள்ள உமாஸ்ரீயின் நடிப்பும் மிக உணர்வுபூர்வமாக இருந்தது. தனக்கு வந்த ஒரு கனவை, பக்கத்து வீட்டுப் பெண்மணியிடம் இவர் விவரிப்பது உட்பட பல காட்சிகளில் அருமையாக நடித்துள்ளார். சன்னி ஜோசஃப்பின் ஒளிப்பதிவு, அஷ்வத்தின் பாடல்கள் போன்ற தொழில்நுட்ப விஷயங்கள் படத்துக்கு உறுதுணையாக அமைந்திருக்கின்றன.

தங்களின் ஆதாரமான கனவுகள்கூட மறுக்கப்படும்போது எளிய சமூகத்தினர் ஆவேசப்படுவது இயல்பு. தொடர் உண்ணாவிரதம் காரணமாகத் தன்னுடைய கணவன் இறந்து விடுவாரோ என்று அஞ்சுகிற கொட்ரேஷியின் தாய், தன் சுற்றத்தாரைப் பார்த்து ‘என்

கணவர் உயிருக்கு ஏதாவது நேர்ந்தால் உங்களைச் சும்மா விடமாட்டேன். ஏதாவது செய்யுங்கள்' என்று ஆவேசத்தோடு கூறுகிறார். அவர்களும் ஆவேசமாகக் கிளம்பிச் சென்று ஊர் பெரிய மனிதர்களிடம் கோபத்துடன் வாக்குவாதம் செய்கிறார்கள்.

நகரத்தில் தொடர்ச்சியான புறக்கணிப்பைச் சந்திக்கும் கொட்ரேஷி, ஒரு கட்டத்தில் கோபம் தாங்காமல் அமைச்சரின் கார் மீது கல்லை விட்டு எறிகிறான். ஆனால் இவனது நியாயமான கோபத்தை அமைச்சர் புரிந்து கொள்கிறார். (இந்த காமியோ பாத்திரத்தில் நடித்தவர் விஷ்ணுவர்தன்). 'ஏன்.. இந்தப் பையனின் கிராமத்தில் அரசுப் பள்ளிக்கூடம் இல்லை?. அரசாங்க பள்ளிக்கூடத்தின் வசதிகள் ஒவ்வொரு கிராமத்துக்கும் சென்றடைவது அவசியம். அதற்கான நடவடிக்கைகளை உடனே செய்யுங்கள்' என்று அதிகாரிகளுக்கு அறிவுறுத்துகிறார்.

தங்களின் நியாயமான தேவைகள் கடுமையாக நிராகரிக்கப்படும் போது எளிய மக்கள் வேறுவழியின்றி வன்முறையை நோக்கிச் செல்வதை படம் உரையாடும் அதே சமயத்தில் கொட்ரேஷியின் தந்தை, காந்திய வழியில் உண்ணாவிரதம் செய்வதையும் பதிவு செய்திருக்கிறது.

தங்களது பிள்ளைகளுக்கு எப்படியாவது கல்வி தந்து பெரிய ஆளாக்கிவிடவேண்டும் என்று ஒவ்வொரு எளிய சமூகத்தின் பெற்றோரும் காணும் கனவையும் அதற்காக அவர்கள் எதிர்கொள்ள வேண்டிய போராட்டத்தையும் சாதியத் தடைகளையும் மிக இயல்பான மொழியில் பதிவு செய்திருக்கிறது, இந்த கன்னடத் திரைப்படம்.

திரைப்படம் 29

Bheed - பெருந்திரள்

24, மார்ச் 2020. கோவிட் தொற்று உலகம் முழுவதும் மிக வேகமாகப் பரவி வந்ததன் காரணமாக தேசிய அளவிலான லாக்டவுனை மத்திய அரசு அறிவித்தது. முதலில் 21 நாட்களுக்கு அறிவிக்கப்பட்ட இந்த முடக்கம், தொற்று கட்டுக்குள் அடங்காததால் மேலும் நீட்டிக்கப்பட்டது.

இதனால் நாடு முழுக்க மக்களின் இயல்பு வாழ்க்கை மிகக் கடுமையாகப் பாதிக்கப்பட்டது. மக்கள் வீட்டை விட்டு வெளியில் வராமலிருக்கும்படி அறிவுறுத்தப்பட்டார்கள். மருத்துவமனைகள் நிரம்பி வழிந்தன. புதிய நோயாளிகளுக்கு இடம் கிடைக்கவில்லை. பொதுப் போக்குவரத்து முற்றிலுமாக நிறுத்தப்பட்டது. தனியார் வாகனங்களுக்கு அனுமதி மறுக்கப்பட்டது. அத்தியாவசிய சேவைகளுக்காக மட்டுமே வாகனங்கள் அனுமதிக்கப்பட்டன. காவல்துறையின் கண்காணிப்பு கடுமையாக இருந்தது.

பதற்றமான சூழல் காரணமாக, நகரத்தில் பணிபுரிந்து கொண்டிருந்த அடித்தட்டுத் தொழிலாளிகள், தங்களது குடும்பத்துடன் சொந்த ஊருக்குத் திரும்ப ஆரம்பித்தார்கள். ரயில், பஸ் என்று எந்தவொரு பொதுப் போக்குவரத்தும் இல்லாததால் பல கிலோ மீட்டர்களுக்கு கால்நடையாகவே பயணிக்கத் துவங்கினார்கள். பசி, சோர்வு, விபத்து உள்ளிட்ட காரணங்களால் வழியிலேயே பல மரணங்கள் நிகழ்ந்தன. பலர் கைது செய்யப்பட்டார்கள். தொற்று பரவும் அச்சம் காரணமாக மாநில,

மாவட்ட எல்லைகள் மூடப்பட்டன. தங்களின் சொந்த ஊருக்குக் கிளம்பிய மக்கள், வழியில் மாட்டிக்கொண்டு அவதிப்பட்டார்கள். இந்தியப் பிரிவினைக்குப் பிறகு, மக்கள் மிக அதிகமாக இடம்பெயர்ந்த சம்பவமாக இந்தச் சூழல் கருதப்படுகிறது.

இந்தப் பின்னணிக் காட்சிகளுடன் 'Bheed' (பெருந்திரள் - கூட்டம்) என்கிற இந்தித் திரைப்படம் இயங்குகிறது. கோவிட் தொற்று தேசம் முழுக்க ஏற்படுத்திய பதற்றம்தான் இந்தப் படத்தின் பின்னணி. எனினும் மிக மிக நெருக்கடியான சூழலில்கூட சாதிய, மத உணர்வுகள் நெகிழ்வடையாதவாறு சாதி என்னும் அமைப்பு இந்தியாவுக்குள் கெட்டி தட்டிப் போயிருக்கும் அவலத்தையும் இந்தத் திரைப்படம் சித்திரிக்கிறது.

சாதிய அவமதிப்புகள் - நிரந்தரமாகப் பதிந்திருக்கும் உளவியல் அச்சம்

இன்ஸ்பெக்டர் சூர்யகுமார். இளம் காவல் அதிகாரி. ஒடுக்கப்பட்ட சமூகத்தில் பிறந்தவர். காவல் துறையில் பணிகிடைத்தாலும் கூட இளம் வயதில் சந்தித்த சாதிய அவமதிப்புகள் அவருடைய ஆழ்மனதில் உறைந்திருக்கின்றன. இன்னமும் துரத்துகின்றன. அத்தகைய சூழலைச் சந்திக்க நேரும்போதெல்லாம் பதற்றமடைந்து திகைத்து நின்று விடுகிறார். பணியிடத்தில் நிகழக்கூடிய அவமதிப்பின் காரணமாக, தன்னுடைய குடும்பப் பெயரை அவர் வெளிப்படுத்துவதில்லை.

முற்பட்ட சமூகத்தைச் சேர்ந்த ரேணு என்கிற பெண்ணை சூர்யா காதலிக்கிறார். அவளுடைய தந்தையைச் சந்தித்து பெண் கேட்க சூர்யாவுக்கு மிகவும் தயக்கமாக இருக்கிறது. ஒரு தனிமையான சூழலில் சூர்யாவும் ரேணுவும் பாலுறவு கொள்ள ஆரம்பிக்கிறார்கள். ஆரம்பக் கட்டத்திலேயே சூர்யா உறைந்து செயலிழந்துவிடுகிறான். முற்பட்ட சமூகத்தைச் சேர்ந்தவர்களைத் தொடுவதுகூட 'தீட்டு' என்று வளர்க்கப்பட்ட அவனால், அந்தச் சமூகத்தைச் சேர்ந்த ரேணுவுடன் சகஜமாகப் புழங்க முடியவில்லை. ரேணுதான் அவனுக்கு நம்பிக்கையூட்ட வேண்டியிருக்கிறது.

இப்படியொரு சூழலில்தான் லாக்டவுன் அறிவிக்கப்படுகிறது. மாவட்ட எல்லையில் உள்ள ஒரு காவல் மையத்தை நிர்வகிக்கும் தலைமைப் பொறுப்பு கிடைப்பதால் சூர்யா மகிழ்ச்சியடைகிறார். அவருடைய மனத்தடையிலிருந்து நகர்ந்து ஒரு துளி முன்னேறும் வாய்ப்பு அது. ஆனால் அந்தப் பொறுப்பில் பல சிக்கல்கள்

நிகழ்கின்றன. அவற்றை சூர்யா எவ்வாறாக எதிர்கொள்கிறார் என்று இதன் திரைக்கதை விரிகிறது.

பல்வேறு மனிதர்கள் - ஒரே பிரச்சினை

'If you know your history, then you would know where you coming from' என்கிற பாப் மார்லியின் மேற்கோளுடன் இந்தத் திரைப்படம் துவங்குகிறது. இடம்பெயரும் மக்கள் பயணக்களைப்பில் ரயில் தண்டவாளத்தில் அயர்ந்து உறங்குகிறார்கள். லாக்டவுன் காரணமாக ரயில் வராது என்கிற நம்பிக்கையில். ஆனால் ரயில் வருகிறது. இப்படியொரு அவலமான காட்சியுடன் படம் ஆரம்பிக்கிறது.

சூர்யா பாதுகாத்து நிற்கும் எல்லையின் அருகே ஒரு மக்கள் திரள் வருகிறது. பல்வேறு தரப்பட்ட மக்கள் அதில் இருக்கிறார்கள். குடிகாரத் தகப்பனைக் காப்பாற்றி சைக்கிளில் சுமந்து வரும் மகள், வாட்ச்மேன்களாக பணியாற்றுபவர்களின் குடும்பங்கள், பிரச்னை தரும் கணவருக்கு முன்பாகத் தன் மகளை அழைத்து வரக் கிளம்பும் ஒரு பணக்கார தாய், அமைச்சரின் உறவினர், கிடைத்த வாகனத்தில் ஏறி சொந்த ஊருக்குச் செல்லத் துடிககும் ஏராளமான எளிய மக்கள், அந்த எல்லையைக் கடக்கத் தவிக்கிறர்கள். அங்கிருந்து சிறிது பயணத்தில் தங்களின் இருப்பிடத்தை அவர்களால் அடைந்துவிட முடியும். ஆனால் அரசாங்கத்தின் இரும்பு விதிகள் அவர்களை அங்கேயே தடுத்து நிறுத்துகின்றன.

அமைச்சரின் உறவினர் தன்னுடைய செல்வாக்கைப் பயன்படுத்த முயற்சி செய்கிறார். பணக்காரத் தாய் எப்படியாவது குறுக்கு வழியில் சென்றுவிட முடியாதா என்று துடிக்கிறார். வாட்ச்மேன்களின் குடும்பத்தில் உள்ள குழந்தைகள் பசியால் கதறி அழுகின்றன. பெண்கள் மறைவிடங்களைத் தேடி அலைகிறார்கள். கான்கிரீட் கலவை இயந்திரத்துக்குள் பதுங்கிக்கொண்டு உயிருக்கு ஆபத்தான நிலையில் சிலர் எல்லையைக் கடக்க முயன்று போலீஸாரிடம் பிடிபடுகிறார்கள்.

இரும்புத்தனமான விதிகளுடன் இயங்கும் அரசாங்கம்

தனக்குத் தரப்பட்ட கடமையைச் சரியாக நடைமுறைப்படுத்த எண்ணுகிறார் சூர்யா. அதேநேரத்தில் காவல்துறையின் மூர்க்கமான அடக்குமுறைகளைப் பின்பற்றுவதில் அவருக்கு நம்பிக்கை யில்லை. அடித்தட்டிலிருந்து வந்திருப்பதால் இந்தச் சூழலை கரிசனத்துடன் அணுக முயற்சிக்கிறார். எல்லையைக் கடந்து

ஊருக்குள் செல்லத் துடிக்கும் அனைவரையும் முதலில் அமைதிப்படுத்தி அமர வைக்கிறார்.

அந்தச் சூழலைப் பார்த்தால் இந்தியாவின் ஒரு துண்டுச் சித்திரம் போலவே இருக்கிறது. சாதி, வர்க்கம், அதிகாரம் என்று பல்வேறு தரப்பு மனிதர்கள் இருக்கிறார்கள். ஆனால் ஒரே பிரச்னைதான். கடுமையான கட்டுப்பாடுகளை விதிக்கும் அரசாங்கம், மக்களுக்கான பிரச்னைகளைத் தீர்ப்பதில் போதிய அக்கறை காட்டுவதில்லை. சூர்யாவின் மேலதிகாரி 'நிலைமை கட்டுக்குள் இருக்கிறதா?' என்று மட்டும்தான் விசாரிக்கிறாரே தவிர, அதற்கான வசதிகளைச் செய்து தருவதில்லை. இருக்கின்ற காவல் துறையினரை வைத்து சமாளிக்க வேண்டிய நிலைமை.

வாகனத்தில் உள்ள குழந்தைகள் பசியால் அழுவதால், பக்கத்து வாகனத்திலுள்ள இஸ்லாமியர்கள் கருணையுடன் உணவு அளிக்க முன் வருகிறார்கள். ஆனால் சாதிய வெறி கொண்ட பல்ராம் திரிவேதி, ஆவேசத்துடன் அந்த உணவை திருப்பித் தருகிறார். கண்ணுக்கு எதிரே உயிர்கள் பறிபோய்க் கொண்டிருக்கும் சூழலில்கூட தங்களின் சாதி, மத உணர்வுகளைக் கைவிடப் பலர் தயாராக இருப்பதில்லை. இஸ்லாமியர்களால்தான் தொற்று பரவுகிறது என்கிற வாட்சப் வதந்தி காரணமாக கோபம் அவர்களின் மீது திரும்பும் அவலமும் நடக்கிறது.

அதிகாரத்தைக் கழற்றிவிட்டுப் பார்ப்பதுதான் நீதி

கொந்தளிப்பான இந்தச் சூழலை மிகத் திறமையாகக் கையாள்கிறார் சூர்யா. இந்த இடத்துக்குப் பக்கத்தில் ஓர் ஆடம்பரமான புதிய வணிகக்கூடம் இருக்கிறது. ஒரு பக்கம் மக்கள் பசியால் வாடிக் கொண்டிருக்க, அருகில் உள்ள கட்டடத்தில் ஏராளமான உணவுப் பொருட்கள் இருக்கின்றன. இதுவும் இந்தியாவின் வர்க்கப் பிரச்னையைப் பிரதிபலிக்கும் காட்சியாக இருக்கிறது.

சூர்யாவை ஆவேசமாக அணுகும் பல்ராம் திரிவேதி, 'ஒரு மணி நேரம் தருகிறேன். அங்கிருக்கும் உணவுப் பொருட்களை எடுக்க அனுமதியுங்கள். இல்லையென்றால் நாங்கள் உள்ளே புக வேண்டியிருக்கும்' என்று எச்சரிக்கிறார். 'அப்படியெல்லாம் நீங்கள் சட்டத்தை மீற முடியாது' என்று அவரை பதிலுக்கு எச்சரிக்கிறார் சூர்யா.

அதுவரை இன்ஸ்பெக்டர் சூர்யாவைத் தனது சமூகத்தைச் சேர்ந்தவர் என்று நினைத்துக் கொண்டிருக்கும் பல்ராம், குடும்பப்

பெயரை வைத்து ஒடுக்கப்பட்ட சமூகத்தைச் சேர்ந்தவர் என்பதை அறிந்த அடுத்த கணமே 'உன்னோட யூனிபார்முக்காகப் பார்க்கிறேன். உன்னை மாதிரி ஆளுங்கள்லாம் எங்களைத் தடுக்கப் பார்க்கறீங்களா?' என்று சூர்யாவை ஆவேசமாகத் தள்ளி விட்டு துப்பாக்கியைப் பறித்துக்கொண்டு மாலுக்குள் ஓடுகிறார். சாதிய அவமதிப்பை எதிர்கொண்டவுடன் வழக்கம் போல் திகைத்து நின்றுவிடுகிறார் சூர்யா.

அதுவரை சற்று யதார்த்தமாக பயணித்துக் கொண்டிருந்த திரைப்படம், பல்ராம் துப்பாக்கியுடன் சென்றவுடன் நாடகத்தனமானதாக மாறிவிடுகிறது. பல்ராமை 'நக்சல்' என்கிற முத்திரையுடன் சுட்டுக்கொன்றுவிடத் துடிக்கிறது காவல்துறை. ஆனால் உணவுக்காக போராடிய மனிதரை சூர்யா அவ்வாறு நினைப்பதில்லை. சாதிய நோக்கில் தன்னை அவமதித்தவர் என்றாலும் அவர் உயிர் தப்புவதற்கு உதவுகிறார். 'குற்றவாளியை தப்பிக்க விட்டுவிட்டாயே... ஹீரோத்தனம் செய்கிறாயா?' என்று சூர்யாவின் மேலதிகாரி கோபமாக கேட்கிறார்.

'உங்களிடம் உள்ள அதிகாரத்தை எல்லாம் நீக்கிவிட்டு யோசித்துப் பாருங்கள். அதுதான் நீதி. உண்மையில் நீங்கள்தான் முதலில் ஹீரோவாக மாறி இருக்க வேண்டும்' என்று சூர்யா சொல்லும் பதில் முக்கியமானது.

ராஜ்குமார், பங்கஜ் கபூரின் சிறந்த நடிப்பு

சூர்யாவாக ராஜ்குமார் அற்புதமாக நடித்துள்ளார். சாதிய அவமதிப்பை எதிர்கொள்ளும்போது திகைத்து நின்றுவிடுவதும் பிறகு அதிலிருந்து தார்மிக ஆவேசத்துடன் முன்னகர்வதும் என்று பல காட்சிகளில் தனது பங்களிப்பைச் சிறப்பாகத் தந்துள்ளார். பலராம் திரிவேதியாக, பங்கஜ் கபூரின் நடிப்பும் குறிப்பிடத்தக்கது. முழுத் திரைப்படமும் கறுப்பு வெள்ளையில் படமாக்கப் பட்டுள்ளது. காத்திருக்கும் மக்களின் பல்வேறு துயர முக பாவங்களை ஒளிப்பதிவாளர் சௌமிக் முகர்ஜி அற்புதமாகப் பதிவு செய்துள்ளார்.

ஆர்டிகள் 15, முல்க் போன்ற திரைப்படங்களை இயக்கிய அனுபவ் சின்ஹா இந்தப் படத்தை இயக்கி உள்ளார். 'லாக் டவுன் முடிந்தவுடன் இவர்கள் மீண்டும் நகரத்துக்கு வருவார்களா?' என்று ஒருவர் சந்தேகம் எழுப்ப 'நிச்சயம் வருவார்கள்.. அவர்களுக்கு வேறு வழியில்லை' என்று இன்னொருவர் சொல்லும் பதில்

அவர்களின் நிராதரவான நிலையை அழுத்தமாக எடுத்துக்காட்டுகிறது.

ஒடுக்கப்பட்ட சமூகத்தைச் சேர்ந்தவர்கள் கல்வி கற்று முன்னேறினாலும் சாதியம் அவர்களைத் தொடர்ந்து துரத்திக் கொண்டே இருக்கிறது; அவர்களின் ஆழ்மனதில் இது சார்ந்த உளவியல் அச்சம் நிரந்தரமாகப் பதிந்துள்ளது. இவற்றை இந்தத் திரைப்படம் மிக வலிமையாகப் பதிவு செய்துள்ளது.

திரைப்படம் 30

Madam Chief Minister

ஒடுக்கப்பட்ட சமூகத்தில் பிறந்த ஒரு பெண், தனக்கு ஏற்பட்ட தனிப்பட்ட பாதிப்பு காரணமாக முட்டி மோதி அதிகாரத்தை அடைந்து ஒரு மாநிலத்தின் முதலமைச்சராக ஆனாலும்கூட எத்தகைய எதிர்ப்புகள், தடைகளை எல்லாம் அவர் சந்திக்க வேண்டியிருக்கிறது என்பதை 'Madam Chief Minister' என்கிற இந்த இந்தித் திரைப்படம் சித்திரித்திருக்கிறது. உத்தரப்பிரதேச மாநிலத்தின் முதலமைச்சராக இருந்த மாயாவதியை மெலிதாகப் பிரதிபலிப்பது போல் இதன் பிரதான பாத்திரம் வடிவமைக்கப்பட்டுள்ளது.

மதமும் அதிகார அரசியலும் பின்னிப் பிணைந்திருக்கும் இந்திய அரசியலின் பல்வேறு நடைமுறை அவலங்களை இந்தத் திரைப்படம் பிரதிபலிக்கிறது. ஆனால் பல காட்சிகளில் இருக்கும் மிகையான நாடகத்தன்மைகள், திரைப்படத்துக்கென்றே உருவாக்கப்பட்ட அபத்தமான திருப்பங்கள் போன்றவை காரணமாக 'ஒரு கவனிக்கத்தக்க அரசியல் சினிமா' என்று இதை குறிப்பிட முடியவில்லை.

அடித்தட்டு சமூகத்தில் இருந்து ஒரு முதலமைச்சர்

தாரா ரூப்ராம், ஒடுக்கப்பட்ட சமூகத்தைச் சேர்ந்த ஓர் இளம்பெண். இவரது தந்தை, முற்பட்ட சமூகத்தைச் சேர்ந்த சாதி வெறியரால் கொலை செய்யப்படுகிறார். பிறக்கும்போதே ஒரு தடையை

எதிர்கொள்கிறாள் தாரா. அம்மாவின் அன்பு மற்றும் பிடிவாதம் காரணமாக பெண் சிசுக்கொலையிலிருந்து தப்பிக்கிறாள்.

கல்லூரியில் இந்திரமணி திரிபாதி என்கிற இளைஞனோடு தாராவுக்குக் காதல் ஏற்படுகிறது. இரண்டு முறை கருவுற்று காதலனின் ஏற்பாடு காரணமாக அது அழிக்கப்படுகிறது. திருமணம் செய்து கொள்ளும்படி தாரா கேட்கும் போது, அவளது சாதியைச் சுட்டிக்காட்டும் காதலன் 'உன்னை எப்படி திருமணம் செய்து கொள்ள முடியும்? வைப்பாட்டியாக வேண்டுமானால் வைத்துக் கொள்கிறேன்' என்று சொல்ல தாரா கோபமடைகிறாள். முற்பட்ட சமூகத்தைச் சேர்ந்த இந்திரமணி எம்.எல்.ஏவாக ஆவதற்கு முயன்று கொண்டிருக்கிறான். எனவே அவனுக்கு எதிராகத் தேர்தல் பிரசாரம் செய்கிறாள் தாரா.

இதனால் கோபம் கொள்ளும் இந்திரமணி தனது ஆட்களை வைத்து தாராவை அடித்து, கர்ப்பத்தை கலைக்கச் செய்கிறான். 'மாஸ்டர்ஜி' என்று அழைக்கப்படும் ஓர் அரசியல் இயக்கத்தின் தலைவர், வன்முறையிலிருந்து தாராவைக் காப்பாற்றி அடைக்கலம் தருகிறார். அங்கு அரசியல் அரிச்சுவடியைக் கற்றுக் கொள்ள ஆரம்பிக்கிறாள் தாரா. இந்திரமணியை பழிவாங்கத் துடிக்கும் தாராவிடம் 'நீ தனிப்பட்ட காரணத்துக்காக அரசியலுக்குள் வருகிறாயா... உன்னுடைய சமூகத்துக்கு நல்லது செய்ய வருகிறாயா? இரண்டாவதுதான் நோக்கம் என்றால் வரலாம்' என்று மாஸ்டர்ஜி கேட்க, தாரா அதற்கு சம்மதிக்கிறாள்.

குருவை மிஞ்சுகிற சிஷ்யை

தேர்தல் காலத்து சமரசங்களுடன் கூட்டணியை ஏற்படுத்திக் கொள்ளாமல் தன்னுடைய அரசியல் கட்சியை நேர்மையாக நடத்தி வருகிறார் மாஸ்டர்ஜி. தேர்தலில் தோல்விகள் தொடர்ந்தாலும் அதைப் பற்றி அவர் கவலைப்படுவதில்லை. மக்களுக்கு விழிப்புணர்வு ஏற்படுத்துவதும் களத்தில் இறங்கி சேவை செய்வதும்தான் அவரது பிரதான நோக்கமாக இருக்கிறது.

மக்கள் செல்வாக்கையும் மரியாதையையும் உடையவராக இருப்பதால் கூட்டணி அமைக்கக் கட்சிகள் அவரைத் தேடி வருகின்றன. ஆனால் அவற்றையெல்லாம் மறுத்து திருப்பியனுப்புகிறார் மாஸ்டர்ஜி. அவரது நிலைப்பாட்டில் புதிய மாற்றத்தை ஏற்படுத்த முனைகிறாள் தாரா. குருவை மிஞ்சும் சிஷ்யையாக 'அதிகாரத்தை அடையாமல் எப்படி மக்களுக்கு எப்படி நல்லது செய்ய முடியும்?'

என்று வாதாடுகிறாள். ஒரு கட்டத்தில் இதை அனுமதிக்கும் மாஸ்டர்ஜி, கூட்டணிப் பேச்சுவார்த்தைக்காக தாராவை அனுப்புகிறார்.

மதவுணர்வுகளை வைத்து அரசியல் செய்யும் ஒரு கட்சியுடன் கூட்டணிப் பேச்சுவார்த்தையை வெற்றிகரமாக முடிக்கும் தாரா, ஐந்தாண்டு ஆட்சிக் காலத்தை இரண்டு கட்சிகளும் பங்கு போட்டுக் கொள்ளலாம் என்பதைப் பரிந்துரைக்கிறாள். தாராவின் புதிய அணுகுமுறையும் வித்தியாசமான தோ?தல் பிரசாரமும் கட்சிக்கு ஒரு புதிய மறுமலர்ச்சியைத் தருகிறது. மக்களும் தாராவின் அதிரடியான பேச்சினால் ஈர்க்கப்படுகிறார்கள். மாஸ்டர்ஜியின் கூட்டணி பெரும்பான்மையான வாக்குகளைப் பெற்று வெற்றியடைகிறது.

சாதி, பாலினம் ஆகிய இரண்டு காரணங்களால் நிகழும் எதிர்ப்பு

கட்சியிலுள்ள மூத்த தலைவர்களை மீறி தாராவை முதலமைச்சராக்குகிறார் மாஸ்டர்ஜி. 'பதவியில் இருந்து கொண்டு தவறு செய்தால் நானே உன்னைக் கண்டிப்பேன்' என்று எச்சரிக்கையுடன் பதவியில் அமரவைக்கிறார். அடித்தட்டு மக்களுக்காகப் பல நல்ல திட்டங்களை செயல்படுத்துகிறாள் தாரா. தடையை மீறி ஒடுக்கப்பட்ட சமூகத்தினரை ஆலயத்துக்குள் அழைத்துச் செல்கிறாள். அமைச்சரவைப் பட்டியலை கூட்டணிக் கட்சி தரும் போது அதில் தன்னை ஏமாற்றிய முன்னாள் காதலன் இந்திரமணியின் பெயர் இருப்பதைப் பார்த்து 'அவர் அமைச்சர் ஆகக்கூடாது' என்று கறாராக மறுக்கிறாள். 'தனிப்பட்ட காரணத்துக்காக அரசியலைப் பயன்படுத்த வேண்டாம்' என்று சொல்லியிருந்தேனே' என்று மாஸ்டர்ஜி கோபிக்கிறார்.

கூட்டணி கட்சியில் மட்டுமல்லாது சொந்தக் கட்சியில் இருந்தே எதிர்ப்புகளைச் சம்பாதிக்கிறாள் தாரா. தாராவின் அணுகுமுறைகள் சிலவற்றில் அதிருப்தி இருந்தாலும் அவரே முதலமைச்சராகத் தொடர வேண்டும் என்பதை தீர்மானமாகச் சொல்கிறார் மாஸ்டர்ஜி. இதனால் கூட்டணிக் கட்சியினரால் கொலை செய்யப்படுகிறார். தன்னுடைய அரசியல் ஆசான் மற்றும் வழிகாட்டியை இழந்த காரணத்தினால் தாராவின் ஆவேசம் அதிகமாகிறது.

கூட்டணிக் கட்சியைச் சேர்ந்த எம்.எல்.ஏக்களை கடத்திச் சென்று மந்திரிப்பதவி தருவதாகப் பேரம் பேசுகிறாள். இதைக் கேள்விப்பட்டு ஆத்திரப்படும் கூட்டணிக் கட்சியின் தலைவர் தனது

அடியாட்களுடன் வர, அங்கு நிகழும் மோதலில் தன்னுடைய உயிரைப் பணயம் வைத்து முதலமைச்சரைக் காப்பாற்றுகிறார், அரசியல் ஆலோசகரான தேனிஷ் கான். எனவே அவரையே திருமணம் செய்து கொள்கிறாள் தாரா.

ரிச்சா மற்றும் சௌரப் சுக்லாவின் அற்புதமான நடிப்பு

முதலமைச்சரின் மீது கொலைத் தாக்குதல் நடத்தியதாகக் குற்றம் சாட்டப்பட்டு கூட்டணித் தலைவர் சிறையில் அடைக்கப்படுகிறார். இதனால் அவரது கட்சியின் உறுப்பினர்கள், தாராவின் கட்சியில் வந்து இணைகிறார்கள். இதனால் தாராவின் அரசியல் பலம் அதிகமாகிறது. தப்பிச் செல்லும் இந்திரமணியை தனது தம்பியின் மூலம் கொலை செய்கிறாள். ஜாமீனில் வெளியே வரும் கூட்டணிக் கட்சித் தலைவர் சி.பி.ஐ. விசாரணையைக் கோருவதால் தாராவின் சி.எம்.பதவிக்கு ஆபத்து வருகிறது. எனவே தனது கணவரை முதலமைச்சராக்குவது என்று முடிவு செய்கிறாள்.

தாராவின் உடல்நிலை திடீரென பலவீனம் அடைகிறது. அவளுடைய உணவில் மெல்லக் கொல்லும் விஷம் கலந்திருப்பதை தாராவின் நம்பிக்கைக்குரிய மருத்துவர் அம்பலப்படுத்துகிறார். இந்தச் சதிக்குப் பின்னால் தன்னுடைய கணவர் இருப்பதை அறிந்து அதிர்ச்சியடையும் தாரா, கணவரை நுட்பமாகப் பழி வாங்கிவிட்டு அந்த சென்டிமென்ட்டையே வைத்து தனது பதவியை காப்பாற்றிக் கொள்வதோடு படம் முடிகிறது.

தாராவாக ரிச்சா சதா நடித்திருக்கிறார். ஆஹா ஓஹோவென்று பாராட்ட முடியாவிட்டாலும் குறை சொல்ல முடியாத நடிப்பு. ஒன்றும் அறியாத இளம்பெண்ணாக இருக்கும் போது காட்டும் பிடிவாதம், கோபம், அதிகாரத்துக்குள் நகரும் போது காட்டும் உறுதி, அங்கு தன்னுடைய இருப்பை நிலைநாட்டிக் கொள்வதற்காகச் செய்யும் அரசியல் வியூகங்கள், தந்திரங்கள், அரசியல் மேடையில் மக்களிடம் கவர்ச்சிகரமாகப் பேசுவது, அரசியல் ஆசானுக்கு காட்டும் உண்மையான மரியாதை போன்ற காட்சிகளில் ரிச்சாவின் நடிப்பு நன்றாக இருக்கிறது.

தாராவின் அரசியல் ஆசான் 'மாஸ்டர்ஜி'யாக நடித்திருக்கும் சௌரப் சுக்லாவின் நடிப்பு அற்புதமாக இருந்தது. 'அதிகாரம் என்பதின் போதை மிக மிக ஆபத்தானது. அது எந்தவொரு மனிதனையும் சமரசங்களுக்கும் தீயவழிக்கும் நகர்த்திச் செல்லும்' என்பதில் நம்பிக்கையுள்ளவராக இருக்கிறார். தாராவின் சில அணுகுமுறைகள், தனிப்பட்ட பழிவாங்கும் குணம்

போன்றவற்றில் மாறுபட்ட கருத்து இருந்தாலும் தாராவிடமுள்ள அடிப்படையான நேர்மை குறித்து அவருக்கு மதிப்பும் பிரியமும் இருக்கிறது.

'மெட்ரோவை விடவும் கோயில் முக்கியம்'

ஒடுக்கப்பட்ட சமூகத்தைச் சேர்ந்தவள் மற்றும் பெண் ஆகிய இரண்டு அடிப்படையான காரணங்களுக்காக அரசியலில் தாரா எதிர்கொள்ளும் தடைகள், அவமதிப்புகள், எதிர்ப்புகள் போன்றவை காட்சிகளில் சித்திரிக்கப்பட்டிருந்தாலும் ஒரு காட்சி கூட அழுத்தமானதாகவோ உணர்வுபூர்வுமானதாகவோ இல்லை. மாறாக நாடகத்தனமான திருப்பங்கள்தான் இருக்கின்றன. தனது பதவியை காப்பாற்றிக் கொள்வதற்காகவும், தனிப்பட்ட பழிவாங்குதலுக்காகவும் தாரா எந்த எல்லைக்கும் செல்கிறாள் என்பது போல் பல காட்சிகள் பயணிப்பதால் படம் என்னதான் சொல்ல வருகிறது என்பதில் தெளிவில்லை.

தாராவைப் பதவியில் இருந்து அப்புறப்படுத்துவதற்காக அவரது கட்சியில் இருந்தே சதி நடக்கிறது. 'அவள் பல நல்ல திட்டங்களை செயல்படுத்தி வருகிறாள். மெட்ரோ ரயில் திட்டத்தைக் கூட விரைவில் கொண்டு வரப்போகிறாளாம்' என்று ஒருவர் சொல்ல 'இங்கு மெட்ரோ கொண்டு வருபவர்களை விடவும் கோயில் கட்டுபவர்களைத்தான் மக்கள் அதிகமாக நம்புவார்கள்' என்கிற வசனம், மத அரசியலின் ஆபத்தைச் சுட்டிக்காட்டுகிறது. இது போல் ஆங்காங்கே தெரியும் அரசியல் விமர்சனங்களுக்காக, இந்தத் திரைப்படத்தை 'தலித் சினிமா'வின் வரிசையில் வைக்கலாம்.

திரைப்படம் 31

சேத்துமான்

இந்தியாவில் சாதியும் மதமும் உணவும் ஒன்றோடு ஒன்று பின்னிப் பிணைந்துள்ளன. ஒருவரின் உணவுப்பழக்கத்தை வைத்து அவருடைய சாதியை அடையாளப்படுத்துவது, கிண்டல் செய்வது, மலினமாக எண்ணுவது, அருவருப்புடன் பார்ப்பது, பாரபட்சத்துடன் அணுகுவது போன்றவை சமூகத்தில் இயல்பாக உள்ளன. உணவுப் பழக்கம் என்பது இனக்குழுக்களின் வரலாற்று பின்னணி சார்ந்தது. ஒரு நிலப்பிரதேசத்தின் தன்மை முதற்கொண்டு பல்வேறு காரணிகள் உணவுப் பழக்கத்தைத் தீர்மானிக்கின்றன. தாவரங்கள் வளர்வதற்கு போதிய சூழல் இல்லாத பனிப்பிரதேசங்களில் விலங்குகளின் இறைச்சிதான் பிரதான உணவாக இருக்க முடியும்.

ஒவ்வொரு சமூகத்துடைய உணவுப்பழக்கத்தின் பின்னாலும் இப்படி பல்வேறு கலாசாரக் காரணிகள் இருக்கின்றன. மேலும் ஒருவரின் உணவுப்பழக்கம் என்பது அவருடைய தனிப்பட்ட உரிமையும் கூட. ஆனால் சில உணவுப்பழக்கங்களை பொதுவில் அத்தனை எளிதில் சொல்லி விட முடியாது. 'மாட்டுக்கறி சாப்பிடுகிறேன்' என்று ஒருவர் சொன்னால் அவருடைய சாதியை ஆராய்ந்து அருவருப்புடன் பார்க்கும் மேட்டிமைக்குணம் பலரிடமும் இருக்கிறது. மாட்டுக் கறி வைத்திருந்த காரணத்தினாலேயே ஒருவர் அடித்துக் கொல்லப்படும் அளவுக்கு மத அரசியல் நோய் இந்தியாவில் முற்றியுள்ளது.

மாட்டுக்கறியைப் போலவேதான் பன்றிக்கறியும். மலம் தின்று வளரும் ஒரு பிராணியை மனிதனால் எப்படி தின்ன முடியும் என்கிற அருவருப்புடன் பார்க்கிறவர்கள், சாதியக் கண்ணோட்டத்துடன் வெறுக்கிறவர்கள் அதிகம். பன்றி என்பதே ஒடுக்கப்பட்ட சமூகத்தின் ஒரு குறியீடுதான்.

சேத்துமான் - படமாக்கப்பட்ட பெருமாள் முருகனின் சிறுகதைகள்

2022-ல் வெளியான 'சேத்துமான்' என்கிற திரைப்படம், ரகசியமாகப் பன்றிக்கறி சாப்பிட விரும்புகிற ஒரு பண்ணாடியின் வழியாக ஒரு நிலப்பிரதேசத்தின் சாதிய ஒடுக்குமுறையையும் பாரபட்சக் கொடுமையையும் மிக இயல்பான திரைமொழியில் பதிவு செய்துள்ளது.

எழுத்தாளர் பெருமாள்முருகனின் 'வறுகறி' மற்றும் 'மாப்பு குடுக்கோணுஞ் சாமீ' ஆகிய இரண்டு சிறுகதைகளை அடிப்படையாக வைத்து இந்தத் திரைப்படம் உருவாக்கப் பட்டுள்ளது. இயக்குநரின் வேண்டுகோளுக்கு இணங்க பெருமாள் முருகனே திரைக்கதையையும் எழுதியுள்ளார். இதுவரை தமிழ் சினிமாவில் மிகைப்படுத்தப்பட்ட தொனியில் ஒலித்துக் கொண்டிருந்த கொங்குப் பிரதேசத்தின் வட்டார மொழி, இந்தப் படத்தில் மிக இயல்பாக ஒலிக்கிறது. அந்தப் பிரதேசத்தின் கலாசாரக் கூறுகள் யதார்த்தமான காட்சிகளின் வழியாகப் பதிவாகியுள்ளன.

நடிப்பு முதற்கொண்டு தொழில்நுட்ப பயன்பாடு வரை எந்தவொரு இடத்திலும் மிகையே இல்லை என்பதுதான் இந்தப் படத்தின் தனித்துவம். 'சேத்துமான்' திரைப்பட இயக்குநர் தமிழ், அதற்கு முன்பாக சில வணிகத் திரைப்படங்களில் உதவி இயக்குநராகப் பணிபுரிந்தார். அந்தப் பாதையில் முன்னகர்வதற்கு பல சிரமங்களை அவர் எதிர்கொள்ள வேண்டியிருந்தது. தான் எடுக்க விரும்புகிற சினிமா இதுவல்ல என்கிற எண்ணம் ஒரு கட்டத்தில் அவருக்குத் தோன்றுகிறது. அந்த எண்ணத்தை அவருக்குள் விதைத்தது, ' ஒழிவுதிவசத்தே களி' என்கிற மலையாளத் திரைப்படம். குறைந்த பட்ஜெட்டில், இயல்பான தொனியில் ஓர் ஆழமான சமூகப் பிரச்னையைத் தன்னால் சொல்ல முடியும் என்கிற நம்பிக்கையை அந்தப் படம் அவருக்குள் தோற்றுவித்தது.

எளிமையான திரைமொழியில் கவனம் ஈர்க்கும் காட்சிகள்

இரானிய திரைப்படங்களின் எளிமையோடும் அழகியலோடும் தன்னுடைய திரைப்படத்தை உருவாக்கிய விரும்பிய தமிழ்,

இலக்கிய எழுத்தைத் திரைப்படமாக்கலாம் என்கிற விருப்பத்தோடு தேடிய வேட்டையில் பெருமாள்முருகனின் சிறுகதைகள் கிடைத்தன. குறிப்பாக 'வறுகறி' சிறுகதையின் கடைசி வரி அவரை ரொம்பவும் பாதித்தது; தான் அனுபவித்த உணர்வை சினிமாவின் மூலமாக கடத்த முடியும் என்கிற நம்பிக்கையையும் அது ஏற்படுத்தியது.

'சேத்துமான்' படத்தை, குறைந்த பட்ஜெட்டுக்குள் தயாரிப்பதற்காகப் பல இடங்களில் அலைந்த இயக்குநர், ஒரு கட்டத்தில் அதன் சாத்தியமின்மையை உணர்ந்து சொந்தமாகத் தயாரிப்பதற்கு முயற்சி செய்தார். சினிமா காமிராவை வாடகைக்கு எடுப்பதற்கே அவரிடம் நிதி போதாது என்கிற யதார்த்தம் அப்போதுதான் அவருக்கு உறைத்தது.

ஒடுக்கப்பட்ட சமூகத்தின் கருத்தியல் தொடர்பான திரைப்படங்களை இயக்குவதிலும் தயாரிப்பதிலும் ஆர்வமுள்ள இயக்குநர் பா.ரஞ்சித்தை இயக்குநர் தமிழ் அணுகுகிறார். உடனே ஒப்புதல் கிடைக்கிறது. 'நீலம்' புரொடெக்ஷன்ஸ் தயாரித்துள்ள இந்தத் திரைப்படம், கொரானோ காலத்து சிரமங்களில் திரையரங்குகளில் வெளியாக முடியாத நிலையில் ஓடிடி பிளாட்ஃபார்மில் வெளியானது. பல்வேறு விருதுகளைப் பெற்றுள்ள இந்தத் திரைப்படம், விமர்சகர்கள் மற்றும் பார்வையாளர்களின் பாராட்டுதலையும் பெற்றது.

மாட்டுக்கறியைப் பொதுவில் சொல்ல முடியாதவர்கள் 'பெரிய ஆட்டுக்கறி' என்கிற ரகசிய குறியீட்டுப் பெயரில் சொல்கிற நடைமுறைப் பழக்கம் இருக்கிறது. அதைப் போலவே பன்றியை 'சேத்துமான்' என்று கொங்கு பிரதேசத்தில் குறிப்பிடுவதாக சொல்கிறார்கள். 'சேற்றில் உள்ள மான்' என்று பொருள்.

தாத்தா பூச்சியப்பனும் பேரன் குமரேசனும்

பூச்சியப்பன் என்கிற பெரியவர், தனது பேரன் குமரேசனுடன் ஊரைவிட்டுத் தள்ளி ஒதுக்குப்புறமாக வாழ்ந்து வருகிறார். கூடவே ஓர் ஆட்டுக்குட்டி. தனது பேரன் கல்வி கற்று பெரிய ஆளாக வர வேண்டும் என்கிற கனவு அவருக்குள் நிரம்பி வழிகிறது. சிரமம் பார்க்காமல் அவனைத் தோளில் தூக்கிவைத்துக்கொண்டு நீண்ட தூரம் நடந்து பள்ளிக்கூடத்தில் விட்டு அழைத்துச் செல்வதை அன்றாட வழக்கமாக வைத்திருக்கிறார். கூடை முடைந்து பிழைப்பு நடத்தும் பூச்சியப்பன், அந்தச் சுமையோடு பேரனையும் மகிழ்ச்சியோடு தோளில் தாங்குகிறார்.

சிறுவன் குமரேசனின் பெற்றோர், அதாவது பூச்சியப்பனின் மகனும் மருமகளும் என்னவானார்கள்? இறந்துவிட்டார்கள். அது இயற்கையான மரணமில்லை. கொல்லப்பட்டார்கள். ஊருக்குள் நாலைந்து மாடுகள் அடுத்தடுத்து இறந்து போகின்றன. இறந்த மாடுகளை முற்பட்ட சமூகத்தினர் பூச்சியப்பனின் சமூகத்திடம் ஒப்படைக்கிறார்கள். தோலுக்குக் காசு தர வேண்டும் என்கிற நிபந்தனையுடன். இவர்கள் அந்த மாடுகளைச் சமைத்துச் சாப்பிடும் போது ஊர் மக்களுக்கு ஒரு சந்தேகம் வருகிறது. கறிக்காகத்தான் மாடுகளை மருந்துவைத்து இவர்கள் கொன்றிருப்பார்களோ என்று. பெரிய பெரிய தடிகளைத் தூக்கி எடுத்துக் கொண்டு வந்து இவர்களை பயங்கரமாக தாக்குகிறார்கள். மற்றவர்கள் ஓடி தப்பிப் பிழைக்க, பூச்சியப்பனின் மகன் சண்டையிட்டு இறக்கிறான். அதாவது கொல்லப்படுகிறான். இந்தக் கலவரத்தில் அடிபடும் மருமகளும் ஆண் குழந்தையைப் பெற்றுப்போட்டுவிட்டு இறக்கிறாள். இதுதான் பூச்சியப்பனின் பின்னணி.

பெயருக்கேற்ப வாயில்லா பூச்சியாக வாழ்பவர் பூச்சியப்பன். கூடை வியாபாரத்தை சாமர்த்தியமாக நடத்தத் தெரியாமல், கொடுத்ததை வாங்கிக் கொள்பவர். தனக்குத் தெரிந்த தொழிலை ஏமாற்றாமல் நேர்மையாக நடத்த வேண்டும் என்று இருப்பவர்.

பேரனைத் தூக்கிக்கொண்டு இந்த ஊருக்குள் அநாதரவாக நுழையும்போது வசிக்க இடமும் உணவும் தந்தவர் பண்ணாடி வெள்ளையன். எனவே ஆதாயமே இல்லாவிட்டாலும் வெள்ளையனுக்கு விசுவாசமாகப் பல வேலைகளைச் செய்கிறார். ஏன் பூச்சியப்பா.. இப்படி பிழைக்கத் தெரியாத ஆளா இருக்கற என்று மற்றவர்கள் சொன்னாலும் காதில் வாங்கிக் கொள்வதில்லை. தனது மகனும் மருமகளும் ஆதிக்கச் சக்திகளால் கொல்லப் பட்டதின் காரணமாக பேரனைப் பொத்திப் பொத்தி வளர்க்கிறார். எந்தவொரு வம்புக்கும் செல்வதில்லை. பகையையும் தேடிக் கொள்வதில்லை. இப்படிப்பட்ட பாவப்பட்ட ஆசாமிக்கு வேறு மாதிரியான தீர்ப்பை விதி எழுதி வைக்கிறது. அது விதியல்ல. ஆதிக்கத் திமிர் கொண்டவர்களின் சதி.

கல்வி - ஒடுக்கப்பட்ட சமூகத்தினரை விடுவிக்கும் கனவு

தனது பேரனைத் தோளில் தூக்கிக்கொண்டு பூச்சியப்பன் வெயிலில் நடக்கும் காட்சியோடு படம் துவங்குகிறது. 'என் பொன்னுகுட்டி நல்லா படிக்கணும்.. பெரிய அதிகாரியா வரணும். காரு, பங்களான்னு இருக்கணும்' என்கிற தன்னுடைய கனவை ஆசை

ஆசையாக சொல்கிறார் பூச்சியப்பன். பாசத்தைக் கொட்டித் தன்னை வளர்க்கும் தாத்தாவிடம் பதிலுக்கு பிரியத்தைக் காட்டுகிறான் பேரன்.

பன்றி வளர்க்கும் தொழிலைச் செய்பவர் ரங்கன். தங்களை அடக்கி ஒடுக்க நினைக்கும் ஆதிக்க மனோபாவம் கொண்டவர்களை எதிர்த்துப் பேசும் துணிச்சல் கொண்டவர். தன்னுடைய மகளை டீ, வடை வாங்கி வர அனுப்பும் பள்ளி ஆசிரியரைத் தட்டிக் கேட்கிறார். 'பேசணும்.. பூச்சியப்பா. நாம பேசினாலே காது கேக்காத மாதிரி இருப்பானுங்க' என்று பூச்சியப்பனிடம் அவ்வப்போது உபதேசம் செய்கிறார். டீக்கடையில் தங்களுக்கும் கிளாஸில் டீ தரச் சொல்லி அழுத்தம் கொடுக்கிறார் ரங்கன். ஆனால் டீயை அருந்தாமல் பூச்சியப்பன் கீழே வைத்து விட்டு சொல்லும் வசனம் ரசிக்கத்தக்காக இருக்கிறது: 'இல்ல. அவங்க குடிச்ச கிளாசில குடிக்கணுமான்னு யோசிக்கறேன்'.

மரத்தைக் கூட அல்ல; இரு நிலத்துக்கும் பொதுவான இடத்தில் இருந்த மரத்தின் கிளையை வெட்டியதில் வெள்ளையனுக்கும் அவருடைய பங்காளி சுப்ரமணிக்கும் இடையே சச்சரவு ஏற்படுகிறது. இது நீண்ட காலமாகத் தொடரும் பகை. இந்தப் பஞ்சாயத்துக்கு ஆள் சேர்ப்பதற்காக பூச்சியப்பனையும் காரில் அழைத்துக் கொண்டு செல்லும் வெள்ளையன், தன் பங்காளி குறித்து கோபமாகச் சொல்கிறார். 'நான் திண்ணையைப் பிடிச்சு நடந்தப்ப... என்--ப் பிடிச்சு நடந்த பய'.

கலாசார மணம் கமழும் வசனங்கள்

வசனங்களில் இது போல் இயல்பாக வந்து விழும் வசைகள், கலாசார பதிவு நோக்கில் ரசிக்கத்தக்கதாக இருக்கின்றன. இன்னொரு இடத்தில் தன் பங்காளி தனக்குச் செய்து வரும் தொடர்ச்சியான குடைச்சலைப் பற்றி சொல்லும் போது 'அவன் செஞ்ச கொடுமை இருக்கே.. அது அந்த மூளிஅலங்காரி, நல்லதங்காளுக்கு செஞ்ச கொடுமையவே தோற்கடிச்சிடும்' என்கிறார் வெள்ளையன். மக்களின் மொழியில் இயல்பாக வெளிப்படும் தொன்மைக் கதையாடல்களின் வாசனையும் மேற்கோள்களும், சிறப்பாக வசனம் எழுதிய பெருமாள் முருகனைப் பாராட்டச் சொல்கின்றன.

மரக்கிளையை வெட்டியது தொடர்பாக நிகழும் பஞ்சாயத்துக் காட்சி சிறப்பாகக் காட்சிப்படுத்தப்பட்டிருக்கிறது. இயல்பாகப்

பேசிக் கொண்டிருக்கும் மனிதர்களையும் ஒரு கட்டத்துக்குப் பிறகு அவர்களுக்குள் நடக்கும் ஆவேசமான மோதல்களையும் பூச்சியப்பன் மௌன சாட்சியாக ஓரமாக நிற்பதையும் காமிரா அற்புதமாக பதிவு செய்திருக்கிறது. பஞ்சாயத்தில் தனக்காக பூச்சியப்பன் சாட்சி சொல்வானா என்று எதிர்பார்க்கிறார் பண்ணாடி வெள்ளையன். மௌனமாக தலையைக் குனிந்து கொள்கிறார் பூச்சியப்பன். அப்போது கூட இருக்கிற ஒருவர் சொல்லும் வசனம் முக்கியமானது. 'நமக்கு சாட்சி சொன்னான்னு அடிபட்டா கேக்கக்கூட நாதி கிடையாது'. ஒடுக்கப்பட்ட சமூகத்தினர் எத்தனை நிராதரவான இடத்தில் நிற்க வைக்கப்படுகிறார்கள் என்பதை இந்த ஒரு வசனமே கச்சிதமாகச் சொல்லிவிடுகிறது. பூச்சியப்பன் சாட்சி சொன்னால் பங்காளி தரப்பால் சாகடிக்கப்படுவார் என்பது மிக இயல்பாக, ஏதோ அதுதான் நடைமுறை என்பது போல இவர்களின் உரையாடலில் வெளிப்படுகிறது.

'மினிமலிச' பாணியைப் பயன்படுத்தியிருக்கும் இயக்குநர்

பஞ்சாயத்து முடிந்து பங்காளியைத் தோற்கடித்த அற்பமான திருப்தியோடு தன் நண்பர்களுடன் மது அருந்தியபடி வெள்ளையன் உரையாடும் காட்சியும் நன்றாகப் படமாக்கப்பட்டிருக்கிறது. காமிரா நிலையாக நிற்க, தூரத்தில் மனிதர்கள் இயல்பான அசைவுகளில் இயங்கிக் கொண்டிருக்கிறார்கள். வெள்ளையனுக்கு 'சேத்துமான் கறி' சாப்பிட வேண்டுமென்கிற ஆசை ஏற்படுகிறது. ஆனால் அது எத்தனை எளிதான விஷயமில்லை 'பீ திங்கற பன்னிய நீ தின்னுட்டு வந்தா வெளக்குமாறு அடிதான். வூட்டுக்குள்ள சேர்க்க மாட்டேன்' என்று வெள்ளையனின் மனைவி கடுமையாக எச்சரிக்கிறாள். சாதியத்தை வளர்த்துக் காப்பாற்றுவதில் பெண்களின் பங்கும் எத்தனை முக்கியமானதாக இருக்கிறது என்பதை இது போன்ற காட்சிகள் உணர்த்துகின்றன.

'நீ ஒரு கூறு சேர்ந்துக்கறியா?' என்று ஒவ்வொரு நண்பரையும் கேட்கிறார் வெள்ளையன். அவர்களுக்கும் பன்றிக்கறி சாப்பிடுவதில் உள்ளார்ந்த ஆசை இருந்தாலும் மனைவிமார்களின் ஏச்சுகளுக்குப் பயப்படுவதால் ஏதோவொரு காரணம் சொல்லி நழுவுகிறார்கள். அவர்கள் சென்ற பிறகு பின்னால் திட்டுகிறார் வெள்ளையன்.

தாத்தா பூச்சியப்பனுக்கும் பேரன் குமரேசனுக்குமான பாசப்பிணைப்பு பல காட்சிகளில் வெளிப்படுகிறது. பள்ளிக்குப் போக தாமதமாகிவிட்டதால் 'காக்கா, குருவில்லாம். உன்னை தேடுச்சு' என்று செல்லமாக எழுப்பும் தாத்தாவிடம் கோபித்துக்

கொள்கிறான் பேரன். சிறிது நேரத்திலேயே இணைந்து கொள்கிறான். 'ஒத்த பையனை வெச்சுட்டு ஏன் மாமா கஷ்டப்படறீங்க. எங்க கிட்ட கொடுத்துடுங்க. ஒரு வாய் கஞ்சி நாங்க ஊத்த மாட்டோமா' என்று உறவினர்கள் கேட்க, பதிலேதும் சொல்லாமல் விறுவிறுவென்று நடந்து வந்துவிடுகிறார் பூச்சியப்பன். 'என்னை யார் கிட்டயும் விட்டுடாதீங்க தாத்தா' என்று குமரேசனும் தாத்தாவை இறுக்கமாகக் கட்டியணைத்துக் கொள்கிறான்.

உறைய வைக்கும் கிளைமாக்ஸ் காட்சி

கூத்து பார்க்காமல் திரும்பிய காரணத்தால் சோகம் அடையும் பேரனுக்கு குடிசைக்குள் பூச்சியப்பன் கூத்து நடத்திக் காட்டும் காட்சி அற்புதமாகப் படமாக்கப்பட்டிருக்கிறது. பன்றிக்கறிக்காகச் சிரமப்பட்டு ஆட்களைத் திரட்டுகிறார் வெள்ளையன். அவருடைய இம்சை தாங்காமல் ஒவ்வொருவரும் சம்மதிக்கிறார்கள். பன்றியைத் தேடுவதிலும் வெள்ளையனின் சாதிய உணர்வும் ஆச்சாரமும் வெளிப்படுகிறது. மலம் தின்னாத, நீரும் சோறும் போட்டு வளர்க்கப்பட்ட 'சுத்தமான' பன்றியைத் தேடுகிறார். கூட உதவிக்கு செல்கிறார் பூச்சியப்பன். இது தொடர்பான காட்சிகள் விரிவான காட்சிகளுடன் பதிவாகியிருக்கின்றன.

பன்றி வளர்க்கும் ரங்கனிடம் பண்ணாடி திமிராகப் பேச, அவரும் எதிர்த்துப் பேசுகிறார். பிறகு மெள்ள சமாதானமாகி வீறாப்பு குறையாமல் ரங்கனிடமே பன்றியை விலைக்கு வாங்குகிறார். வீட்டுக்குத் தெரியாமல் வெள்ளையன் அதிகாலையில் கிளம்புவது, ரங்கனின் மூலம் அவருடைய பண்ணைக்கு பன்றி எடுத்து வரப்படுவது, பூச்சியப்பன் சமையலுக்குத் தயாராவது, ரங்கனின் எரிச்சல், 'எதிர்த்து பேசாதப்பா' என்கிற பூச்சியப்பனின் சமாதானம், வெள்ளையனின் பொருமல் போன்றவை மிக மிக நிதானமான காட்சிகளின் மூலம் யதார்த்தமான உணர்வுகளின் வழியாக காட்சிப்படுத்தப்பட்டிருக்கிறது.

ஒரு கூறை விலைக்கு வாங்கிய பங்காளி சுப்ரமணியும் அந்த இடத்துக்கு வருகிறான். வெள்ளையனுக்கு இது எரிச்சலை ஏற்படுத்துகிறது. கசப்புடன் திட்டிக் கொண்டே இருக்கிறார். சமையலைப் போலவே பங்காளிச் சண்டையின் சூடும் மெள்ள மெள்ள ஏறிக்கொண்டே செல்வதை இயக்குநர் தமிழ் படமாக்கியிருக்கும் விதம் அத்தனை அற்புதமாக இருக்கிறது. தாத்தா பூச்சியப்பனுக்கு பேரனும் உதவிக் கொண்டிருக்கிறான். ஒரு கட்டத்தில் வாய்ப்பேச்சில் நிகழ்ந்து கொண்டிருந்த சண்டை

கைகலப்பாக மாறுகிறது. மெள்ள மெள்ள பகைமையின் வெப்பம் உயரும் இந்தக் காட்சிக் கோர்வை சிறப்பாகப் பதிவாகியிருக்கிறது.

இறுதியில் என்னவானது?

ஆதிக்கத் திமிரில் பங்காளிகள் மோதிக்கொண்டாலும் கடைசியில் பலியாவதும் பாதிப்பு அடைவதும் ஒடுக்கப்பட்ட மக்களே என்கிற கசப்பான உண்மையைப் பதிவு செய்தபடி படம் நிறைகிறது. விரோதத்துடன் வெறித்தபடி பார்க்கும் குமரேசன், படிப்பைத் தொடர்வானா... அல்லது பகைமையைத் தீர்ப்பதில் இறங்குவானா என்கிற கவலையையும் பதற்றத்தையும் இறுதிக் காட்சி ஏற்படுத்துகிறது.

இயல்பான நடிப்பால் கவரும் நடிகர்கள்

பூச்சியப்பனாக மாணிக்கம். அவர் எந்தவொரு காட்சியிலும் நடிக்கவேயில்லை. இயல்பாக வந்து செல்கிறார். பேசுகிறார். அதுவே சிறந்த நடிப்பாக மாறியிருக்கிறது. ஊர் மக்களால் தன்னுடைய மகன் அடித்துக் கொல்லப்பட்ட துர்சம்பவத்தை வாய் விட்டு 'கோ'வென்று கதறியபடி நினைவுகூர்வதில் துவங்கி பல காட்சிகளில் மாணிக்கத்தின் பங்களிப்பு இந்தப் படத்துக்கு மிக மிக ஆதாரமானதாக இருக்கிறது. படத்தின் முதுகெலும்பாக விளங்கும் பாத்திரம் பூச்சியப்பன்தான்.

ரங்கனாக அருள்குமாரின் நடிப்பும் அத்தனை சிறப்பாக இருக்கிறது. முதலாளிகளை எதிர்த்துப் பேச முடியாத ஊமையாக பூச்சியப்பன் இருக்கும் போது அதற்கு நேர் எதிராக அவர்களை துணிச்சலாக எதிர்த்துப் பேசுகிறார் ரங்கன். பண்ணாடி வெள்ளையனாக நடித்திருக்கும் பிரசன்னா பாலச்சந்திரனின் நடிப்பும் மிக அருமை. இவரது பாத்திரமும் முக்கிய பங்கை வகிக்கிறது. அவரது நண்பர்களாக வருகிறவர்களும் அத்தனை இயல்பாக நடித்திருக்கிறார்கள். பங்காளி சுப்ரமணியாக சுருளியின் பகைமை வழியும் நடிப்பும் கச்சிதமாக உள்ளது. பேரன் குமரேசனாக அஸ்வின் சிவா நடிப்பில் அசத்தியுள்ளான்.

பிந்து மாலினியின் இசையை பிரத்யேகமாகக் குறிப்பிட்டுச் சொல்ல வேண்டும். மண்ணின் அசலான வாசனையோடு பின்னணி இசையையும் பாடல்களையும் உருவாக்கியுள்ளார். பிரதீப் காளிராஜாவின் நேர்த்தியான ஒளிப்பதிவில் சம்பந்தப்பட்ட பிரதேசத்தின் நிலவியல் காட்சிகள், வைட் ஆங்கிள் ஷாட்கள் போன்றவை அற்புதமாகப் பிரகாசிக்கின்றன. டைட்டிலில் வரும்

அனிமேஷன் காட்சியும் அது சொல்லும் கதையும் சிறப்பானது. ஒலிப்பதிவும் நன்றாக உள்ளது. பன்றியின் உறுமல் முதற்கொண்டு பல காட்சிகளில் ஒலிக்கும் இயற்கையான சப்தங்கள் காட்சியோடு ஒன்றி சிறப்பான அனுபவத்தைத் தருகின்றன.

ஒடுக்கப்பட்ட சமூகத்தின் வலியைச் சொல்லும் திரைப்படம் என்றாலும் மிகையான தொனியை முற்றிலும் தவிர்த்துவிட்டு மிக இயல்பான திரைமொழியைப் பின்பற்றியுள்ளார் இயக்குநர் தமிழ். தலித் திரைப்படங்களின் வரிசையில் இது கவனத்துக்குரிய படைப்பாக நிச்சயம் இருக்கும்.

திரைப்படம் 32

200 Halla Ho

வழக்கு விசாரணைக்காக நீதிமன்றத்துக்கு அழைத்து வரப்படும் ஒரு நபர், நீதிமன்றத்துக்கு உள்ளேயே படுகொலை செய்யப்படுகிறார். கொலை என்றால் சாதாரண கொலை அல்ல. அவரது ஆண் உறுப்பு உட்பட உடலின் பல அங்கங்கள் துண்டு துண்டாக வெட்டி எறியப்படுகின்றன. 72 வெட்டுக் காயங்கள் இருந்ததாக போஸ்ட் மார்ட்டம் செய்த மருத்துவர் பிறகு கூறுகிறார். இது ஒரு குரூரமான படுகொலை. இன்னமும் ஆச்சரியம் காத்திருக்கிறது

இதைச் செய்தது சம்பந்தப்பட்டவரின் எதிரிகளோ கூலிப் படையினரோ அல்ல. 200 பெண்கள். ஆம், ஏறத்தாழ 200 தலித் பெண்கள் நீதிமன்றத்துக்குள் புகுந்து அந்த ஆசாமியை துண்டுத் துண்டாக வெட்டி, தங்களின் ஆவேசத்தைத் தணித்துக்கொண்டார்கள். இந்த சம்பவம் ஏன் நடந்தது? இதன் பின்னணி என்ன? நாக்பூரில் அக்கு யாதவ் என்கிற, நீண்டகால குற்றப் பின்னணியைக் கொண்ட ஒரு நபர் இதே போல் நீதிமன்றத்துக்குள் வெட்டிக் கொல்லப்பட்ட சம்பவத்தை அடிப்படையாகக்கொண்டு '200 Halla Ho' என்கிற இந்த இந்தித் திரைப்படம் உருவாக்கப்பட்டுள்ளது.

நீதிமன்றத்துக்குள் ஒரு சமூகத் தண்டனை

இந்தப் படுகொலைச் சம்பவம் ஊடகங்களில் பரபரப்பாகப் பேசப் படுகிறது. கொலை செய்த பெண்களில் ஒருவரைக்கூட அடையாளம் காண முடியவில்லை. அனைவரும் சேலையால் முகத்தை மூடிக் கொண்டிருந்தார்கள். ஒரு சாட்சியமும் இல்லை. நீதிமன்றத்துக்கு

உள்ளேயே கொலை நடப்பதால் காவல்துறைக்கு பெரிய சவாலாக மட்டுமல்லாமல், மானப் பிரச்னையாகவும் மாறுகிறது. எனவே இந்த வழக்கை விரைவில் முடிப்பதற்கான நடவடிக்கைகளில் ஈடுபடுகிறார்கள். சம்பந்தப்பட்ட இடத்துக்குச் சென்று அனைத்து பெண்களையும் வீட்டுக்கு வெளியே வரச் சொல்லி மிரட்டி அதில் ஐந்து பெண்களை மட்டும் தற்செயலாகத் தேர்வு கைது செய்து காவல் நிலையத்தில் அடித்து கொடுமைப்படுத்துகிறார்கள்.

எவ்வித சாட்சியமும் இல்லாமல் உத்தேசமாகக் கைது செய்யப் பட்டிருக்கும் ஐந்து தலித் பெண்மணிகளையும் வெளியே கொண்டு வரப் போராடுகிறாள், அதே பகுதியைச் சேர்ந்த ஆஷா என்கிற இளம்பெண். அவளும் ஒடுக்கப்பட்ட சமூகத்தைச் சேர்ந்தவள். ஆனால் காவல், நீதி என்னும் பெரிய நிறுவனங்களோடு மோதுவது அத்தனை எளிதான காரியமாக இல்லை.

அரசியல் காரணங்களால், இந்தச் சம்பவம் குறித்து ஓய்வு பெற்ற நீதிபதி தலைமையில் உண்மை அறியும் குழு ஒன்று அமைக்கப் படுகிறது. அதன் தலைவராக விட்டல் நியமிக்கப்படுகிறார். விட்டல் ஒடுக்கப்பட்ட சமூகத்தை சேர்ந்தவர். ஆனால் தன்னை தலித் என்று அடையாளப்படுத்திக் கொள்ள விரும்பாதவர். நீதித்துறையை மிகவும் மதிக்கிறவர். நேர்மையான நீதிபதியாகப் பணிபுரிந்தவர். சட்ட நடைமுறைகளுக்கு உட்பட்டு நீதியை நிலை நாட்ட முடியும் என்கிற ஆழமான நம்பிக்கையைக் கொண்டவர்.

சட்டமா சமூகநீதியா... எது முக்கியம்?

உண்மை அறியும் குழுவுக்கு விட்டலைத் தலைவராக நியமிப்பது காவல்துறைக்குத் தலைவலியாக மாறுகிறது. 'சட்டப் புத்தகங்களில் ஒரு நடைமுறை இருக்கிறது. அதற்கு வெளியே ஒரு நடைமுறை இருக்கிறது அவர் சட்டப்புத்தகத்தைத்தான் பின்பற்றுவார்' என்று ஒரு காவல் அதிகாரி அலுத்துக் கொள்கிறார். தலைவர் பதவியை ஏற்றுக் கொள்வதற்கு முன்பாக 'நான் ஒரு தலித் என்பதால் தேர்வு செய்தீர்களா?' என்று விட்டல் கேட்க, பெண் உரிமை கமிஷனைச் சேர்ந்தவர் சங்கடத்துடன் தலையைக் குனிகிறார்.

உண்மை அறியும் குழுவைச் சேர்ந்த இதர உறுப்பினர்கள், முன் தீர்மானக் கருத்துகளுடன் தங்களுக்குள் மோதிக் கொள்ளும்போது. 'உண்மையின் மீது பல தூசுகள் மூடி இருக்கும். சாதி, மதம், பாலினம், அந்தஸ்து என்று எந்த ஒரு முன் முடிவுகளும் இல்லாமல் அவற்றைக் களைந்து உண்மையைக் கண்டுபிடிக்க முயற்சி செய்யவேண்டும்' என்று ஒரு நல்ல தலைவராக அவர்களுக்கு

அறிவுறுத்துகிறார் விட்டல். இந்தக் குழுவின் அறிக்கை வருவதற்குள் அவசரம் அவசரமாக விசாரணையை முடிக்கிறது காவல்துறை. ஐந்து பெண்களுக்கும் ஆயுள் தண்டனை கிடைக்கிறது. இந்தத் தீர்ப்பு வி?ட்டலின் மனதைப் பாதிக்கிறது. குறிப்பாக தண்டனை பெற்றிருக்கும் ஒரு முதிய பெண்மணியின் முகம் அவரது தாயாரை நினைவுப்படுத்துகிறது.

ஆஷா, விட்டலை வந்து சந்திக்கும் காட்சி முக்கியமானது. 'நீங்களே ஒரு தலித் சமூகத்தைச் சேர்ந்தவர் என்றாலும்...' என்று ஆஷா பேச ஆரம்பிக்க, 'சமூகம் பற்றியெல்லாம் என்னிடம் பேசக்கூடாது. நான் நீதியை மட்டுமே நம்புகிறவன். அதில் சாதியையோ மதத்தையோ கலக்கக்கூடாது' என்று ஆஷாவைத் தொடர விடாமல் தடுக்கிறார் விட்டல். சற்று தயங்கிய பிறகு, 'நான் தலித் சமூகத்தில் பிறந்தவள். நான் ஏன் சாதியைப் பற்றிப் பேசக்கூடாது .மளிகை கடையில்கூட அனைவரும் சென்ற பிறகு, காக்க வைத்துத்தான் எங்களுக்குப் பொருட்கள் தருகிறார்கள். தலித் சமூகம் என்பதால்தான் மிக எளிதாகவும் இயல்பாகவும் காவல்துறை எங்கள் மீது அடக்கு முறையை நிகழ்த்துகிறது. இப்படி எங்களைச் சுற்றியுள்ள ஒவ்வொருவரும் எங்களின் சாதியை அனுதினமும் நினைவு படுத்திக்கொண்டிருக்கும்போது எப்படி அதைப்பற்றி பேசாமல் இருக்க முடியும்?' என்று ஆஷா வெடிக்கிறாள்.

கொலையின் பின்னணி

ஐந்து பெண்களுக்குத் தண்டனை கிடைத்த விஷயத்தை தலித் தலைவர்கள்கூட மேலோட்டமாகவும் தேர்தல் காலத்து ஆதாயத்துடனும் மட்டுமே பார்க்கிறார்கள். யாருக்காகப் பாடு படுவதாக அவர்கள் மேடையில் பீற்றிக்கொள்கிறார்களோ அதற்கான உண்மையான சேவைகளில் ஈடுபடுவதில்லை. கட்சிகளுடன் பேரம் பேசுவதும் அதிகாரத்தை நோக்கி முன்னேறுவதும் மட்டுமே அவர்களின் மெயின் அஜெண்டாவாக இருக்கிறது. இப்படிப் போலியாக இயங்கும் சில தலைவர்களை இந்தத் திரைப்படம் அம்பலப்படுத்தியிருக்கிறது.

தலித் மக்கள் தொடர்பான ஒரு சம்பவத்தை சமூகவியல் கோணத்தில் அணுகாமல், சட்டப்புத்தகம், நீதி என்று இயந்திரத் தனமான பார்வையில் மட்டுமே பார்த்துக் கொண்டிருந்த விட்டலின் மனதை ஆஷாவின் கேள்வியும் ஃபிளாஷ்பேக் காட்சிகளும் மாற்றுகின்றன. அதுவரை சஸ்பென்ஸாக வைக்கப்பட்டிருந்த கொலைக்கான பின்னணிக் காரணம், காட்சிகளாக விரிகின்றன.

நீதிமன்றத்துக்குள் கொலை செய்யப்பட்டவனின் பெயர் பாலி சவுத்ரி. அரசியல் பின்னணியைக் கொண்ட ரவுடியான அவன், தன்னுடைய ஆட்களுடன் தலித் பெண்கள் மீது தொடர்ச்சியான பாலியல் வன்முறைகளைச் செய்து வருகிறான். காவல் நிலையத்தில் புகார் அளிக்கச் சென்ற ஒரு பெண்ணை, பொதுவெளியிலேயே வன்புணர்வு செய்து குரூரமாகக் குத்திக் கொல்கிறான். இதைக் காட்டி மற்றவர்களையும் அச்சுறுத்துகிறான். கண்ணில் படுகிற எந்தவொரு தலித் பெண்ணையும் இழுத்துச் செல்வது அவனது வழக்கமாக இருக்கிறது. அந்தப் பகுதி மக்களுக்கு ஒரு கெட்டகனவாக இருக்கிறான் பாலி. கடந்த பத்து ஆண்டுகளாக அச்சத்தில் உறைந்திருக்கும் மக்களை ஆஷாவின் வரவுதான் தட்டியெழுப்பி, துணிச்சலை அளிக்கிறது.

நம்பிக்கையின் துளிதான் வாழ்க்கையின் எரிபொருள்

ஐந்து பெண்களுக்கும் ஆயுள் தண்டனை அளிக்கப்பட்ட தீர்ப்பை எதிர்த்து உயர்நீதிமன்றத்தில் மேல் முறையீடு செய்கிறார், ஆஷாவின் நண்பரான உமேஷ். முற்பட்ட சமூகத்தைச் சேர்ந்த இளைஞனாக இருந்தாலும் ஆஷாவைத் திருமணம் செய்து கொள்ள விரும்பும் வழக்கறிஞர்தான் உமேஷ். உயர்நீதிமன்றத்துக்கு இந்த வழக்கு செல்லக்கூடாது என்பதால் எதிர்தரப்பினர் உமேஷைக் கொன்றுவிட்டு தற்கொலை என்பது போல் சித்திரிக்கிறார்கள். காவல்துறையும் இதை மௌனமாக வேடிக்கை பார்க்கிறது.

வேறு வழக்கறிஞர் எவரும் இந்த வழக்கை எடுத்துக்கொள்ள முன்வருவதில்லை. மேலும் இதற்குச் செலவு செய்ய ஆஷாவிடம் நிதிவசதியும் இல்லை. தன்னுடைய விசாரணையால் பாதிக்கப்பட்ட பெண்களுக்கு ஒரு துளி நன்மை கூட நேரவில்லையே என்கிற குற்றவுணர்வில் இருக்கும் விட்டல், தானே களத்தில் இறங்குகிறார். இந்த வழக்கை வாதாட முன்வருகிறார்.

நீதிமன்றத்தில் விட்டல் வாதாடும் காட்சி சிறப்பானது. ‘கடுமையான இருள் சூழ்ந்து இருந்தாலும் ஒரு வெளிச்சக்கீற்றுதான் எந்த ஒரு நபருக்கும் நம்பிக்கையை அளிக்கக் கூடியது ஆனால் இந்த நீதிமன்றமே அவர்களைக் கைவிட்டுவிட்டது. தலித் சமூகத்தினர் மீது நிகழும் வன்முறைக் கொடுமைகளை அன்றாடம் செய்திகளில் வாசித்து காலை காபியோடு அவற்றை எளிதாகக் கடந்து விடுகிறோம் அந்த அமைதிதான் என்னை மிகவும் தொந்தரவு செய்கிறது’ என்று இவர் தன் வாதத்தை முன்வைப்பது அற்புதமாக இருக்கிறது.

குற்றத்தை ஒப்புக் கொள்ளும் 200 பெண்கள்

விட்டலே களத்தில் இறங்கி பல தரவுகளைச் சேகரிக்கிறார். பல வருடங்களாகப் பாலியல் குற்றங்களில் பாலி சௌத்ரி ஈடுபட்டு வந்தாலும் அச்சம் காரணமாகவே மக்கள் காவல் நிலையத்திற்குச் செல்வதில்லை. மேலும் காவல்துறையும் பாலியின் குற்றங்களுக்கு துணையாக இருக்கிறது. போஸ்ட்மார்ட்டம் ரிப்போர்டில் அடிப்படையான தரவுகளில் ஒன்றாக 'பிளட் ரிப்போர்ட்' இல்லை. காவல் அதிகாரியும் அரசாங்க மருத்துவரும் சேர்ந்து மூடி மறைத்துவிடுகிறார்கள். இந்த உண்மைகளையெல்லாம் நீதிபதியின் பார்வைக்குக் கொண்டு வரும் விட்டல், 'பாலி ஏன் நீதிமன்றத்துக்குள் கொலை செய்யப்பட்டான்?' என்பதற்கான பின்னணியையும் விளக்குகிறார்.

வன்முறைக்கு பதில் வன்முறைதான் தீர்வு என்கிற செய்தியை படம் சொல்லவில்லை. 'பாலி சௌத்ரியைக் கொன்றவர்கள் இப்போது நீதிமன்றத்துக்குள் வருவார்கள்' என்று நீதிபதி முன்பாக விட்டல் சொன்னவுடன, 'நான்தான் அவனைக் கொன்றேன்' என்கிற ஆவேசமான குரலுடன் பல பெண்கள் நீதிமன்ற அறைக்குள் குவிவது உணர்ச்சிகரமான காட்சி. 'மதம் உள்ளிட்ட எதையும் தாண்டி சட்டம் மேலானது' என்கிற வாக்கியத்துடன் படம் நிறைகிறது.

ஓய்வு பெற்ற நீதிபதி விட்டலாக, அமோல் பலேகரின் நடிப்பு அற்புதமாக இருக்கிறது. தலித் என்பதைவிடவும் நீதிபதி என்கிற அடையாளத்துக்கே முன்னுரிமை தருகிறார் விட்டல். ஆனால் சட்டத்தையும் சாட்சியங்களையும் மட்டும் வைத்துக்கொண்டு அடித்தட்டு மக்களின் மீதான வழக்குகளை அணுக முடியாது என்பதை பிறகு உணர்கிறார். அம்பேத்கர் படத்துக்கு முன்பாக இவர் நெகிழ்ந்து பேசும் காட்சி சிறப்பானது. ஆஷாவாக 'சய்ராத்' படத்தின் நாயகி ரிங்க்கு ராஜகுருவின் நடிப்பும் குறிப்பிடத் தகுந்ததாக இருக்கிறது. ரவுடியின் மீதுள்ள அச்சத்தினால் ஊர் மக்கள் மௌனமாக இருக்கும்போது முதன் முதலில் போராட்டக் குரலை எழுப்பி, அவர்களுக்கு துணிச்சலை ஏற்படுத்தும் பாத்திரத்தில் சிறப்பாக நடித்திருக்கிறார்.

தலித் மக்களின் மீதான வன்முறை என்றால் சட்டம், நீதி, பொதுச்சமூகம் என்று அனைத்துமே அலட்சியமான மனோ பாவத்துடனும் இயங்கும் மெத்தனத்தை இந்தத் திரைப்படம் வலுவாகச் சுட்டிக்காட்டுகிறது.

திரைப்படம் 33

Paar - The Crossing

1984-ல் வெளியான Paar (The Crossing), கௌதம் கோஷ் இயக்கிய முதல் இந்தித் திரைப்படம். அதற்கு முன்பாக தெலுங்கில் ஒன்றும், வங்காளத்தில் இரண்டுமாக சில திரைப்படங்களை இயக்கி முடித்திருந்தார் கௌதம். வங்க எழுத்தாளர் சமரேஷ் போஸ் எழுதிய சிறுகதையொன்றை அடிப்படையாகக் கொண்டு 'Paar' (அக்கரை) திரைப்படம் உருவாக்கப்பட்டது.

சிறந்த திரைப்படத்துக்கான தேசிய விருதை இந்தப் படம் வென்றது. சிறந்த நடிகர், நடிகைக்கான தேசிய விருது முறையே நஸ்ருதீன் ஷா மற்றும் ஷபனா ஆஸ்மிக்கு கிடைத்தது. சிறந்த திரைக்கதைக்காகவும் சில விருதுகள் கிடைத்தன. சர்வதேச அளவில் இந்தப் படம் கவனிக்கப்பட்டதோடு விமர்சகர்களின் பாராட்டுகளையும் பெற்றது.

வாழ்வைக் கடப்பதென்பது எந்தவொரு சராசரி மனிதனுக்கும் மிகப் பெரிய சவால். அதிலும் அடித்தட்டு மக்களுக்குக் கூடுதல் சவால். அதிலும் ஒடுக்கப்பட்ட சமூகத்தைச் சேர்ந்தவராக இருந்தால் அதுவொரு கடுமையான சவால். அப்படியொரு இளம் தம்பதியினர், தங்களின் ஜீவாதாரப் போராட்டத்துக்காக எதிர் கொள்ளும் வாழ்வின் சவால்களை இந்தத் திரைப்படம் யதார்த்தமான திரைமொழியில் பதிவு செய்திருக்கிறது.

எளிய மக்கள் மீது பாயும் முதலாளித்துவ வன்முறை

எண்பதுகளின் காலகட்டம். பிகாரில் உள்ள கிராமம். எளிய குடிசை. உள்ளே இருள். ஒரு விளக்கு அணையும் தறுவாயில் இருக்கிறது.

வீட்டின் தலைவன் மண்ணெண்ணெய் தேடிப் போயிருக்கிறான். அப்படியொரு வஸ்துவைப் பற்றி இப்போதைய நகரத்து தலைமுறை அறிந்திருக்குமா என்று தெரியவில்லை. கெரசின்தான் சமையல் கூடங்களில் பிரதான எரிபொருளாக அப்போது இருந்தது. கிடைப்பதற்கு அரிதான பொருளாகவும் இருந்தது. எங்கிருந்தோ சிறிது மண்ணெண்ணெயை சம்பாதித்து வரும் அவன், தன் மனைவி ரமாவிடம் தந்து விட்டுச் சொல்கிறான். 'தங்கம் போல ஆயிடுச்சு. பார்த்து செலவு பண்ணு'.

இரவு. கும்மிருட்டு. வெகு தூரத்தில் வாகனங்களின் விளக்குகள் தெரிகின்றன. போலீஸோ? குடிசைவாசிகள் பதறுகிறார்கள். போலீஸ் இல்லை. பண்ணையாரின் ஆட்கள். பண்ணையாரின் இளைய மகன் கையில் துப்பாக்கியுடன் கண்ணில் கொலை வெறியுடன் வருகிறான். பின்னால் அடியாட்கள். குடிசைப்பகுதியின் ஆண்கள் எல்லாம் பதறியடித்துக் கொண்டு ஓடி மறைகிறார்கள்.

நவுராங்கியாவின் குடும்பமும் பதறுகிறது. அவனுடைய தாய் சொல்கிறாள். 'நீயும் உன் மனைவியும் எப்படியாவது தப்பி விடுங்கள். வயதானவர்களை அவர்கள் ஒன்றும் செய்ய மாட்டார்கள்'. வயதான பெற்றோரை விட்டுச் செல்ல நவுராங்கியாவுக்கு விருப்பமே இல்லை. என்றாலும் கர்ப்பமாக இருக்கும் மனைவியுடன் அரைமனதுடன் ஜன்னலின் வழியாக தப்பிச் செல்கிறான்.

அடியாட்கள் அந்தப் பகுதி முழுக்கத் தேடுகிறார்கள். ஆண்கள் தப்பிச் சென்றிருப்பது அவர்களின் கோபத்தைக் கூட்டுகிறது. அந்த ஆத்திரத்தில் கிழவனைச் சுட்டுக் கொல்கிறார்கள். குடிசையைத் தீ வைத்து எரிக்கிறார்கள். பதற்றமும் அச்சமுமாய் கூட்டம் தப்பியோடுகிறது. 'அய்யோ என் குழந்தையைக் காணவில்லை' என்று ஒரு தாயின் கூக்குரல். கவனிக்க எவருக்கும் சந்தர்ப்ப மில்லை. உயிரைக் காப்பாற்றிக் கொள்ள கோயிலுக்குள் ஓடி ஒளிகிறார்கள். கொலைகாரர்கள் அங்கும் துரத்தி வருகிறார்கள். துப்பாக்கிகள் இரக்கமில்லாமல் வெடிக்கின்றன. குருதி வழிய ஆட்கள் கீழே சாய்கிறார்கள். எங்கும் மரண ஓலம்.

அரசு இயந்திரத்தின் அலட்சியமும் மெத்தனமும்

மறுநாள் விடிகிறது. இந்திரா காந்தியை நினைவுப்படுத்தும் தோற்றத்தில் ஓர் அரசு நீதிபதி வருகிறார். பின்னால் டிஎஸ்பி வருகிறார். அதற்குப் பின்னால் அமைச்சர் வருகிறார். எரிந்து முடிந்து புகைந்து கொண்டிருக்கும் குடிசைகளையும் பிணங்களையும் பார்வையிடுகிறார்கள். அரசு இயந்திரம் வழக்கமான முறையில்

செயல்படுகிறது. 'தீய சக்திகள் நம்மைப் பிரித்து அழிக்கப் பார்க்கின்றன. நாங்கள் அதை தடுத்து நிறுத்துவோம். எளிய மக்களைப் பாதுகாப்போம். இறந்தவர்களின் குடும்பத்திற்கு நிதியுதவி செய்யப்படும்' என்று இயந்திரத்தனமான குரலில் அமைச்சர் வாக்குறுதியை அள்ளி வீசுகிறார். கொலை செய்யப்பட்டவர்களின் எண்ணிக்கையை ஊடகங்கள் ஒருவிதமாக சொல்ல, நிஜக்கணக்கு வேறொன்றாக இருக்கிறது. இது எப்போதும் நிகழ்வதுதானே.

இந்தக் காட்சியை கௌதம் கோஷ் சித்திரித்திருக்கும் விதம் நமக்கு திகைப்பை ஏற்படுத்துகிறது. எங்குமே வன்முறையை அவர் நேரடியாக காட்டுவதில்லை. அதனாலேயே அதன் பாதிப்பு மனதுக்குள் ஆழமாக ஊடுருவிச் செல்கிறது. கும்மிருட்டில் வாகனங்களின் விளக்குகள் தொலைதூரத்தில் நிதானமாக நகர்வதோடு படம் துவங்குகிறது. டார்ச் லைட் வெளிச்சத்தில் ஆடு, மாடுகள் போல மக்கள் பதறியோடுவது தெரிகிறது. பிறகு குருதி கொப்பளிக்கச் சாய்கிறார்கள். அனைத்துக்குமே இருட்டுதான் சாட்சியாக இருக்கிறது.

எளிய மக்களின் மீது சுமையாக இருக்கும் சாதியும் வர்க்கமும்

எதனால் இந்த கோரமான சம்பவம் நடந்தது? இதன் பின்னணி என்ன? முன்னும் பின்னும் அடுக்கப்பட்ட காட்சிகளின் வழியாக திரைக்கதை பயணிக்கிறது. நாள் முழுவதும் நிலத்தில் கடுமையாக உழைக்கும் மக்களுக்கு பண்ணையார்கள் அவர்களாக பார்த்து தூக்கிப்போடுவது மட்டுமே கூலி என்கிற நிலைமை அதுவரை இருந்தது. அரசாங்கம் இதில் தலையிட்டு குறைந்தபட்சக் கூலியை நிர்ணயிக்கிறது. ஆனால் அதெல்லாம் வெறும் புத்தகத்தில்தான். நிஜத்தில் தருவதற்கு பண்ணையார்கள் சம்மதிப்பதில்லை.

அந்தக் கிராமத்தில் உள்ள பள்ளி ஆசிரியர் ஒரு காந்தியவாதி. எளிய மக்களின் நலன் கருதுபவர். பிராமணர். 'ஐயா.. எங்களுக்கு வெவரம் போதாது. நீங்க போய் பேசுங்களேன்' – எளிய மக்கள் வேண்டுகோள் வைப்பதால் பண்ணையாரிடம் சென்று ஆசிரியர் பேசுகிறார். எதிர்பார்த்தபடியே அந்தப் பேச்சுவார்த்தை தோல்வியில் முடிகிறது. 'ஓய்.. நீர் ஒரு பிராமணர். உமக்கு எதுக்குவோய் இந்த வேலை. அந்த சனங்களுக்காக பரிந்து பேசி தலைவனா யிடலாம்ன்னு பார்க்கறீரா?' என்று பண்ணையாரின் மகன் கோபமாக பேசுகிறான்.

விவசாயக் கூலிகள் 'வேலை நிறுத்தம்' என்னும் ஆயுதத்தைக் கையில் எடுக்கிறார்கள். அது மட்டுமல்ல, அடுத்த உள்ளூர்

தேர்தலில் தங்களில் ஒருவனை நிற்க வைத்து ஜெயிக்க வைக்கிறார்கள். அதுவரை பண்ணையார்கள் கைப்பற்றி வைத்திருந்த பெருமை பறிபோகிறது. எளிய மக்களுக்கு போராட்ட உணர்ச்சியை ஊட்டுகிறார் ஆசிரியர்.

'தாழ்த்தப்பட்ட சாதியைச் சேர்ந்த ஒருவன் தலைவனா?' - கொதித்தெழும் பண்ணையாரின் மகன், இதற்கு காரணமாக இருந்த ஆசிரியரை ஜீப் ஏற்றிக் கொல்கிறான். போலீஸ் அதை விபத்து என்று சொல்கிறது. தங்களுக்காக பாடுபட்ட ஆசிரியர், அநியாயமாகக் கொல்லப்பட்டதை அறிந்து கொதித்தெழும் மக்கள் பதிலுக்கு பண்ணையாரின் மகனைக் கொல்கிறார்கள். அதன் முதலாளித்துவ எதிர்வினைதான் மேலே விவரிக்கப்பட்ட கோரச் சம்பவத்தின் பின்னணி.

பண்ணையாரின் மகனைக் கொன்றவர்களில் ஒருவன் நவுராங்கியா. 'இங்கிருந்தால் உன்னைக் கொன்றுவிடுவார்கள். கர்ப்பமாக இருக்கும் எனக்கும் ஆபத்து ஏற்படும்' என்று அவனுடைய மனைவி ரமா சொல்கிறாள். ஸ்கூல் மாஸ்டரின் மனைவி உதவி செய்ய அங்கிருந்து இருவரும் தப்பிக்கிறார்கள். இவர்கள் சந்திக்கும் நபரோ 'கல்கத்தா பெரிய நகரம். அங்கு பிழைக்க நிச்சயம் வழி கிடைக்கும்' என்று ஒரு முகவரியை எழுதித் தருகிறார்.

பெருநகரத்துக்கு இடம்பெயரும் கிராமம்

ரயில் ஏறுவதற்கு முன் நவுராங்கியாவின் உள்ளுணர்வு எச்சரிக்கிறது. அத்தனை பெரிய நகரத்தைத் தன்னால் எதிர்கொள்ள முடியுமா என்று தயங்குகிறான். ஊரில் நிலைமை சரியாகியிருக்கும் என்கிறான். இறந்தவர்களுக்குக் கிடைக்கும் நிதியுதவி வேறு அவனை இழுக்கிறது. ஆனால் ரமா இதை உறுதியாக மறுக்கிறாள். 'நிச்சயம் உன்னைக் கொன்று விடுவார்கள். கர்ப்பமாக இருக்கும் எனக்கும் ஆபத்து' என்கிற அதே பல்லவியை பாடுகிறாள். இப்படியொரு சிக்கலான சூழலில் இரண்டு பேர்களின் முடிவுமே சரி அல்லது தவறு என்பது போலவே இருக்கிறது. ஒரு சில கணங்கள்தான் நம்முடைய வாழ்க்கையை மாற்றிப் போடுகின்றன. மனைவி வற்புறுத்தவே ரயிலில் ஏறி விடுகிறான், நவுராங்கியா.

ஆனால் நவுராங்கியாவின் உள்ளுணர்வு எச்சரித்தது சரி. எந்தவொரு பெருநகரமும் எளிய மக்களை முதலில் மிகவும் அல்லல்பட வைக்கும். அந்த எதிர் நீச்சலில் தப்பிப் பிழைத்தால்தான் நகரம் அவர்களுக்கு அரைமனதுடன் ஒண்டிக் கொள்ள இடம் கொடுக்கும்.

நவுராங்கியாவையும் ரமாவையும் கல்கத்தா என்கிற பெருநகரம் விதம் விதமாகப் பந்தாடுகிறது. ரயிலில், உடன் பயணிக்கிற ஆசாமி, இவர்களிடம் பேச்சுக் கொடுத்து காசு பிடுங்கித் தின்கிறான். சாலையில் படுத்திருக்கும் ரமாவின் காலை ஒரு காமாந்தகன் சுரண்டுகிறான். கையில் இருக்கும் சொற்ப காசு கரைந்து கொண்டே இருக்கிறது. இவர்கள் தேடி வந்த ஆசாமி ஊரில் இருப்பதில்லை. முகவரி விசாரிக்கும் இடத்தின் வீட்டில் ஓரமாக ஒண்டிக் கொள்கிறார்கள். ரமா கர்ப்பிணி என்பதால் முதலில் அனுதாபம் காட்டப்பட்டாலும் அங்கும் புறக்கணிப்பு நிகழ்கிறது.

அங்கிருக்கும் மில்லில் கூலி வேலை கிடைப்பதற்காக நவுராங்கியா போராடுகிறான். கண்டவர் காலிலும் விழுகிறான். அங்கிருப்பவர்களுக்கே வேலை கிடைப்பது சிரமமாக இருக்கும் போது புதியவனுக்கு எங்கே கிடைக்கும்? இருவரும் மழையில் நனைந்து கொண்டிருக்கும் ஒரு கொடுமையான இரவில் நவுராங்கியா முடிவு செய்கிறான். ஊருக்கு திரும்பிப் போவதென்று. ஆனால் அதற்கும் பணம் வேண்டுமே! மிகவும் சிரமப்பட்டு அலைவதில் ஒரு வேலை கிடைக்கிறது. அதைச் செய்தால் ஊருக்குச் செல்ல பணம் கிடைக்கும். ஆனால்?

வாழ்க்கையை எதிர்கொள்ளும் மரணப் போராட்டம்

முப்பது, முப்பத்தைந்து பன்றிகளை நதிக்கு அப்பால் கொண்டு செல்ல வேண்டும். படகில் கொண்டு சென்றால் கூலி அதிகம் என்பதால் இந்த ஏற்பாடு. ஆனால் இது அத்தனை எளிதான பணி இல்லை. இவர்களைப் பணியமர்த்துபவன் கறாராக சொல்கிறான். 'உன்னால் முடியுமா. ஒரு பன்றி குறைந்தால் கூட உன்னை தொலைத்து விடுவேன்'. வேலையைக் காண்பித்து தந்தவனுக்கு வேறு கமிஷன் தந்தாக வேண்டும்.

நவுராங்கியா கூட்டிக் கழித்துப் பார்க்கிறான். அவனுக்கு வேறு வழியே தெரியவில்லை. துணிச்சலை வரவழைத்துக் கொண்டு சம்மதிக்கிறான். ஆனால் ரமாவோ பயத்தில் அலறுகிறாள். 'ஐயோ.. இந்த வேலையே வேண்டாம். என் குழந்தை இறந்து விடும்' என்று கதறுகிறாள். சில வருடங்களுக்கு முன்பு அவர்களின் மகன் கிணற்றில் தவறுதலாக விழுந்து இறந்து விடுவது இன்னமும் ரமாவுக்குள் ஒரு துர்கனவாக இருக்கிறது. வயிற்றுக்குள் இருக்கும் இந்தக் குழந்தையையாவது காப்பாற்றிக் கொள்ள வேண்டும்.

ரமாவை வலுக்கட்டாயமாக கட்டாயப்படுத்தி, அவளுடைய கையில் கம்பைத் திணிக்கும் நவுராங்கியா, பன்றிகளை சிரமப்பட்டு

திரட்டி நீருக்குள் இறக்குகிறான். இங்கும் அங்குமாக ஓடும் பன்றிகளை ஒன்று சேர்த்து மேய்த்துச் செல்வது அத்தனை எளிதானதாக இல்லை. கணவனும் மனைவியும் ஓடி ஓடி களைத்து விடுகிறார்கள். ஒருவழியாக நீரில் இறக்கிய பிறகு அந்தப் பயணம் இன்னமும் பயங்கரமானதாக இருக்கிறது. இழுத்துக் கொண்டு ஓடும் நீரை ஒரு பக்கம் சமாளித்துக் கொண்டே, பன்றிகளையும் முன்னகர்த்திச் செல்ல வேண்டும். உயிரைப் பணயம் வைக்கும் பிழைப்பு. கர்ப்பிணியான ரமா சோர்ந்து போக அவளைத் தொடர்ந்து வற்புறுத்துகிறான், நவுராங்கியா.

ஒருவழியாக கரையேறிய பிறகுதான் தெரிகிறது, அவர்கள் பாதி தூரம்தான் கடந்திருக்கிறார்கள். மீண்டும் நீரில் இறங்கி இன்னொரு பாதியைக் கடக்க வேண்டும். 'நான் செத்தேன். என்னால் முடியாது' என்று ஏறத்தாழ மூர்ச்சையாகி விழுந்து விடுகிறாள் ரமா. அவளைக் கட்டாயப்படுத்தி எழுந்து நிற்க வைத்து மீண்டும் அந்த கொடூரமான பயணத்தை ஆரம்பிக்கிறான், நவுராங்கியா. அரை மயக்கத்தில் இருக்கும் ரமா, தன் முழு சக்தியையும் திரட்டிக் கொண்டு பின்தொடர்கிறாள்.

கிட்டத்தட்ட 'வாழ்வா, சாவா' என்கிற நிலைமையில் இவர்கள் மாட்டிக் கொண்டு தவிக்கும் பேராட்டக்காட்சி சிறப்பாக காட்சிப்படுத்தப்பட்டிருக்கிறது. படத்தின் தலைப்பை குறியீடாக நியாயப்படுத்துதே இந்தக் காட்சிக் கோர்வைதான். இவர்கள் சிக்கலில் மாட்டிக் கொள்வார்களோ என்று மனம் பதைபதைக்கும் போது இறுதியில் நம்பிக்கையின் வெளிச்சத்தோடு படத்தை நிறைவு செய்கிறார் கௌதம் கோஷ். 'என் குழந்தை இறந்துவிட்டது. வயிற்றில் அசைவே இல்லை' என்று அழுது புலம்பும் ரமாவுக்கு ஒரு நம்பிக்கை தரப்படுகிறது. ஏதாவதொரு துரும்பை பற்றிக்கொண்டு நகர்வதுதானே, அடித்தட்டு மக்களின் தலையில் எப்போதும் எழுதப்பட்டிருக்கிறது!

திறமையான நடிப்பும் இயக்கமும்

நவுராங்கியாவாக நஸ்ருதீன் ஷாவும் ரமாவாக ஷபனா ஆஸ்மியும் தங்களின் மிகச் சிறப்பான நடிப்பைத் தந்திருக்கிறார்கள். அவர்களுக்கு தேசிய விருது தரப்பட்டது முற்றிலும் நியாயமானது. ஒரு பாவப்பட்ட தம்பதியினரின் உடல்மொழியை பல காட்சிகளில் திறமையாக வெளிப்படுத்தியிருக்கிறார்கள்.

படத்தின் டைட்டில் காட்சி, ஆசிரியர் கொல்லப்படுவது, பண்ணையாரின் மகன் இதற்குப் பழிவாங்கப்படுவது, பணி வாய்ப்புக்காக தம்பதியினர் நதிக்கரையில் நீண்ட நேரம்

காத்திருப்பது, பெருநகரத்தின் அலைச்சல்கள் என்று பல காட்சிகள் யதார்த்தமான திரைமொழியில் உருவாக்கப்பட்டிருக்கின்றன.

சாதிய வன்முறைக்குப் பெண்களும் காரணமாக இருக்கிறார்கள். பண்ணையாரின் மகன் கொல்லப்பட்டதை அறிந்து அவனுடைய மனைவி ஆங்காரத்துடனும் அழுகையுடனும் சொல்கிறாள். 'இதுவே எங்க வீடா இருந்தா, குறைஞ்சது அஞ்சு தலையாவது உருண்டிருக்கும்' என்று அவள் புலம்புவது, பண்ணையாருக்குள் பழிவாங்கும் எண்ணமாகப் புகுந்து, குடிசைகளை எரிக்க வைக்கிறது. ஆட்களை கொல்ல வைக்கிறது.

ஒருவேளை உணவுக்காக எளிய தம்பதியினர் அல்லாடிக் கொண்டிருக்கும் போது, உலகக் கோப்பையை இந்தியா வென்றதற்காக இளைஞர்கள் சிலர் சாலையில் கொண்டாட்ட நடனம் ஆடுவதைக் காட்டுவதன் மூலம் நகரத்துக்கும் கிராமத்துக்கும் உள்ள வர்க்க வேற்றுமையை உணர்த்துகிறார் இயக்குநர். முதல் குழந்தை ஏற்கெனவே இறந்திருக்கும் நிலையில், இரண்டாவது கர்ப்பமும் கலைந்துவிடுமோ என்கிற அச்சத்தில் இருக்கும் ரமாவை வலுக்கட்டாயமாக நீரில் இறக்குகிறான் நவுராங்கியா. அப்போது அவன் சொல்வதைக் கேட்டு ரமா ஒரு கணம் திகைத்து விடுகிறாள்: 'அந்தப் பன்னி கர்ப்பமா இருக்கு. பார்த்து தள்ளிட்டு வா'.

வேலைக்காக எங்கெங்கோ கெஞ்சுகிறான் நவுராங்கியா. 'பணம் வேணாம் சார். ஒரு வேலை கொடுங்க' என்று அவன் எத்தனை கெஞ்சினாலும் யாரும் இரங்குவதில்லை. 'வந்துட்டானுங்க. ஊர்ல இருந்து ஒரு போர்வையைப் போர்த்திக்கிட்டு' என்று எரிச்சலைக் கொட்டுகிறார், ஒரு அலுவலர்.

சாதியக் கொடுமை தாங்காமலும், வறுமையில் இருந்து தப்பிக்கவும் வேறு வழியில்லாமல் நகரத்துக்கு இடம் பெயரும் அடித்தட்டு மக்களிடம் கடுமையான வெறுப்பையும் நிராகரிப்பையும்தான் பதிலுக்கு நகரம் காட்டுகிறது. ஒவ்வொரு பெருநகரின் வளர்ச்சிக்குப் பின்னாலும் இவர்களின் உழைப்புதான் இருக்கிறது என்பதை வசதியாக மறந்து விடுகிறது. சாதியும் வர்க்கமும் ஒன்றிணைந்து எளிய மக்களை எப்படியெல்லாம் அல்லல்பட வைக்கிறது என்பதை இந்தத் திரைப்படம் யதார்த்தமாகப் பதிவு செய்திருக்கிறது.

நீங்கள் விரும்பும் புத்தகம் உங்கள்
வீடு தேடி வர அழையுங்கள்

Dial for Books

94459 01234 | 9445 97 97 97

WhatsApp No: 95000 45609

dialforbooks.in | amazon.in | flipkart.com

KizhakkuToday.in

ஒரு புதிய இணைய இதழ்